हे लिखाण वाचल्यानंतर, तुमच्या प्रवासाला जाण्याच्या ठिकाणांच्या यादीत आफ्रिकन सफारीचा क्रमांक पहिला लागेल. फक्त अडचण अशी असेल की, तुम्हाला लेखक आपला गाइड म्हणून हवा असेल!

— **शिकागो सन टाइम्स**

पीटर ॲलिसन बार टेंडरचं काम करता-करता तो टुरिस्ट गाईड झाला आणि जंगलातच रमला. त्याच्या या भन्नाट प्रवासाची हकिगत, आफ्रिकेतील जंगलाबाबतचे आपले गैरसमज दूर होण्यास आणि अनोख्या जगाविषयीची ओढ वाढण्यास मदत होते.

लोकप्रभा मासिक, २ ऑक्टोबर २०१५

जंगलात राहण्यासाठी आवश्यक असलेले गुण यथातथाच असणारा पीटर ॲलिसन कॅम्पवर राहून काम करू लागला. कालांतराने गाइड, कॅम्प मॅनेजर आणि मग होतकरू गाइडचा प्रशिक्षक झालेल्या पीटरचे आफ्रिकेतल्या जंगल सफारीचे अविस्मरणीय अनुभव या पुस्तकात मांडले आहेत. काही प्रसंगांची छायाचित्रं बघताना डोळ्यांचं पारणं फिटतं व विलक्षण अनुभवकथन मनात रेंगाळत राहतं.

लोकसत्ता, ५ एप्रिल २०१५

निसर्ग, वन्यजीवन यांच्या बदलाचे कुतूहल, आकर्षण व प्रेमही याच्या ओढीमुळे निसर्गप्रेमी वन्यजीवन सफारीस जात असतात. निसर्गप्रेमींसाठी पीटर ॲलिसन लिखित व मंदार गोडबोले अनुवादित 'सफारी आफ्रिकेतील' हे पुस्तक मार्गदर्शन व रोमांचक अनुभव देणारे ठरेल.

सामना. ७-२-२०१६

सफारी आफ्रिकेतली!

अनुभवसफर एका गाइडची

लेखक
पीटर ॲलिसन

अनुवाद
मंदार गोडबोले

मेहता पब्लिशिंग हाऊस

Please contact us at **Mehta Publishing House,** 1941, Madiwale Colony, Sadashiv Peth, Pune 411030. ✆ +91 020-24476924 / 24460313
Email : info@mehtapublishinghouse.com
production@mehtapublishinghouse.com
sales@mehtapublishinghouse.com
Website : www.mehtapublishinghouse.com

Translated into Marathi Language by Mandar Godbole

सफारी आफ्रिकेतील / अनुवादित अनुभवकथन

अनुवाद : मंदार गोडबोले
बी ३०२ स्प्रिंग ब्युटी अपार्टमेंट, १२४/१ कुंदनहळ्ळी,
बंगळुरु – ५६००३७ E-mail : godbolemandar@yahoo.com

मराठी अनुवादाचे व प्रकाशनाचे हक्क मेहता पब्लिशिंग हाऊस, पुणे.

प्रकाशक : सुनील अनिल मेहता, मेहता पब्लिशिंग हाऊस,
१९४१, सदाशिव पेठ, माडीवाले कॉलनी, पुणे – ४११०३०.

मुद्रक : स्पेक्ट्रम ऑफसेट, डी२/४ एरंडवणे, पुणे – ४११००४.

मुखपृष्ठ : फाल्गुन ग्राफिक्स

प्रथमावृत्ती : जानेवारी, २०१५ / पुनर्मुद्रण : फेब्रुवारी, २०१८

किंमत : ₹ २६०

P Book ISBN 9788184986242
E Book ISBN 9788184986259
E Books available on : play.google.com/store/books
m.dailyhunt.in/Ebooks/marathi
www.amazon.in

अरण्य आणि त्यातील प्राणिमात्रांसाठी कार्य करणाऱ्या
प्रत्येकाला
हे पुस्तक अर्पण करतो आहे.
विशेषतः 'सफारी गाइड्स'
ज्यांनी मला खूप काही शिकवलं; त्यांचं मार्गदर्शन माझ्या दृष्टीने
अत्यंत मोलाचं आहे.

प्रस्तावना

मी एकोणीस वर्षांचा होतो. दोन वर्षांपासून असलेली नोकरी करताना मला विशेष समाधान मिळत नव्हते, तेव्हा मी तिकीट काढले आणि आफ्रिकेला गेलो. तिकडे जाण्याची दोन कारणे होती. एक म्हणजे, मला आयुष्यात काहीतरी आव्हान हवे होते. दुसरे म्हणजे, आयुष्यभर मला वन्यजीवनाबद्दल फार आकर्षण आणि प्रेम वाटत आले आहे. तिकडे वर्षभर राहण्याचा माझा विचार होता.

सहा महिने आफ्रिकेत भटकल्यावर माझ्या जवळचे बहुतेक सगळे पैसे खर्च झाले आणि उरलेले मलावीतल्या एका कॅम्पवर चोरीला गेले. एखाद्या आव्हानाचा सामना करावा लागण्याची माझी मनीषा अशा रीतीने पूर्ण झाली. काही दयाळू सहप्रवाशांनी त्यांच्या गाडीतून मला दक्षिण आफ्रिकेला सोडण्याची तयारी दर्शविली, जिकडे मला काही पैसे जमा करता आले असते. वाटेत आम्ही एका जंगलातल्या कॅम्पवर थांबलो.

त्या कॅम्पवर आनंदातिरेकात गेलेल्या दोन विस्मयकारक दिवसांनंतर, माझ्या सहज दिसणाऱ्या उत्साहामुळे मला कॅम्पवरचा बार चालवण्याची संधी दिली गेली. मी अगदी आनंदाने माझ्या पाठीवरची सॅक उतरवली, माझे लांब वाढलेले केस कापून ती नोकरी स्वीकारली.

मला जंगलात राहण्याची संधी मिळेल, अशी मी कधीही अपेक्षा केली नव्हती. मी एका शांत उपनगरात लहानाचा मोठा झालो होता. माझ्या अंतर्मनातदेखील मी अशी अपेक्षा केली नव्हती की, एखाद्या राकट जंगलवासी मनुष्यात असणारे गुण माझ्यात असतील. माझ्या शरीराचे संतुलन यथातथाच आहे, गाड्या कशा चालतात किंवा कशा दुरुस्त कराव्या लागतात ते मला अजिबात समजत नाही. मला बंदुका आवडत नाहीत आणि मी उत्तेजित झालो किंवा घाबरलो, तर माझ्या सर्वांगाला घाम फुटतो. प्राणी पाहिल्यावर माझी अवस्था अशीच होते.

तसे असले, तरी कालांतराने माझी या नोकरीत बढती झाली आणि मी गाइड बनलो, मग एक कॅम्प-मॅनेजर झालो आणि शेवटी इतर होतकरू गाइडना प्रशिक्षण देणारा शिक्षक झालो. माझी आफ्रिकेतली छोटीशी सुटी १९९४ सालापासून चालू आहे आणि ती संपण्याची काही लक्षण दिसत नाही!

या त्याच सफारी गाइडच्या आयुष्यातल्या गोष्टी आहेत.

अनुवादकाचे मनोगत

मी अनुवाद केलेले हे पहिलेच पुस्तक. आफ्रिकेच्या वन्यजीवसफारी आयोजित करत असल्यामुळे माझे केनियाला दोन-तीन वेळेला जाणे झाले. या प्रवासामुळे आफ्रिकेतील वन्यजीवनाबद्दल आकर्षण आणि आपुलकी मनात निर्माण झाली आणि मग त्या विषयावरील चांगल्या पुस्तकांचा शोध चालू झाला. केनिया सफारीबद्दल मराठीतसुद्धा कित्येक प्रवासवर्णनपर पुस्तके उपलब्ध आहेत. पण आफ्रिकेतील इतर भागात सापडणाऱ्या वन्यजीवनाबद्दल मराठीत विशेष लिखाण झाले नाहीये. म्हणून मग इंग्रजी पुस्तकांचा शोध घेतला. ॲमेझॉनसारख्या संकेतस्थळांमुळे आजकाल शोध घेणे सोपे झाले आहे. आपण एखाद्या पुस्तकाबद्दल शोध घेतला की त्या विषयांवरील किंवा ते पुस्तक खरेदी केलेल्या इतर ग्राहकांनी कोणती पुस्तके शोधली आहेत त्याची माहिती हाताशी उपलब्ध होते. असाच शोध घेताना हे अनमोल पुस्तक हाताशी लागले.

मी माझ्या कंपनीतील वाचनालय चालवत असल्यामुळे आपल्या आवडीची काही पुस्तके वाचनालयासाठी विकत घेण्याची माझ्याकडे थोडीशी मुभा होती. त्यात हे पुस्तक आणि इतरही काही पुस्तके घेऊन वाचली गेली. हे पुस्तक हाताशी घेतल्यावर सोडवले नाही. केवळ वन्यजीवनावरील प्रेमाखातर बोट्स्वाना देशातील अतिशय दुष्कर जंगलात कित्येक वर्षे राहून गाइड म्हणून काम करणाऱ्या पीटर ॲलिसन नावाच्या निसर्गप्रेमीने, आपल्या तिथल्या वास्तव्यात आलेले विविध मनोरंजक अनुभव या पुस्तकात वर्णन केले आहेत. प्रत्येक गोष्ट सांगताना विनोदाचे अंग कायम ठेवतानाही पीटरचे बोट्स्वानाच्या वन्यजीवनाबद्दलचे, तिथल्या लोकांवरचे आणि त्या देशाबद्दलचे प्रेम आपल्याला जाणवत राहते.

हे पुस्तक वाचल्यावर मराठीत असे पुस्तक असलेच पाहिजे असे वाटू लागले. मग मेहता प्रकाशनाशी संपर्क साधला आणि मग हा अनुवाद आकारास आला. हे पुस्तक वाचताना आणि त्याचा अनुवाद करताना मला जितकी मजा आली तितकीच मजा हा अनुवाद वाचताना वाचकांनादेखील येईल, अशी आशा आहे. आपल्याला पुस्तक आवडले का ते जरूर कळवा.

— मंदार गोडबोले

अनुक्रमणिका

काहीही कर; पण पळू नकोस! / १

शिकवण / ७

बारसे / ९

मूषक पीडा / १४

सुटका / २४

रेड्यांची शाळा / २८

चालायला परत शिकणं / ३१

राजकन्या आणि गुलाम / ३७

पाळीव प्राणी / ४५

बुडी / ५९

पाठलाग / ७५

जगातील सर्वांत वाईट बाथरूम / ८२

व्रण / ८४

खामा : एक प्रेमकथा / ९१

मोनालिसा / ९९

पक्षिवेडे / १०३

साप आणि एक मूर्ख / ११४

बेपत्ता / ११९

संवाद / १३४

पुन्हा निसर्गाकडे... / १३८

एका गाइडचा मृत्यू / १४२

मकाडीकाडीतली एक रात्र / १५४

या-या आणि त्से-त्से / १७०

एक जवळचा मित्र / १७४

वाईट अभिनेते / १८५

बाले आणि साप / १९५

साल्वादोरबरोबर गाठीभेटी / २०२

घोडचूक / २१५

समारोप / २१९

अंगोला
झांबिया
झिम्बाब्वे
कोबे नॅशनल पार्क
नाम्बिया
ओकारान्गो डेल्टा
नाता
माउन
मॅडकाडिग्काली
पॅन्स
सेरोवा
सेंट्रल कलाहारी
गेम रिझर्व्ह
लिम्पोपो नदी
कलाहारी वाळवंट
गिबोरने
बोत्सवाना
जोहानसबर्ग
जोहानसबर्ग
लेसोथो
दक्षिण आफ्रिका

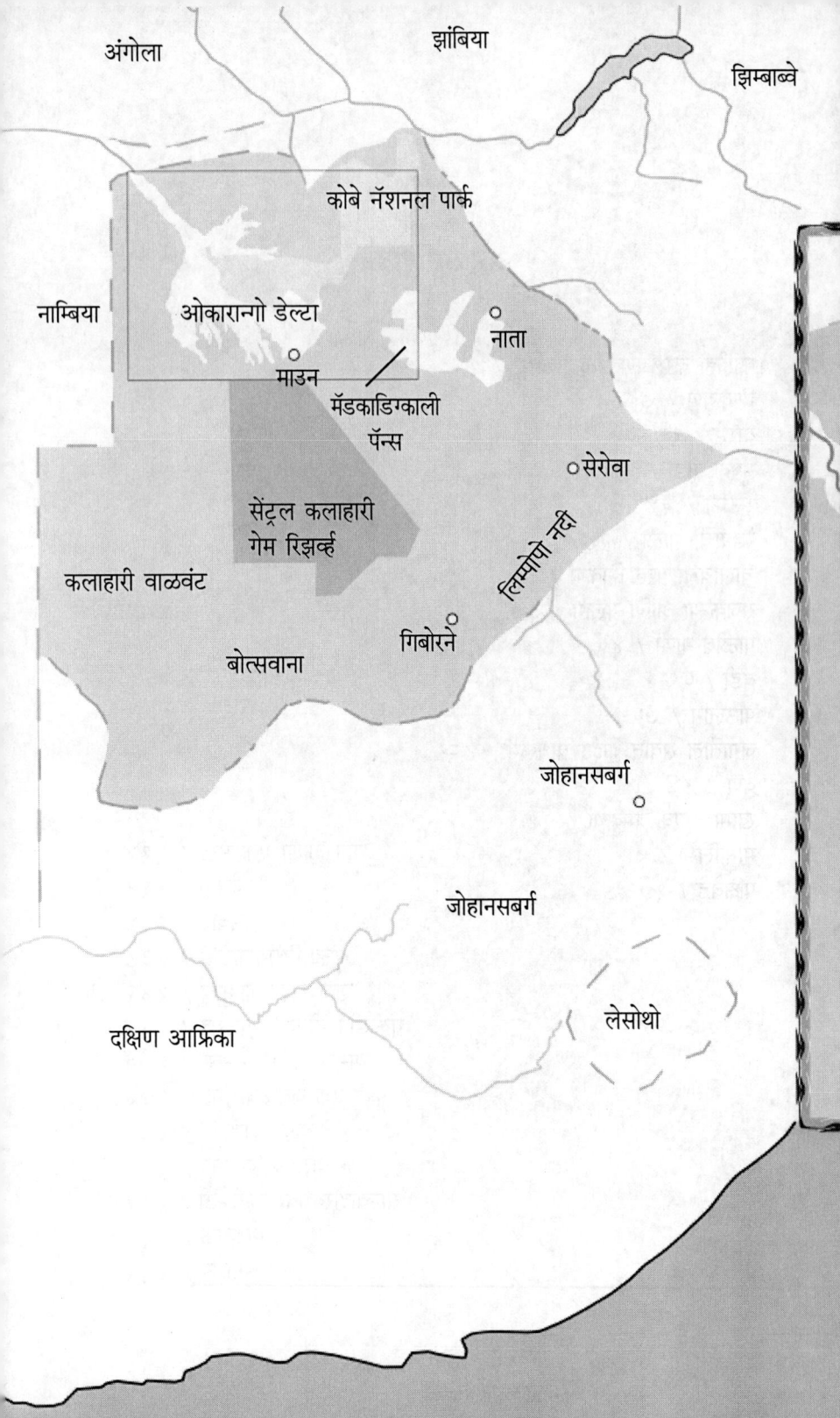

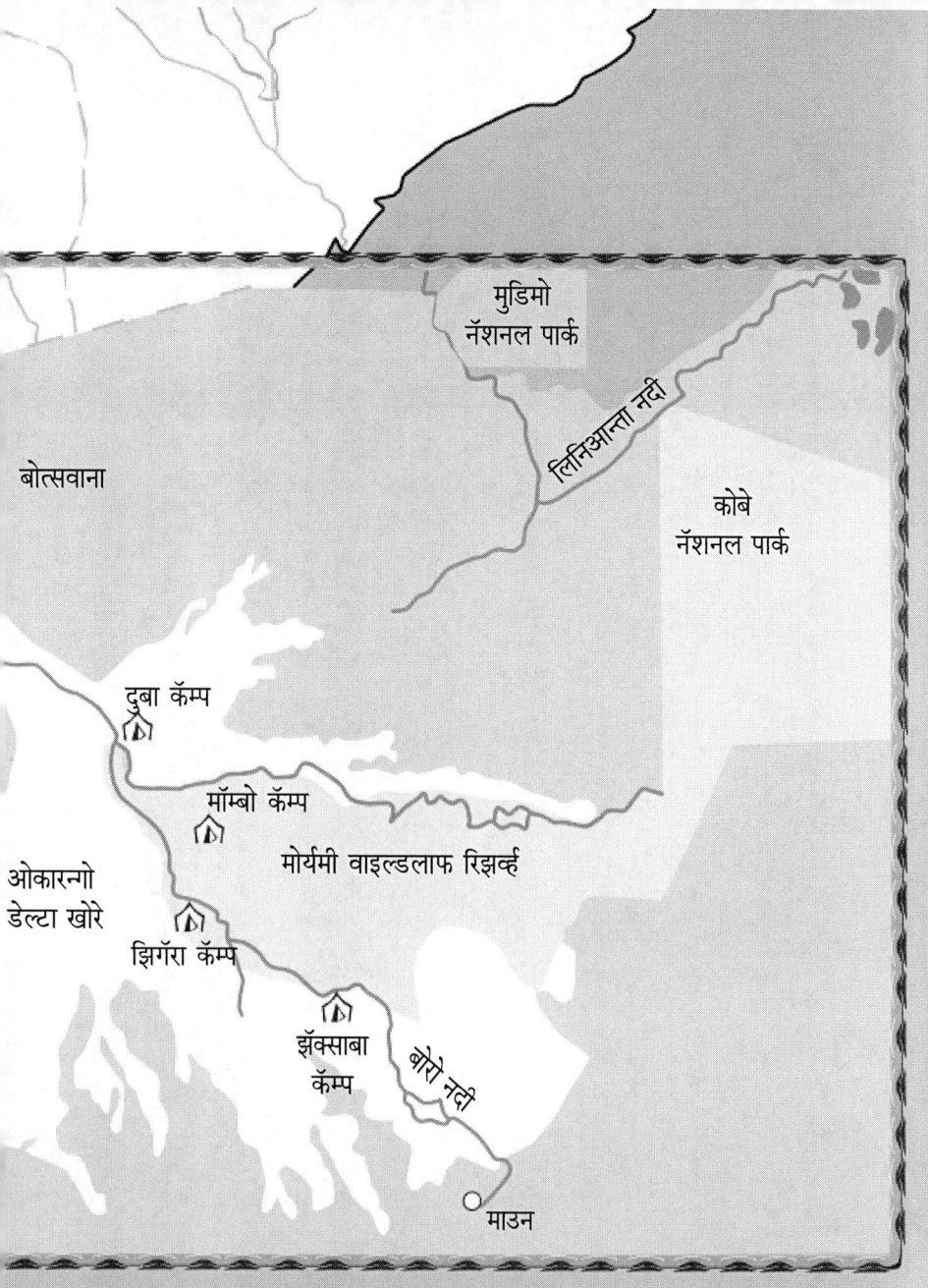

बोत्सवाना

मुडिमो
नॅशनल पार्क

लिनिआन्ता नदी

कोबे
नॅशनल पार्क

दुबा कॅम्प

मॉम्बो कॅम्प

मोर्यमी वाइल्डलाफ रिझर्व्ह

ओकारन्गो
डेल्टा खोरे

झिगॅरा कॅम्प

झॅक्साबा
कॅम्प

बोरो नदी

माउन

हिंद महासागर

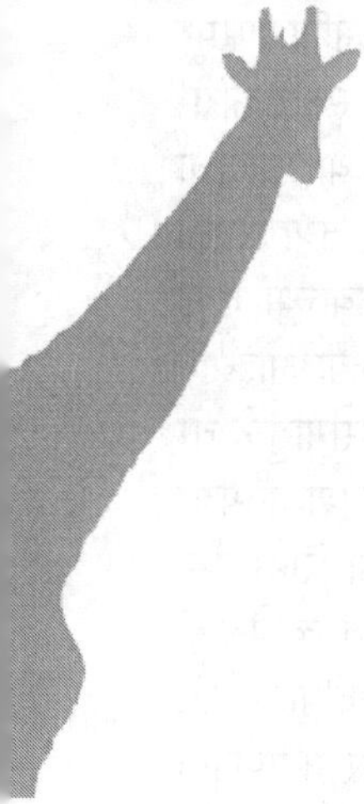

काहीही कर; पण पळू नकोस!

आफ्रिकेत मला पहिल्यांदा नोकरी मिळाली त्या कॅम्पचे नाव होते इदुबे. पुढे आफ्रिकेत येणाऱ्या इतर पर्यटकांप्रमाणेच इदुबेला येणाऱ्या पर्यटकांनासुद्धा काहीतरी साहस हवे असायचे, काहीतरी वेगळे हवे असायचे. म्हणून आम्ही त्यांना रात्री जेवायला घेऊन जात असू.

आमच्या मुख्य कॅम्पपासून जवळच एक जागा होती. तिला आम्ही 'बुश कॅम्प' म्हणत असू. तिथे एक छोटा त्रिकोणी स्वच्छतागृहाचा तंबू होता आणि थोडी मोकळी जागा होती. त्या जागेत आम्ही शेकोटी पेटवायचो. त्या शेकोटीभोवती टेबल-खुर्च्या मांडल्या जायच्या. अंधार पडल्यावर आम्ही आलेल्या पाहुण्यांना तेथे घेऊन जायचो. काळोखातील शेकोटीच्या लवलवत्या उजेडात जसे सगळेच रम्य दिसते तसेच आमच्या बुश कॅम्पवरही दिसायचे. कंदिलाच्या प्रकाशात, प्रसन्नवदनी कर्मचारिवर्गामुळे ती जागा अप्रतिम दिसायची. पण दिवसा बघितले, तर ती जागा अगदीच जेमतेम – साधीशीच होती. स्वच्छतागृहाचा तंबू कोळीष्टकांनी भरलेला होता. ते काहीही असो; पण रात्रीच्या वेळी पाहुण्यांना ती जागा फारच आवडायची व कॅम्प मालकांना बुश कॅम्पचे जेवण स्वस्त पडायचे. त्यामुळेच आठवड्यातून कमीत कमी एकदातरी तिथे जेवण ठेवावे, असा त्यांचा आग्रह असायचा.

पण कॅम्पवर काम करणाऱ्या आम्हा कर्मचाऱ्यांना मात्र हे जेवण पसंत नसायचे. बुश कॅम्पवरच्या जेवणाची तयारीमुळे इतर वेळी आम्हाला मिळणाऱ्या शांत, मोकळ्या वेळात जास्त काम पडायचे. सगळे पर्यटक सफारीवर फिरायला गेलेले असताना आम्हाला थोडा मोकळा वेळ मिळायचा. तो या जेवणाच्या

तयारीमुळे मिळायचा नाही. कॅम्पवर एक फार जुनी झालेली आणि भरपूर आवाज करणारी लँडरोव्हर गाडी होती. त्या गाडीचे नाव आम्ही 'स्कोरोकोरो' असे ठेवले होते. (तिथल्या स्थानिक 'शान्गान' भाषेत स्कोरोकोरो या शब्दाचा अर्थ आहे – कामास फार जुनी) या बुश कॅम्पवर जेवणाच्या तयारीसाठी स्कोरोकोरोत सरपण आणि कंदील नेले जायचे आणि वूसानी नावाच्या एका स्वयंपाकिणीस स्वयंपाकासाठी बोलावले जायचे. वूसानीच्या वजनाच्या ओझ्याने स्कोरोकोरो अजूनच आवाज करू लागायची. तेथे घडलेल्या एका प्रसंगामुळे तर वूसानीला या जेवणाच्या कार्यक्रमाबद्दल फारच भीती बसली. त्या बुश कॅम्पवर एकदा तिने स्वयंपाकाची लाकडे पेटवल्यावर, तिच्याजवळच तिला सिंहगर्जना ऐकू आली. तिच्यामते पिल्लू आपल्या आईच्या जितके जवळ असते त्यापेक्षाही तो सिंह तिच्या जवळ होता. बुश कॅम्पच्या जवळच एक कोरडे नदीपात्र होते. त्या नदीपात्रातल्या मऊ वाळूतून सिंह नेहमी चालत जायचे. एकतर नदीपात्रात सिंहांना चांगली सावली तरी मिळायची, नाहीतर तिथल्या शांत, थंडशा हवेत आळसावलेले हरीण सावज म्हणून मिळायचे. पण वूसानीजवळ आलेला हा सिंह काही शिकारीच्या शोधात नव्हता, नाहीतर त्याने गर्जना केली नसती. शिकारीच्या मागावर असताना सिंह अजिबात आवाज करत नाहीत. ते काहीही असो, त्या सिंहाने वूसानीला जबरदस्त घाबरवून सोडले.

त्या दिवशी स्कोरोकोरो आणि तिचा चालक जेव्हा टेबल-खुर्च्या घेऊन परत आले तेव्हा त्यांना वूसानी जवळच्या एका वठलेल्या उंच झाडाच्या सर्वांत टोकाच्या फांदीवर अगदी अशक्यप्राय अवस्थेत चढलेली आढळली. आता खाली उतरणे सुरक्षित असल्याचे त्यांनी तिला पटवले, तरी ती खाली उतरली नाही. कारण ती उतरूच शकत नव्हती. सिंहांच्या भयाने ती झाडावर तर चढली; पण उतरण्यासाठी मात्र शिडीची विनवणी करत त्या फांदीला पकडून ठेवण्यापलीकडे तिच्याकडे काही पर्याय नव्हता. त्यात दुर्दैवाची गोष्ट अशी की, आमच्या कॅम्पमध्ये एकही शिडी नव्हती.

शेवटी गुरुत्वाकर्षणाच्या शक्तीनेच हा प्रश्न सोडवला. तिच्या मऊ गुबगुबीत शरीरामुळे एवढ्या उंचीवरून पडूनही तिला फारसे लागले नाही. पण त्यानंतर त्या बुश कॅम्पमध्ये एकटी थांबायला ती कधीही तयार झाली नाही. नोकरीला लागल्यावर तिकडे एकटे न थांबण्याबद्दल तिने मला अनेक वेळा सावध केले होते.

त्या बुश कॅम्पच्या जेवणाच्या वेळचे माझे काम मात्र वूसानीपेक्षा सोपे होते. जेवणाच्या वेळी पुरेल इतकी दारू मला बुश कॅम्पला घेऊन जावी लागायची. मला तिथे काम करायला लागून फार दिवस झाले नव्हते. बारमन म्हणून माझे महत्त्व फक्त आमच्या कॅम्पच्या माळ्याच्यापेक्षा जरासे अधिक होते. आमचा माळी कॅम्पबाहेर

लॉनला पाणी घालायचा आणि वॉर्टहॉग (आफ्रिकेत आढळणारा रानडुकरासारखा एक प्राणी) ते लॉन लगेच उकरून टाकायचे. त्यामुळे त्याचे काम सगळ्यात कमी महत्त्वाचे होते! त्या बुश कॅम्पला जाण्यासाठी स्कोरोकोरोत जागा मिळायला मला सर्वांत शेवटचा प्राधान्यक्रम मिळायचा.

एक दिवस त्या गाडीत टेबल-खुर्च्या, कपडे, सॅलड्स आणि वाट्या-चमचे हे सगळे भरायला मदत केल्यावर, दारूला त्यात जागाच राहिली नाही. तेव्हा मी मनाशी विचार केला, 'गेले उडत, मी स्वत: ती दारू बुश कॅम्पला वाहून नेईन.'

तिथली ढकलगाडी विविध प्रकारच्या दारूंनी भरताना आजूबाजूच्या प्राणिसृष्टीचा विचार माझ्या मनाला शिवलाही नव्हता. माझे काम पूर्ण होण्याशी मला मतलब होता. त्याशिवाय आमच्या कॅम्पच्या गाइडकडून मी सतत नवे-नवे शिकत होतो. त्यामुळे मला वाटत होते की, त्या जंगलात कसे वागावे, कोणत्याही परिस्थितीशी सामना कसा करावा याबद्दल मी पुरेसा सक्षम बनलो आहे. केवळ एकोणीस वर्षांच्या वेड्या वयात मला वाटू लागले होते की, आफ्रिकेच्या जंगलात ज्या प्रसंगांचा सामना करावा लागतो त्याबद्दल मला पुरेशी माहिती झाली आहे. आमच्या येथे जेव्हा, कोणाचीही प्राण्यांबरोबर सामना कसा करावा वगैरे गोष्टींवर चर्चा व्हायची तेव्हा सगळ्यांचा सल्ला एकच असायचा, ''काहीही कर; पण पळू नकोस.'' आमच्या कॅम्पवर काम करणाऱ्या तीनही गाइड्सचा हा एकच एक सल्ला होता. त्या गाइड्सपैकी एक अल्फीयस होता. तो स्वत:च्या चेहऱ्यावर दुमजली हास्य आणून सांगायचा, ''जंगलात केवळ भक्ष्य पळते आणि इथल्या कोणापेक्षाही तू जोरात पळू शकत नाहीस.''

घाम गाळत आणि कण्हत ढकलगाडी भरून सामान लँडरोव्हरच्या वहिवाटेच्या रस्त्याने जाऊन मी बुश कॅम्पमध्ये पोहोचवले आणि परत निघालो. आता फक्त बिअरच्या बाटल्यांचे एक खोके मला न्यायचे होते. अतिसाहसाच्या ऊर्मीमुळे मी ढकलगाडी सोडून ते खोके हातातूनच घेऊन जायचे ठरवले. बिअरच्या भरलेल्या चोवीस बाटल्यांचे ओझे, मऊ वाळूतून जवळजवळ एक मैल चालत जाताना किती होते ते मला आधी जाणवले नाही. जेमतेम एक चतुर्थांश अंतर गेल्यावर मी ठरवले की, पायवाटसुद्धा सोडून कोरड्या नदीपात्रातूनच चालत जायचे.

माझ्या बुटात अडकलेला छोटा दगड काढायला मी एकदा थांबलो. मला त्याकाळी स्फटिक या एकाच प्रकारचा दगड माहिती होता. त्यामुळे साहजिकच तो बुटातला दगड स्फटिकच आहे असे मला वाटले. मग मी पाय पसरून विश्रांती घेण्यासाठी जरा विसावलो. जंगलातल्या वाटेने चालत जाताना मनाला सतत एक उत्कंठा वाटत असते. त्या उत्कंठेचे, आजूबाजूच्या नीरव शांततेचे आणि झाडाच्या प्रसन्न सावलीचे एक अजबच मिश्र वातावरण तयार झाले होते. वर झाडावर एक

राखाडी लूरी पक्षी बसला होता. तो असाकाही आवाज काढत होता की, वाटावे एक म्हातारी तिथे बसून 'निघून जा, निघून जा' असे सांगत आहे. "का-वीऽऽऽ" असा त्या पक्षाचा आवाज, तुम्हाला पळून जायला भाग पाडेल एवढा कर्कश जरी नसला तरी कटकट होईल इतका मोठा आणि सतत येत राहतो. पुढे मला असे समजले की, शिकारी प्राणी भक्ष्याच्या शोधात जेव्हा बाहेर पडतो तेव्हा अनेक पक्षी सावजांना इशारे देतात, त्यांपैकी हा एक पक्षी आहे. आफ्रिकेतला सर्वांत जास्त शिकार करणारा प्राणी हा माणूसच असल्यामुळे हा नक्की तुमच्याबद्दलच इतरांना इशारे देतो आहे, का इतर कोणत्या रानटी प्राण्याबद्दल तुम्हाला इशारे देतो आहे हे ओळखणे, कौशल्याचेच काम असते.

तिथे पडलेल्या एका लाकडाच्या ओंडक्याभोवती एका पायावर तोल सांभाळत (जवळजवळ उड्या मारतच) मी माझा बूट घातला व बिअरच्या बाटल्यांचे खोके उचलले. खोके उचलताना झालेल्या खळ्ळ्ळ् अशा मोठ्या आवाजामुळे, त्या ओंडक्याच्या मागे दबा धरून बसलेले दोन सिंह एकदम दचकले. त्यांना बहुधा वाटले की, एवढा मोठा आवाज करणारा एखादा गव्यासारखा जाडजूड प्राणी असावा. त्यांनी एकदम उडी मारली असेल की ते खरोखरच उडून आले असतील ते मला माहीत नाही, कारण मी त्यांच्याकडे बघितले नाही. त्यांना त्यांच्या आधीच्या जागेवरून माझ्यापर्यंत पोहोचायला लागलेला वेळ, माझे संपूर्ण आयुष्य माझ्या डोळ्यांसमोर यायला फारच अपुरा होता. पण मला जो एकमेव प्रसंग आठवला त्या प्रसंगी मी सात वर्षांचा होतो.

आमच्या शेजाऱ्यांनी जर्मन शेफर्ड जातीचा पांचो नावाचा एक कुत्रा पाळला होता. मला पांचोची प्रचंड भीती वाटायची. जेव्हा आम्ही त्यांच्या घरी जायचो तेव्हा पांचो त्यांच्या स्वयंपाकघरातून जेवायच्या खोलीत, तिथून बाहेरच्या खोलीत आणि परत स्वयंपाकघरात अशी भुंकत फेरी मारताना मला दिसायचा.

एक दिवस मी, माझी बहीण आणि आई असे हवाई बेटांवर जायला निघालो होतो. तिथे माझी आई होनोलुलू मॅरेथॉनमध्ये पळणार होती. ती खरेतर तेव्हा खूपच आजारी होती, पण ती एक स्वाभिमानी आणि कणखर मनाची स्त्री होती. तिला ती शर्यत संपूर्ण पळून दाखवायची होती. ती एवढी आजारी होती की, मला आणि माझ्या बहिणीला कल्पना होती की, हा तिचा शेवटचा परदेशप्रवास असेल. कस्टम्समधून आमच्या आईची औषधे घेऊन जायला आम्हाला परवानगी मिळाली नसती म्हणून ती औषधे आमच्या शेजाऱ्यांकडे सुरक्षित ठेवायला मी गेलो होतो. पुढे त्या औषधांचा काहीच उपयोग झाला नाही आणि वर्षाच्या आतच कर्करोगाने ती गेली.

मी गेलो तेव्हा आमच्या शेजारच्या घराची मालकीण घराबाहेरच्या लॉनवर

पांचोचे केस विंचारत बसली होती. तिने पांचोला त्याच्या गळ्यातल्या पट्ट्यापाशी पकडले होते. माझे वडील स्वत:ला प्राणितज्ज्ञ समजायचे. ते नंतर मला म्हणाले की, पांचोला तुझ्या हातातले औषधांचे पुडके म्हणजे काहीतरी हत्यार वाटले असावे. पण मला वाटायचे की, पांचोला माझा निव्वळ तिरस्कार वाटत असे. पांचोला त्याचे मालक सोडून इतर सगळ्यांचा तिरस्कार वाटत असे आणि एखाद्या बळीच्या बकऱ्यासारखा इथे मी त्याच्यासमोर आलो होतो.

माझ्याजवळ पोहोचायला त्याने त्याची मान अशी वळवली की, त्या गळातल्या पट्ट्याचा केवळ एक तुकडा त्याच्या मालकिणीच्या हातात शिल्लक राहिला! माझे वडील त्या प्रसंगाच्या आधीपासूनच मला सांगायचे की, कुत्र्याने कधी हल्ला केला तर अजिबात पळू नये. मला असे नेहमी वाटायचे की, कोणत्याही कुत्र्याने (ठीक आहे.... ठीक आहे पांचोने) माझ्यावर हल्ला केला, तर मी त्याचा सामना करेन आणि त्यामुळे माझ्या आईला माझा अभिमान वाटेल. तिने पण मला प्राण्यांबद्दल सावधगिरीचा सल्ला दिलेला होता आणि या एका दुर्मीळ प्रसंगी माझ्या आईवडिलांचे एकमत होऊन त्यांनी मला सांगितले होते की, काहीही कर, पण पळू नकोस!

पण मी पळालो. माझे सात वर्षे वयाचे लुकडे पाय जितक्या जोरात पळू शकले तितक्या जोरात मी आमच्या शेजारच्यांच्या घराच्या छोट्या कंपाउंडच्या भिंतीकडे पळालो. मला अशी वेडी आशा होती की, ती भिंत जर मी ओलांडली तर पांचो थांबेल. पांचोच्या मालकांची 'पांचो थांब, पांचो परत ये' अशी चाललेली आरडाओरड मी ऐकली. म्हणजे ते शब्द ऐकण्याएवढा वेळ तरी नक्कीच मी त्याच्यापेक्षा जोरात पळालो असेन. पण ती कंपाउंडची भिंत खूप लांब असतानाच त्याने मला खाली पाडले होते....

बारा वर्षांनंतर, एका डिसेंबरच्या दिवशी मला त्या सिंहांसमोर अशीच पळून जायची ऊर्मी होत होती. पाहू यात, पूर्वानुभवातून तू काही शिकला आहेस का? हा एकच विचार माझ्या मनात त्या वेळी त्या सिंहांसमोर उभे असताना आला.

आता मला कबूल करायला शरम वाटते की, दुसरा पण एक विचार माझ्या मनात आला होता. बिअरच्या बाटल्या वाळूवर सांडून फुटल्या तर भरपूर बुडबुडे येऊन फेस तयार होईल. पण यांपैकी कोणता विचार जास्ती प्रबळ होता ते आता सांगता येत नाही. पण मी आहे त्या जागीच उभा राहिलो आणि सिंहांकडे बघून उलट डरकाळी फोडण्याचा माझ्यापरीने सर्वांत चांगला प्रयत्न केला.

ते सिंह थांबले. माझ्यापासून एका हाताच्या अंतरावर ते वाकून खाली बसले. काही क्षणांतच त्यांच्या शरीरातला ताण एकदम कमी झाला. त्यानंतर ते उठून मला

वळसा मारून त्या कोरड्या नदीपात्रात पुढे निघून गेले, असे की, जणूकाही झालेच नव्हते.

मी बिअरचे खोके वाळूत ठेवले आणि त्यावरच बैठक मारली. काही क्षण मी शांतपणे पक्ष्यांचे कूजन ऐकत राहिलो. जी भीती मनाला जाणवण्याइतका आधी वेळच मिळाला नव्हता, ती भीती पूर्णपणे माझ्या आत येऊ दिली. पण त्या भीतीमागे माझ्या मनात अजून एक भावना डोकावत होती, ती म्हणजे अभिमान!

शिकवण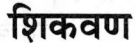

"तुला चालायला शिकलं पाहिजे," ख्रिस मला म्हणाला.

मी एकोणीस वर्षांचा होतो आणि दोन पायांवर गेली बरीच वर्षे सहजासहजी चालत होतो. त्यामुळे बाहेरच्या, अनोळखी व्यक्तीला ख्रिसचे हे वाक्य जरा बुचकळ्यात टाकणारे वाटले असते. पण आम्ही एका सफारी-कॅम्पवर होतो आणि ख्रिस ज्या चालण्याबद्दल बोलत होता, त्याचा संदर्भ झाडे, वाटा, कीटक आणि इतर छोट्या गोष्टींच्या सखोल ज्ञानाबद्दल होता. अशा काही गोष्टी ज्यांच्याकडे आपण गाडीतून सफारीसाठी फिरत असताना दुर्लक्ष करतो. मला नुकतीच गाइड बनण्याची संधी आली होती. त्यासाठीचे ज्ञान व कौशल्य शिकण्यासाठी मी प्रयत्नांची पराकाष्ठा करत होतो.

अशा चालायच्या सफारीमध्ये, आमच्या कॅम्पवर आलेल्या पर्यटकांना मी चालत जंगलात घेऊन जाणे अपेक्षित होते. एखाद्या वेळी अशी शक्यता असे की, आमचा सामना एखाद्या मोठ्या आणि धोकादायक प्राण्याबरोबर होईल. असा एखादा प्राणी की, ज्याच्यासमोर फक्त सफारीतल्या सुरक्षित गाडीत बसून जावे असे आपल्याला वाटते. अशा प्रसंगी माझ्यात न पळता, शांत राहून प्रसंगाला सामोरे जाण्याची कुवत असणे महत्त्वाचे होते.

जर एखादा प्राणी खरोखरच माझ्या अंगावर धावून आला, तर जे प्रसंगावधान लागते ते माझ्याकडे असणे अत्यंत आवश्यक होते. आमच्या सफारीच्या भाषेत बोलायचे झाले तर, जर कोणी तुमच्यावर पूर्ण ताकदीनिशी आणि बहुधा तुम्हाला खाण्याच्या इच्छेने धावून आला, तरी तुम्ही तुमच्या स्थानी अढळ उभे राहाल अशी कुवत. शिवाय आफ्रिकेतल्या प्राण्यांसमोर पळून जायचा प्रयत्न करणे तसे व्यर्थच असते. कारण माणूस अत्यंत हास्यास्पदरीत्या संथ धावतो. स्थूल असणारा पाणघोडा किंवा आश्चर्यकारकरीत्या धावणारा वॉर्टहॉगसुद्धा माणसापेक्षा अधिक वेगाने धावतात.

मला शिक्षण देणाऱ्या गाइडपैकी इयान एक विनोद सांगत असे.

“दोन मित्र एका जंगलात चालत असताना एका सिंहासमोर येतात. त्यांना बघताच तो सिंह त्यांच्या दिशेने दबा धरू लागतो. त्याबरोबर त्यातला एक मित्र आपल्या पिशवीतून पळण्याचे बूट काढतो. आणि बूट घालून, बुटाची नाडी बांधू लागतो. त्यावर दुसरा मित्र त्याला म्हणतो – ‘हे तू काय करतो आहेस? तू तर सिंहापेक्षा जोरात पळू शकत नाहीस!’”

“मला त्याची गरजच नाही,” पहिला उत्तरतो. “मला फक्त तुझ्यापेक्षा जोरात पळायचे आहे!”

या विनोदाला नेहमीच दाद मिळायची. त्यामुळे येणाऱ्या प्रवाशांच्या प्रत्येक गटाला हा विनोद सांगितला जायचा. मी माझ्या पायाने चालत प्रत्यक्ष सिंहाच्या जवळ जायच्या आधी, पुष्कळ वेळेला हा विनोद ऐकला होता. त्यामुळे ख्रिस एकदा रायफल हातात घेऊन कॅम्पच्या कार्यालयात आला तेव्हा त्या विनोदाचीच गोष्ट माझ्या मनात आली.

“आपल्या कॅम्पसमोर सिंह आले आहेत,” तो मला म्हणाला. “तो रावेन्सकोर्ट कळप आहे. ते कधीकधी जरा जास्तीच आक्रमक असतात.” हे ख्रिसचे वाक्य म्हणजे त्या कळपाचा लौकिक कमी करणारेच होते असे म्हणावे लागेल. कारण नुकत्याच घडलेल्या एका नरभक्षणाच्या घटनेचा सर्वांत जास्त संशय खरे म्हणजे याच कळपावर होता.

ख्रिस पुढे म्हणाला, “आणि मी बरेच दिवस कोणा प्राण्याशी आमनेसामनेही केलेले नाहीये. जरा पाहू यात तरी की, माझ्यात ते धैर्य अजून शिल्लक आहे का?”

मला खातरी नव्हती की, माझ्या सिंहाबरोबरच्या एकमेव अनुभवाची मोजदाद करावी का नाही. कारण मला वाटत होते की, गेल्या वेळेला मी पळून न जाता सिंहांसमोर उभा ठाकलो ते आत्मविश्वासामुळे नसून भीतीमुळे होते.

“मलापण यायचे आहे,” मी ख्रिसला म्हणालो. “मला बघायचे आहे की, स्वतःहून सिंहाचा सामना करण्याचे धैर्य माझ्यात थोडेतरी आहे का नाही?”

नंतर मी ख्रिसच्या जरा सुटलेल्या पोटाला चिमटा काढून त्याला म्हणालो, “आणि तसेही मी तुझ्यापेक्षा जोरात पळू शकतो!”

ख्रिसने लगेच काहीच उत्तर दिले नाही. रायफलमध्ये गोळ्या भरण्याचे काम त्याने चालूच ठेवले. काही क्षणांनी माझ्याकडे वळून तो मला म्हणाला, “तू म्हणतोस ते इतर वेळी खरे असेल; पण तुझ्या पायात रायफलची गोळी लागेल तेव्हा मात्र नाही!”

मी त्याच्याकडे जरा वेळ रोखून बघितले की, तो माझी चेष्टा तर करत नाही ना? पण त्याने त्याच्या चेहेऱ्यावरचे ते गांभीर्य तसेच ठेवले. शेवटी एक-दीड तास त्या सिंहांचा माग काढून आम्ही तो नाद सोडून दिला तेव्हा मी सुटकेचा निश्वास टाकला. मला ‘सफारीचा गाइड बनण्याचे कौशल्य माझ्यात आहे का?’ हे बघण्यासाठी इतर कोणत्यातरी दिवसाची वाट पाहावी लागणार होती.

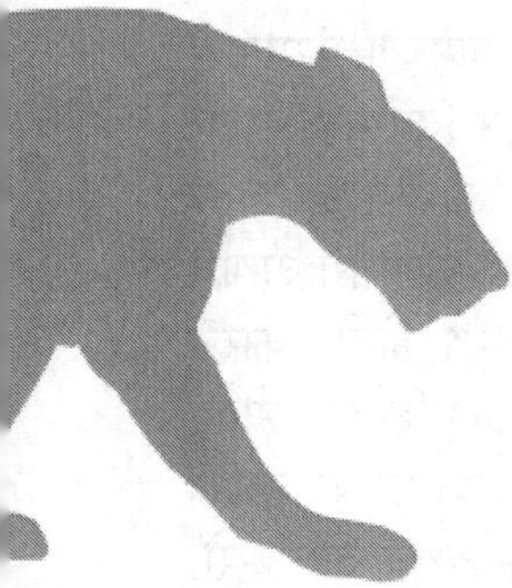

बारसे

तुम्ही आफ्रिकेत काही काळ घालवूनही तुम्हाला जर एखादे टोपणनाव मिळाले नसेल, तर याचा अर्थ तुम्ही इतरांचे लक्ष पुरेसे वेधून घेतले नाहीये. तुमचे टोपणनाव तुमच्या मूळ नावाइतकेच महत्त्वाचे असू शकते. तुमच्या खऱ्या नावापेक्षाही जास्त वापरले जाऊ शकते.

मी दक्षिण आफ्रिकेत ज्या लोकांबरोबर काम केले ते प्रामुख्याने शांगान जमातीचे लोक होते. त्यांची ख्याती अशी की, ते कोणाच्याही व्यक्तिमत्त्वाची ओळख एखाद-दोन चपखल शब्दांत करून देऊ शकायचे. आमच्या कॅम्पचे मालक-मालकीण नोकरवर्गामध्ये विशेष प्रिय नव्हते. त्यामुळे आम्हा नोकरांमध्ये मालकिणीचे नाव 'माम्बाचे डोळे' या अर्थाचे (माम्बा हा आफ्रिकेत सापडणारा एक अतिविषारी साप आहे.) आणि मालकाचे नाव 'जून-जुलै' या अर्थाचे पडले होते. दक्षिण आफ्रिकेत जून-जुलैच्या महिन्यात थंडी पडते आणि मालकांना बघितल्यावर सगळ्या नोकरांना जी हुडहुडी भरायची त्याच्याशी या नावाचा संदर्भ होता.

मी माझ्या टोपणनावाची वाट पाहत होतो. मला खातरी होती की, जर मी सगळ्यांशी चांगुलपणाने वागलो, तर मला चांगले टोपणनाव मिळेल. जर माझ्या सहकाऱ्यांपैकी कोणी माझ्याकडे जरासे जरी बारीक नजरेने बघू लागला, तर मी दलाई लामांप्रमाणे शांत, सांताक्लॉजप्रमाणे दयाळू आणि एल्विस प्रिस्लेसारखा बिनधास्त भाव, माझ्या चेहऱ्यावर एकत्र आणायचा आटोकाट प्रयत्न करायचो. मला आशा असायची की, माझे नाव 'दूरवरून आलेला अद्ययावत तरुण' किंवा 'क्रमांक एकचा मोहक प्राणी' अशा अर्थाचे काहीतरी

ठेवले जाईल. बहुधा माझा चेहरा बद्धकोष्ठ झाल्यासारखा होत असावा. पण माझ्या या हावभावाचा विशेष काही उपयोग होत होता असे काही नाही. कारण मला निरखून पाहणाऱ्यांना माझ्याकडून काहीतरी चिरीमिरी उधार हवी असायची. मग माझी अशी पंचाईत व्हायची की, नकार द्यावा, (मी आमच्या कॅम्पमध्ये सगळ्यात कमी पगार असणाऱ्यांपैकी एक होतो, माझा पगार दिवसाला सुमारे चार डॉलर होता.) तर मला 'कंजूस' असे काहीतरी नाव मिळेल. पैसे खरोखरच उधार द्यावे, तर 'सहज गुंडाळला जाणारा' किंवा 'मऊ' अशा काहीतरी अर्थाचे नाव मिळेल. या दोन्ही नावांबद्दल मी जरा विशेष अस्वस्थ होतो, कारण कोणत्याही मुलीशी मैत्री करण्याच्या बाबतीत मी तसा कमनशिबीच होतो. आमच्या कॅम्पमध्ये एकटी मुलगी कोणीच नव्हती आणि येणाऱ्या पाहुण्यांमधील एकट्या स्त्रियांचे लक्ष वेधण्याचा प्रयत्न केला, तर तो तसा व्यर्थच जात असे. कारण सहसा अशा स्त्रियांची नजर गाइड्सकडे लागलेली असे आणि मी तर साधा बारमन होतो. माझ्या हाताशी कितीही दारू असली तरी त्यामुळे मी आकर्षक होऊ शकत नव्हतो.

शेवटी माझ्या आयुष्यातली ही कमतरताच माझे नाव ठरवण्यास कारणीभूत ठरली. प्राण्यांच्या माग काढण्याऱ्यांपैकी एकाने – टीट्सनने मला एक दिवस 'ग्वेन्झा! गुंजान?' अशा नावाने बोलावले. मला फक्त 'गुंजान' या शब्दाचा अर्थ माहीत होता. तो म्हणजे "कसे काय? बरे आहे का?"

म्हणून मग मी रोझी नावाच्या एका प्रेमळ स्वयंपाकिणीला विचारले की, 'ग्वेन्झा'चा अर्थ काय? तिने ब्रेडसाठी कणीक मळणे थांबवून मला विचारले, "ते तुझे नाव आहे का?"

"बहुधा. का? काय आहे त्याचा अर्थ?"

तिलाही तो अर्थ माहीत नव्हता. मग मी आमच्या माळ्याला, हॅरॉल्डला विचारले. त्याच्या सगळ्या अंगाला गांजाचा वास येत होता. मला खातरी होती की, आमच्या कॅम्पचे ग्रास (गवत) सोडून तो दुसऱ्याच कोणत्यातरी 'ग्रास'ची (गांजा) मशागत करत होता! मी 'ग्वेन्झा' असे म्हणताक्षणी तो भयंकर हसत जमिनीवर गडबडा लोळू लागला आणि जमिनीवर आपले हात आपटून म्हणू लागला, "ग्वेन्झा म्हणजे तूच, ग्वेन्झा म्हणजे तूच." तो नशेमुळे मला यापेक्षा जास्त काही सांगू शकला नाही. त्यामुळे मी त्याला तिथेच सोडून दुसऱ्या कोणालातरी शोधायला निघालो.

शेवटी मी अल्फियसला विचारले (आमच्या कॅम्पवरील प्राण्यांचा माग काढणाऱ्यांपैकी दुसरा एक) की, ग्वेन्झाचा अर्थ काय? त्याच्या चेहऱ्यावर एक मोठे छद्मी हास्य आले आणि मग आपल्या खर्जाच्या आवाजात तो मला म्हणाला,

"ग्वेन्झा म्हणजे जो खूप कालावधीत स्त्रीच्या सहवासात आलेला नाही असा पुरुष!"

"म्हणजे प्रणयवंचित? हे माझे नाव आहे?"

त्याच्याशी वाद घालण्यात अर्थ नव्हता. मी वाद घातला असता तर बहुधा माझे ते नाव अजूनच रूढ झाले असते आणि मी तर लवकरच या नावामागचे मूळ कारणच नाहीसे होईल अशी आशा करत होतो.

पुढे माझे नाव बदलले, मात्र मला ज्या कारणासाठी हवे होते त्या कारणासाठी नाही. झाले असे की, मला गाइड बनायचे होते. पण त्यात मुख्य अडचण अशी होती की, मला गाडी चालवता यायची नाही. घर मी फार तरुणपणीच सोडल्यामुळे माझ्या आई-वडिलांकडून मी गाडी शिकू शकलो नाही आणि वाहनशाळा मला कधी परवडली नाही. बाकीच्या गाइडनी असे जाहीर केले होते की, मला वन्यजीवनाची पुरेशी माहिती झाली आहे. त्यामुळे मी जंगलातल्या ओबडधोबड रस्त्यांवर आणि शिकार करणाऱ्या चित्त्यासारख्या प्राण्याच्या मागावर असेन, तर रस्ता सोडून सफारीची लँडरोव्हर गाडी चालवू शकलो तर मी गाइड बनू शकतो. त्यामुळे आता ते सगळे गाइड मला आळीपाळीने गाडी शिकवू लागले. त्यातला सगळ्यात जाणकार गाइड ख्रिस होता. एकदा गाडी जागेवरून हलवितानाच घासून मी तिला पोचा आणून दाखवल्यावर त्याने मला गाडी शिकवायचा प्रयत्न सोडून दिला. खरेतर इयान माझा सगळ्यात जवळचा मित्र होता. पण तरीही जेव्हा क्लच, ब्रेक, चाक आणि फोर व्हील ड्राइव्हचा खटका यांची मी सरमिसळ करू लागे तेव्हा तो माझ्यावर फार वैतागायचा. आश्चर्याची गोष्ट म्हणजे उनाड आणि दिखाऊ म्हणून प्रसिद्ध असलेला डेव्हलिन सगळ्यात चांगला शिक्षक होता. (डेव्हलिनचे टोपण नाव त्याच्या कमी असलेल्या एका बोटामुळे 'एकोणीस' असे पडले होते.) तो गाडीचे कार्य एकदम शांतपणे समजावून सांगायचा. आणि मुख्य म्हणजे मी गाडीचे कमीत कमी नुकसान करेन अशा ठिकाणी गाडी घेऊन जायचा.

दक्षिण आफ्रिकेतले जंगल हे माहितीपटात दाखवल्या जाणाऱ्या इतर जंगलांप्रमाणे सपाट नसून बरेच दाट आणि झुडपांच्या पुंजक्या-पुंजक्यांचे आहे. त्यामुळे गाडी चालवण्याचा सराव करायला चांगल्या जागा तशा कमी होत्या. डेव्हलिन मला गाडी शिकवायला एका मैदानात घेऊन गेला. त्या मैदानाच्या मध्यभागी एकच झाड असल्यामुळे त्या मैदानाचे नाव 'एका झाडाचे मैदान' असेच पडले होते. त्या मैदानात ते एक झाड सोडले, तर आजूबाजूला बाकी सगळे गवत होते. तिकडे जाताना वाटेत आम्हाला एका हत्तीने आडवे पाडलेले एक झाड बाजूला करून रस्ता साफ करावा लागला. हत्ती दोन कारणांसाठी झाडे पाडतात. एक म्हणजे भूक

लागली की, झाडाच्या सर्वांत वरच्या फांद्यांची पाने किंवा झाडाची मुळे खाण्यासाठी ते झाडं आडवी पाडतात. या झाडाची पाने मात्र तशीच होती. याचा अर्थ बहुधा माजावर आलेल्या नर हत्तीने आपल्या मदाला वाट करून द्यायला ते झाड पाडले होते. एखाद्या मादीने नाकारल्यावर नराला आपला राग व्यक्त करायचा आणि स्वत:ची ताकद दाखवायचा हा नेहमीचा मार्ग आहे. माणसांच्या नरांमध्ये जर ही शक्ती असती तर पृथ्वी आत्तापर्यंत निर्वृक्ष झाली असती!

ते पाडलेले झाड बाजूला काढून आम्ही त्या एका झाडाच्या मैदानात गाडी शिकायला पोहोचलो. माझा गाडी शिकण्याचा तास पूर्ण होईपर्यंत त्या जागेचे नाव 'बिनझाडाचे मैदान' असे झाले होते आणि गाडीच्या बंपरला पुढे एक मोठा पोचा आला होता!

मला वेडी आशा होती की, डेव्हलिन ही गोष्ट कोणाला सांगणार नाही. पण त्याने बहुधा लवकरच कोणालातरी सांगितले असावे. कारण त्यानंतर माझे नाव 'ग्वेन्झा' एवढेच राहिले नाही, त्यापुढे अजून एक शब्द वाढला आणि ते 'ग्वेन्झा ईंडलवू' असे बनले. याचा अर्थ 'प्रणयवंचित हत्ती'! मला यापुढे इतर कोणत्याही नावाने कोणी कधी बोलावले नाही आणि कित्येक महिने उलटले तरीही माझे नाव घेताना लोकांच्या चेहऱ्यावरचे हसू जात नसे.

पुढे मी दक्षिण आफ्रिका सोडून उत्तरेकडे गेलो तेव्हा मात्र माझे हे नाव राजकीय आणि जातीय सरहद्द ओलांडून माझ्याबरोबर बोट्स्वानामध्ये पोहोचले नाही. बऱ्याच वर्षांनी परत एकदा मी दक्षिण आफ्रिकेत गेलो होतो. तिकडच्या आमच्या कॅम्पच्या नोकरवर्गाला माहीत होते की, मला 'ग्वेन्झा' या नावाने बोलावणे अजूनही नापसंत आहे.

तिथल्या प्रथेप्रमाणे मी आमचा बुश-टीचा पाहुणचार करायला टीटसनबरोबर बसलो असताना, (टीटसनचे खरे आडनाव ईंडलवू असे आहे) त्याने मला विचारले की, मी आत्तापर्यंत नशीबवान ठरलो आहे का? (हा इतका रूढ वाक्प्रचार होता की स्त्रियांच्या बाबतीत नशीबवान हे वेगळे विचारण्याचीसुद्धा गरज नव्हती.)

"प्रश्नच नाही," मी उत्तरलो. "मी आता गाइड बनलो आहे ना!"

"नाऽऽऽऽऽ" तो म्हणाला. "तू अजूनही ग्वेन्झाच आहेस."

"ग्वेन्झा ईंडलवू असे म्हणायचे आहे का?" मी डोळे मिचकावत त्याला म्हणालो.

"जरूर," माझी चेष्टा करत तो म्हणाला. "ग्वेन्झा!"

मी आता एकोणीस वर्षांचा राहिलो नसेन म्हणून असेल किंवा इतर किती वाईट नावे मिळू शकतात ते मला कळले असल्यामुळे असेल कदाचित, पण मला त्या नावाचे काही विशेष वाटले नाही. चहा पिताना मी त्याच्या कुटुंबाबद्दल

विचारपूस केली आणि त्याने मला आमच्या जुन्या नोकरवर्गापैकी कोण कोण सोडून गेले, कोण कोण मरण पावले याबद्दल सांगितले. शिवाय माझ्या माहितीतले तिथले प्राणी कसे आहेत, त्याचीही माहिती पुरवली. त्याने सांगितले की, बोम्बी बिबट्या मारला गेला होता आणि काका गेंडा मात्र स्वत:ची सरहद्द सांभाळून होता.

इतकी वर्षे बाहेर राहून आफ्रिका, तिथले लोक आणि चालीरीतींबद्दल मी बराच जाणकार झालो होतो. त्यामुळे तिथल्या प्रथेप्रमाणे मी त्याच्याजवळ त्याच्या गो-संपदेची चौकशी केली आणि अजून काही पुत्ररत्नांचा तो धनी होणार आहे का हे त्याला विचारले. मी जेव्हा परत निघालो, तेव्हा त्याने माझ्याशी हस्तांदोलन करून माझा निरोप घेताना, परत एकदा त्यानेच मला पूर्वी दिलेले नाव घेतले. आता अशक्यप्राय वाटेल, पण त्याने ते नाव उच्चारले तेव्हा ते जरा आदरार्थीच वाटले!

मूषक पीडा

इदुबेमध्ये दोन वर्षे काम करून झाल्यावर मी तिथे थोडा स्थिरावलो होतो, पण ते स्थैर्य सोडून नवीन अनुभव, नवे ज्ञान आणि अधिक साहसाच्या दिशेने निघालो.

इदुबेमधून मी उत्तरेकडे बोट्स्वानामध्ये ओकावांगो डेल्टाच्या प्रदेशात जाऊन स्थिरावलो. मी जेव्हा बोट्स्वानामध्ये गेलो तेव्हा मला बोट्स्वानाबद्दल एवढीच माहिती होती की, माझा मित्र व मार्गदर्शक ख्रिस तेथे काम करतो. हा ओकावांगो डेल्टा म्हणजे जगातल्या सर्वांत मोठ्या वाळवंटी प्रदेशात असलेले सर्वांत मोठे हिरवे नंदनवन आहे. आणि मी तेथल्या सर्वांत मोठ्या भागात राहायला गेलो. मी दक्षिण आफ्रिकेत ज्या कॅम्पवर राहायचो त्याच्या भिंती दगड-विटांनी बांधलेल्या होत्या आणि बाहेरील जगाशी तो कॅम्प कच्च्या का होईना, पण बारमाही रस्त्याने जोडलेला होता. टेलिफोनसारख्या सोयी ही तेथे उपलब्ध होत्या. पण बोट्स्वानामधले माझे घर, बाहेरील जगाशी फक्त हवाई मार्गाने जोडलेले होते आणि तो कॅम्प पूर्णपणे कॅनव्हास आणि लाकडापासून बनलेला होता. त्या कॅम्पवरून बाहेरील जगाशी संपर्क साधण्याचा एकमेव मार्ग म्हणजे तेथे असलेला एक खरखर करणारा रेडिओ. पण माझ्या तिथल्या पहिल्या वर्षातच मला हवा होता तसा अनुभव मला मिळाला आणि पुष्कळ नवे ज्ञानही मिळाले. त्या वेळी मी तसा अननुभवी होतो आणि अनुभव नसल्यामुळेच असेल, पण थोडा धाडसी होतो. पण मी कल्पनाही केली नव्हती की, जास्तीत जास्त ज्ञान आणि अनुभव एखाद्या प्राण्यामुळे मिळेल.

जसे वर्ष संपत आले तसा उत्तर बोट्स्वानामधील पावसाळा चालू झाला. पाऊस दरवर्षीपेक्षा जरा जास्त होता. पण एवढाही जास्त नव्हता की, पुढे कशाची अपेक्षा करावी त्याची आम्हाला काही पूर्वकल्पना यावी. आम्हा ओकावांगोवासीयांना

हे माहीत नव्हते की, पावसामुळे गवताच्या बियांचे प्रचंड उत्पादन झाले होते. गवताच्या इतक्या बिया की त्या कुजल्या. पावसाने गवतसुद्धा इतके वाढले होते की, त्या गवतातच उंदरांनी पुढे आपली घरे बनवली आणि त्यांची परत, परत, परत, परत पैदास होत राहिली. मार्चपर्यंत जसा पावसाळा संपत आला तशी आम्हाला आमच्या समोरील समस्या समजून चुकली होती. जगभरातून पर्यटक भरपूर संख्येने प्राणी पाहायला आफ्रिकेत यायचे, पण त्या प्रेक्षणीय प्राण्यांच्या यादीत उंदरांचा समावेश नसायचा! ते येथे येऊन म्हणायचे की, उंदीरच पाहायचे असते तर ते ॲनाहेमला जाऊन पाहू शकलो असतो. त्यासाठी येथपर्यंत येण्याची गरजच नव्हती. त्यांना काय म्हणायचे आहे हे आम्हाला कळत नाहीये, हे त्यांच्या लक्षात येत नसे. (पुढे बऱ्याच वर्षांनी एकदा मी डिस्नेलँडला गेलो तेव्हा मला कळले की, त्यांना काय म्हणायचे होते ते. डिस्नेलँड अमेरिकेच्या कॅलिफोर्नियातील अनाहेम नावाच्या गावी आहे.)

पण सगळ्या पर्यटकांना उंदीर तर दिसलेच दिसले, कारण त्यांच्यापासून सुटका नव्हती. आमच्या धान्याच्या कोठारावर त्यांचे अतिक्रमण झाले होते. एवढेच नाही, तर आमच्या बुटांच्या नाड्यासुद्धा त्यांनी खाल्ल्या आणि बुटाचे कापड आपल्या घरांच्या भिंती बनवण्यासाठी वापरले.

खरेतर ते उंदीर निशाचर होते, पण मार्चपर्यंत गवत वाळू लागले आणि त्या उंदरांचे नैसर्गिक खाद्य संपत चालले. त्यामुळे अन्नाच्या शोधात ते अधिकाधिक बाहेर राहू लागले. सकाळी आमच्या पाहुण्यांना उठवायला मी जेव्हा बाहेर पडायचो तेव्हा माझ्या पुढे लाटा-लाटांनी उंदीर धावायचे. पहाटेच्या उजेडात मी माझा टॉर्च लावायचो तेव्हा ते उंदीर माझ्या मागे पळत यायचे. त्यामुळे मला उंदरांच्या गालिचावरून चालत असल्याचा भास व्हायचा.

या उंदरांच्या विपुलतेमुळे सगळे शिकारी प्राणी खूश होते आणि चरणारे इतर प्राणीसुद्धा. कारण या उंदरांना खाऊन सगळ्या शिकारी प्राण्यांचे पोट इतके तट्ट व्हायचे की, बाकी शिकार करण्याची त्यांना गरजच पडायची नाही. कोल्हे, जंगली मांजरे, घुबडे, मुंगुसे आणि बिबटेसुद्धा विशेष प्रयत्न न करता बसल्या बसल्या उंदरांची शिकार करायचे. पण या शिकारीचा त्या उंदरांच्या संख्येवर काहीच परिणाम झाला नाही.

नंतर त्या उंदरांचे जमिनीवरचे खाद्य संपले आणि मग ते झुडपे आणि झाडांवरचे जे काही खाण्यायोग्य असेल ते ओरबाडून खाऊ लागले. उंदीर पोहोचू शकणार नाहीत अशी जागाच राहिली नाही. हे म्हणजे जणू देवाचा कोप झाल्यावर नरकात जाऊन राहिल्यासारखे वाटत होते.

मी असे सुचवून बघितले की, कोणीतरी धीटपणे मॉनमधल्या आमच्या मुख्य

कार्यालयाला कळवून थोडा काळ पूर्ण कॅम्प बंद करायचे सुचवावे, कितीही किंमत पडली तरीही चालेल. अथवा कमीत कमी येण्याऱ्या पाहुण्यांना पूर्वकल्पना तरी द्यावी की, त्यांच्या झोपण्याच्या तंबूत हे भुकेलेले आगंतुक असू शकतात. नुकताच आमच्या कॅम्पमध्ये असा प्रसंग तिसऱ्यांदा घडला होता की, उंदरांनी पाहुण्यांच्या मलेरियाच्या गोळ्या खाल्ल्या होत्या. ही घटना मला जरा हास्यास्पदही वाटली असती, जर त्या उंदराला शेवटचे श्वास घेताना मी लाँड्रीबॅगमध्ये पाहिले नसते तर. तोपर्यंत माझ्या प्राणिप्रेमाला उंदीर हा एकमेव अपवाद होता, तरीही मला उंदीर मरताना बघायला काही आवडत नव्हते.

त्या मृत उंदरामुळे मात्र आम्हाला त्रास देणाऱ्या उंदरांची नक्की जात कोणती ते ओळखण्याची मला संधी मिळाली. माझ्या सहकाऱ्यांच्या मते मी उगाच हट्टाला पेटलो होतो, पण माझे बोट्स्वानामधले ते पहिलेच वर्ष होते. मी वरून कितीही खातरीचा, आत्मविश्वासाचा आव आणत असलो तरीही माझ्या मनात थोडी धाकधूक होतीच. म्हणून मग मी एक पुस्तक चाळून सांगितले, की तो मेलेला उंदीर हा वाळवंटातला पिग्मी जातीचा नसण्याची शक्यता होती. कारण तो आकाराने फार मोठा आहे. रात्री कार्यरत असल्यामुळे पट्टेवाला उंदीर नाहीये आणि फॅट माउस जातीइतका धष्टपुष्ट नाहीये. शेवटी मी असे जाहीर केले की, तो कॉमन पाउच्ड माउस आहे. असा निष्कर्ष काढल्यावर, माझ्या सहकाऱ्यांनी माझे उपहासाने अभिनंदन केले व मी एक पुस्तकी किडा असल्याचे जाहीर करून टाकले.

"तुला एवढी खातरी कशी काय?" क्लोने मला विचारले. "सगळे उंदीर सारखेच नाही का दिसत?"

"कारण मी कधीच चुकत नाही," मी जरा आगाऊपणानेच माझा मित्र डेव्हलिनचे वाक्य उच्चारले. मग विषय बदलून मी त्या उंदरांबद्दल माहिती पुरवली. "इथे लिहिले आहे की, त्या जातीची मादी दर पाच आठवड्यांनी वीते आणि एका वेळेला सातपर्यंत पिल्ले जन्माला येऊ शकतात."

माझ्या सहकाऱ्यांना या माहितीमध्ये काहीही स्वारस्य नव्हते.

"त्या उंदरांची पिल्ले चार आठवड्यांत प्रजननक्षम होतात. एका उंदराचे काही महिन्यांतच दहा हजाराच्यांवर वंशज निर्माण होऊ शकतात."

"मग रात्री झोपताना तू उंदरांना सोबती म्हणून घेणे थांबवले पाहिजेस!" ग्रँटने टोला हाणला.

"तू ऑफिसला संदेश पाठवला पाहिजेस. हे प्रकरण दिवसेंदिवस अवघडच होत जाणार आहे."

✦✦

ग्रँट हा मॅनेजर असल्यामुळे, त्याने शेवटी आमच्या मुख्य ऑफिसला संदेश पाठवला की, आता या उंदरांपुढे आमचा काहीच इलाज चालत नाहीये. मॉनच्या ऑफिसने आम्हाला उत्तर पाठवले की, ते आमच्या समस्येवर इलाज करतील. ते नक्की काय इलाज करतात याबद्दल आम्हाला सगळ्यांना जरा उत्सुकता होती. जेव्हा कॅम्पचे सामान आणि पुढचे पर्यटक घेऊन विमान आले तेव्हा त्यांनी त्यात एक उंदीर पकडायचा पिंजरा पाठवला होता. तो असातसा कोणताही पिंजरा नव्हता, तर प्राणिमित्र म्हणता येईल असा पिंजरा. तो पिंजरा दोन मजली होता, ज्यात उंदीर न मरता नुसताच पकडला जायचा. मग उंदीर त्यात पकडल्यावर तो लांब कुठेतरी घेऊन जाऊन त्या उंदराला सोडून द्यायची सोय होती.

"अशक्य," ग्रँट म्हणाला. "त्यांना आपल्या समस्येची व्याप्तीच समजली नाहीये."

आम्ही आमच्या ऑफिसच्या जागेपासून जवळजवळ ९० मैल अंतरावर होतो, पण आम्हाला बरेचदा असे वाटायचे की, आम्ही एखाद्या वेगळ्याच ग्रहावर राहत आहोत. काहीतरी करून आम्हाला त्यांना समजवायलाच पाहिजे होते.

त्या रात्री आम्ही थोडे पीनट बटर (उंदरांना चीजपेक्षाही फार प्रिय असणारे) त्या पिंजऱ्याच्या खालच्या पातळीवर ठेवले. मी पाहत असतानाच एक उंदीर आला आणि त्या पिंजऱ्याची वरच्या पातळीची झडप उघडून आत गेला. तो आत गेल्या-गेल्याच त्या दोन्ही पातळ्यांच्या मधली फळी सरकली आणि तो उंदीर खालच्या पातळीवर पडून तिकडे अडकला गेला. त्याच्या पाठोपाठ दुसराही उंदीर त्याच्या मागे गेला. सकाळपर्यंत तो पिंजरा उंदरांनी इतका भरला होता की, सगळे उंदीर त्यांच्या त्या तुरुंगाच्या जाळीवर अगदी दबून गेले होते. तो पिंजरा रिकामा करण्याऐवजी आम्ही एका पोत्यात भरला आणि आमच्या मुख्य ऑफिसला पाठवून दिला.

त्यांनी तो पिंजरा रिकामा करून परत पाठवून दिला आणि त्याबरोबर ऑफिसच्या मांजराने जणू लिहिली आहे अशी 'धन्यवाद' लिहिलेली एक चिठ्ठी पाठवली होती. आम्ही ठरवले की, ही लढाई लढूनच जिंकावी लागेल. म्हणून मग आम्ही पुन्हा तो सापळा लावला. सकाळी उठलेल्या पहिल्या गाइडने तो पिंजरा पुन्हा उंदरांनी भरलेला बघितला. पण त्यातले उंदीर कसल्यातरी भीतीने एका कोपऱ्यात कोंडले होते. एका नागाचे डोके आणि शरीराचा एक तृतीयांश भाग त्या उंदरांबरोबर त्या पिंजऱ्यात अडकला होता. तो उंदरांनी भरलेला पिंजरा म्हणजे त्या नागाला जणू मांडून ठेवलेली मेजवानीच वाटली असावी म्हणून तो त्या पिंजऱ्यात घुसला होता, पण त्याच्या हे लक्षात आले नाही की, गिळल्यावर तो उंदीर पिंजऱ्याच्या जाळीपाशी अडकल्याने त्याला उंदीर संपूर्ण आत गिळता येत नव्हता. त्या नागाच्या मानेवरचे

गोळे पाहून आम्ही असा निष्कर्ष काढला की, त्याने तीन उंदीर गिळले असावेत. तेवढे उंदीर गिळल्यावर एक तर त्याला अपचन झाले असावे किंवा घशात वळवळणाऱ्या उंदराच्या शेपटीमुळे त्याने पुढे उंदीर खाणे थांबवले असावे. त्या नागाला ओढून बाहेर काढण्याची कोणालाच इच्छा नव्हती. त्यामुळे आम्ही तो पिंजरा तसाच एका पोत्यात भरला. तसे करताना तो नाग चिडून फुत्कार करत होता. त्या पिंजऱ्याचे पोते तसेच आम्ही मॉनच्या ऑफिसला पाठवून दिले. या वेळी जेव्हा तो पिंजरा रिकामा होऊन परत आला तेव्हा त्याबरोबर ती धन्यवादाची चिठ्ठी नव्हती.

जशी थंडी पडू लागली तसे गवत वाळून गेले. उंदरांचे सुरक्षाकवच नाहीसे झाले आणि ते हवाई शिकाऱ्यांना बळी पडू लागले. गरुड, घारी, ससाणे यांनी भरलेले आकाश बघायला फार सुरेख वाटत असे. यातल्या बऱ्याच पक्ष्यांनी त्यांचे युरोपकडचे वार्षिक स्थलांतर लांबणीवर टाकले होते, आता वाटू लागले की, उंदरांची संख्या थोडी कमी होत आहे. पण हा असा समज अशामुळेही होत असेल, कारण रात्री जाग आली तर तुमच्या अंगावर उड्या मारणारे फक्त तीन-चारच उंदीर सापडत असत. आम्हाला खातरी वाटू लागली की, उंदरांबरोबरचे हे युद्ध आम्ही जिंकू लागलो आहोत.

आमचा विजय घोषित करताना आम्ही नेमकी एक गोष्ट विसरलो, जी ओकावांगो डेल्टाची खासियत आहे. दरवर्षी तेथे पूर येतो आणि तो पूर कोरड्या ऋतूमध्ये येतो. दरवर्षी बोट्स्वानामध्ये जेव्हा पाऊस पडतो तेव्हाच अंगोला देशामध्येही पडतो. तेव्हा अंगोलातल्या एका नदीत भरपूर पाणी भरते. ती नदी समुद्राकडे जात असताना तिथल्या स्थानिक भूरचनेमुळे अचानक वाळवंटात वळते आणि ओकावांगोचे जगातले सर्वांत मोठे हिरवे नंदनवन बनवून जाते. ती नदी समुद्रापर्यंत कधी पोहोचत नाही, कारण ती ओकावांगोतच जिरून जाते. बाकी कलाहारी वाळवंट जेव्हा उन्हाने कोमेजत असते तेव्हा ओकावांगोमध्ये मात्र वसंत फुललेला असतो.

हा पूर येताना पाहणे ही तिथली वार्षिक परंपरा आहे. पहिल्यांदा नदीचे पात्र भरते. मग किनाऱ्याची सीमारेषा पुसली जाते आणि सपाट जागेत ते पाणी पसरते. पुराचे स्वच्छ पाणी मधासारख्या मंद गतीने हळूहळू वर चढून जणू पाण्याची मैदानेच्या मैदाने तयार करते आणि झाडांची बेटे बनत जातात. तुम्ही एका जागी शांतपणे उभे राहून ते पुराचे पाणी तुमच्याकडे सरकत असलेले बघू शकता. या वर्षी मात्र त्या पाण्याची सीमारेषा दिसत नव्हती. वर चढणाऱ्या पाण्याकडे दूर अंतरावरून बघितले तर एखादे तेलाचे उत्खनन यंत्र बघितल्यासारखे वाटत होते (हातपंपासारखे), ज्याचा भाता सारखा वर-खाली होत होता. फरक फक्त एवढाच होता की, तो पंप थोड्या थोड्या वेळाने एक एक पाऊल मागे टाकत आमच्या

दिशेने सरकत होता. दुर्बिणीतून पाहिल्यावर असे दिसले की, ते मराबू स्टॉर्क (एका प्रकारचे करकोचे) आहेत. संख्येने इतके स्टॉर्क आमच्यापैकी कोणीच एकत्र बघितले नव्हते, अक्षरश: हजारो. हे मराबू स्टॉर्क जगातल्या सर्वांत कुरूप पक्ष्यांपैकी एक असतात. उंचीने जवळपास चार फूट उंच. त्यांच्या डोक्यावर काळे ठिपके असलेले टक्कल असते. त्या टकलावर कधीकधी एखाद-दुसरे पीससुद्धा दिसते. त्यांच्या गळ्याखाली एक मोठी पिशवी असते जी कोण जाणे कशाने, पण कधीकधी फुगून मोठी होते. तसे झाले की, त्यांना काहीतरी लैंगिक रोग झाल्यासारखे ते दिसतात.

ते मराबू स्टॉर्क उंदीर खात होते. पुराचे पाणी वाढून बिळात शिरल्यावर उंदीर जसे बाहेर पडत होते तसे ते मराबू स्टॉर्क त्यांना टपटप उचलत होते. तिकडे त्यांच्या डोक्यावर ससाणे घिरट्या घालत होते आणि एखाद-दुसरा उंदीर जेव्हा त्या स्टॉर्कच्या रांगेतून निसटून जात होता त्याला ससाणे उचलत होते. एवढ्या अंतरावरूनही आम्हाला असे कळत होते की, त्या सगळ्या उंदरांना खाण्याएवढे पुरेसे पक्षी नाहीयेत. जे हजारो उंदीर निसटतील त्यांना उंच पातळीवरील कोरडी जमीन हवी असेल, जशी आमच्या कॅम्पची होती.

"बापरे!" मी म्हणालो, "उंदरांचे आक्रमण होते आहे."

आम्हाला आधी जी एक समस्या वाटत होती ती आता दसपटीने वाढली होती. प्रत्येक इंच जमिनीवर आता उंदीरच उंदीर दिसत होते. केवळ प्रयोग म्हणून मी माझा एक बूट रात्री झोपताना काढून कोपऱ्यात मारला तर त्याने दोन उंदीर मेले, दुसऱ्यांदा परत मारला तर एकच उंदीर मेला. ते उंदीर अतोनात भुकेले असल्यामुळे अक्षरश: काहीही खात होते. त्यांनी फ्रीजच्या दाराचे प्लॅस्टिकचे सील खाल्ले. नंतर फ्रीजमधले सगळे संपवले, अगदी गोठवलेल्या मांसासकट. नंतर त्यांनी आमच्या तंबूचे कॅनव्हास कुरतडले. मग आमच्या पट्ट्याचे आणि बुटाचे कातडे संपवले. नंतर त्यांनी आमच्या कपड्याचे धागे खायला सुरुवात केली!

त्यांची धिटाई दिवसेंदिवस वाढतच होती! एकदा आपल्या शेपटीचा पाठलाग करून त्रासलेला एक सिंह मला दिसला. नंतर माझ्या लक्षात आले की, त्याच्या शेपटीच्या टोकाला एक उंदीर चिकटला होता. मला जी गोष्ट फक्त भाकडकथा वाटायची त्याची प्रत्यक्ष अनुभवाने खातरी झाली, ती म्हणजे हत्ती उंदरांना घाबरतात. दिवसा आणि रात्री दोन्हीही वेळेला चिडलेल्या हत्तींचा आवाज येत असे जेव्हा उंदीर त्यांच्या सोंडेवरून पळत जात असत. मला खातरी होती की, हत्ती केवळ इकडून तिकडे चालत गेल्यामुळे थोडे उंदीर नक्की चिरडत असतील, पण काहीही केल्याने ही मूषक पीडा टळेल असे दिसत नव्हते. उपाशीपोटीदेखील त्या उंदरांचे प्रजनन चालूच होते. मला कित्येक वेळेला, चालू असलेला खाद्यशोध थांबवून प्रणय आणि

मिलन करणारी उंदरांची अर्धपोटी जोडपी सापडायची.

काही संध्याकाळी प्रत्येक कॅम्प-चालक आणि गाइडला ज्याची भीती वाटते तो आवाज ऐकू यायचा. प्रत्येक तंबूमध्ये एक आपत्कालीन घंटा होती. आम्ही पाहुण्यांना बजावून सांगायचो की, ती घंटा जर काही वैद्यकीय किंवा जंगली प्राण्यामुळे निकडीचा प्रसंग आला तरच वाजवा. माझ्या दहा वर्षांच्या सफारी गाइडच्या कारकिर्दीत फार तर एखाद डझन वेळेलाच मी ती घंटा ऐकली आहे. त्यांपैकी चार वेळा तरी ती उंदरांमुळे ऐकली होती. त्यांपैकी एकदा एक छोटी आग लागली होती. तीसुद्धा उंदरांनी तंबूतल्या कंदिलाला ज्वलनवायू पुरवणारी नळी कुरतडल्यामुळे. उरलेल्या तीन वेळेला टक्कल असलेल्या माणसांनी ती घंटा वाजवली होती. आम्ही इतके थकून जात असू की, या घटनेचे आम्हाला हसूसुद्धा येत नसे. कारण कोणाला माहीत नाही, पण काही जणांच्या टकलावर जे काळे ठिपके असतात त्याचे उंदरांना फार आकर्षण वाटते. अशा घटनेनंतर कॅम्प-चालकांना मात्र रात्रीचे बरेच तास त्या पाहुण्यांची माफी मागत घालवावे लागायचे.

काही जण त्यांच्या पैशांचा परतावा मागायचे आणि त्याला आमची पूर्ण सहानुभूती असायची, कारण माणसांचे टक्कल कुरतडणे ही काही त्या उंदरांची सगळ्यात घृणास्पद कृती नव्हती. छे:! छे:! अहो ते उंदीर जेव्हा खरोखरच भुकेलेले असायचे तेव्हा वास येणारी प्रत्येक गोष्ट त्यांना खाद्यच वाटायची. अशी कल्पना करा की, तुम्हाला जाग येते आहे तेव्हा तुमच्या शरीराच्या सर्वांत वास येणाऱ्या भागात उंदीर घुसायचा प्रयत्न करत आहेत. आमच्या कॅम्पच्या कर्मचाऱ्यांनाच या गोष्टीची कबुली द्यायला कित्येक वर्षे लागली की, आम्हाला प्रत्येकालाच या गोष्टीचा कमीत कमी एकदातरी अनुभव आलेला होता. आम्हाला याची जाणीव असायची की, कॅम्पवर आलेल्या कितीतरी पाहुण्यांना या गोष्टीची कबुली द्यायला लाज वाटत असेल.

मी कॅम्प-चालक नसून गाइड असल्यामुळे बहुतेक तक्रारी माझ्याकडे यायच्या नाहीत. आमच्या जंगल सफारींमध्ये ओकावांगोत दिसणारे बहुतेक वन्यप्राणी आम्हाला दिसायचे. त्यामुळे त्या बाबतीत बहुतेक पर्यटक समाधानी असायचे. पण या उंदरांमुळे एकदा मी प्राणी ओळखण्यात, आफ्रिकेच्या इतिहासातील सर्वांत मोठी चूक केली तेव्हा मात्र ती गोष्ट मला वैयक्तिकरीत्या फारच बोचली. या गोष्टीचा इतिहास बराच जुना आहे.

त्यावेळेला आमच्या कॅम्पच्या कमाल मर्यादेइतके म्हणजे जवळजवळ वीस पर्यटक कॅम्पवर आले होते. मी मात्र चार जणांच्या एका कुटुंबासाठीचा गाइड होतो. त्या कुटुंबात दोन मुली होत्या, ज्यांच्याबद्दल आम्हाला जरा सावधगिरीचा इशारा दिला गेला होता. त्यांना आवरणे इतर गाइडना जरा अवघड जात होते. आम्ही

ठरवले की, तसेही कॅम्पवरच्या बाकी सोळा पाहुण्यांना मूषक-उच्छाद सहन करावा लागत आहे. त्यामुळे बाहेर प्राणी बघायला गेलेले असताना तरी त्यांना या दंगेखोर मुलींपासून सुटका मिळावी.

म्हणून मी त्या कुटुंबाचा स्वतंत्र गाइड बनलो होतो. त्या मुली अशा अर्धवट वयाच्या होत्या की, त्यांना इतरांचे लक्ष वेधून घ्यावेसे तर वाटत होते, पण ते वेधून घेण्यासाठी आपल्या स्त्रीसुलभ लाडीकतेचा कसा वापर करून घ्यावा ते कळत नव्हते. त्यामुळे इतरांचे लक्ष वेधून घेण्यासाठी त्यांना सगळ्याच गोष्टींची 'भीती' वाटायची. मला खातरी होती की, घराजवळच्या कुठल्यातरी सुपरमार्केटमध्ये समवयस्क मित्र-मैत्रिणींबरोबर वेळ घालवू देण्याऐवजी थेट आफ्रिकेत एवढ्या लांब, सुट्टीसाठी घेऊन आल्यामुळे त्या आपल्या आई-वडिलांना नक्की दोष देत असतील.

सफारी फेरीत दिसणाऱ्या प्रत्येक छोट्या किड्यानेसुद्धा त्यांना अगदी दचकायला होत असे. "हा विषारी आहे का? हा चावतो का? हा डंख मारतो का?" इत्यादी त्यांचे मूलभूत प्रश्न असायचे.

"तो साधा शेणातला कीडा आहे. तो फक्त बाहेर पडून नवे शेण शोधत राहतो," मी उत्तरलो. माझ्या या उत्तराने त्यांच्या वडिलांना हसू आले. आईला नाही.

जेव्हा आम्ही सिंह बघितले तेव्हा तर त्यांनी घाबरून एकमेकींना मिठीच मारली. "आता हे सिंह आपल्या गाडीवर उडी मारून आपला फडशा पाडणार आहेत." त्या दोघींपैकी एक किंचाळली.

बोट्स्वानामधल्या सफारीच्या गाड्या केनियातल्या गाड्यांसारख्या सगळीकडून बंद नसतात. आमच्याकडे छत काढून टाकलेल्या लँडरोव्हर गाड्या असायच्या. मी त्यांना समजावले की, इथल्या प्राण्यांना गाडीवर उडी मारायची सवय असती तर आम्ही आमच्या गाड्या आधीच बदलल्या असत्या.

"तुझ्याकडे नेहमीच काहीतरी चतुर उत्तर तयार असते," त्यातली मोठी बहीण म्हणाली, "तुला वाटते की तुला सगळे ठाऊक आहे."

"छे:! छे:! मला सगळे माहीत असणे अशक्य आहे," मी हसून म्हणालो. माझ्यापेक्षा तरुण ग्राहकांबरोबर गाइड बनून जायचा प्रसंग माझ्यावर फार कमी वेळा येत असे. "पण मी कधीच चुकत नाही."

◆◆

त्यांच्या तिथल्या शेवटच्या रात्री, जेवणे झाल्यावर सगळे कुटुंब त्यांच्या तंबूकडे जाण्यास निघाले. आम्ही गाइड आपापल्या पाहुण्यांना रोज त्यांच्या-त्यांच्या तंबूपर्यंत पोहोचवत असू. कारण वाटेत कोणतातरी प्राणी असण्याची भीती असायची.

त्या त्रास देणाऱ्या बहिणींना रात्रीच्या अंधारात तंबूपर्यंत घेऊन जाणे एक दिव्यच होते. पण मी त्यांचा गाइड असल्यामुळे ती माझी जबाबदारी होती. मी तीन टॉर्च उचलले, एक माझ्यासाठी, एक त्या बहिणींसाठी आणि एक आई-वडिलांसाठी.

आमच्या कॅम्पवर जेवणाच्या जागेसाठी एक उंच चौथरा उभा केला होता आणि त्यावरून उतरल्या-उतरल्याच आम्हाला उंदरांच्या हालचालींची सळसळ ऐकू येऊ लागली. इकडे या बहिणींचे भीतीचे सुस्कारे चालू झाले होते. म्हणून मी नेहमीपेक्षा जरा जोरातच निघालो. मी माझ्या टॉर्चचा प्रकाश डावीकडून उजवीकडे फिरवत होतो, जेणेकरून कोणता प्राणी असेल तर तो दिसावा. माझ्यामागे अजून एका टॉर्चचा प्रकाश बरोबर माझ्या पायांवर पडत होता. मला वाटते की, तो त्या वडिलांच्या हातातल्या टॉर्चचा असावा. शेवटला प्रकाशाचा झोत एकदा थेट आकाशात तर एकदा एकदम जमिनीत असा काहीसा डिस्को-डान्ससारखा फिरत होता, तो त्या मुलींचा असावा. आकाशातून एखादे नरभक्षक वटवाघूळ येते आहे का ते त्या बघत असाव्यात.

या उजेडाशिवाय बाकी रात्रीचे आकाश थंडीच्या मोसमात जसे निरभ्र असते तसे होते. दिसत नव्हती ती वृश्चिक रास, जी आत्तापर्यंत क्षितिजावर दिसायला पाहिजे होती. ती कशामागेतरी दडली होती.

आम्ही त्या चौथऱ्यापासून तीस-पस्तीस पावलेच चाललो असू. एका रेन ट्रीला वळसा घालून पुढे जाणार तेवढ्यात आमच्या पुढे सळसळ ऐकू आली.

"अरे बापरे! अरे बापरे! अरे बापरे! ते आपल्याला मारणार आहे का?"

"तो उंदरांचा आवाज आहे. फक्त उंदरांचाच आवाज आहे. ते जिथे तिथे सर्व्यव्यापी झाले आहेत," मी वैतागून ओरडलो.

त्या क्षणीच त्या झाडाची एक फांदी जोरात गदागदा हलली.

आणि... मला त्याचे दोन दातही दिसले.

मग एक सोंड.

मग माझ्या लक्षात आले की वृश्चिक रास एका हत्तीमागे दडली होती.

आणि तो खूप मोठा हत्ती होता.

आणि आमच्यापासून सुमारे तीन फूट अंतरावर उभा होता.

'अरे बापरे! अरे बापरे! अरे बापरे!' माझ्या मनात आले. 'मी नेहमीच बरोबर नसतो तर!'

"आपण सगळे परत फिरू यात." मी जितक्या शांतपणे जमेल तितक्या शांतपणे म्हणालो. माझी अशी वेडी आशा होती की, माझा आवाज हे बोलताना कापणार नाही. "हे हत्ती उंदरांच्या त्रासाने थोडे वैतागलेले आहेत."

आम्ही चौथऱ्याकडे सुरक्षित परत आलो. केवळ हत्तीच इतक्या स्थिरपणे

राहतो. त्याने फांदी हलवून आम्हाला इशारा केला होता की, अजून जवळ येऊ नका. बरेच लोक प्राण्यांनी दाखवलेल्या अशा प्रकारच्या सौजन्याने आश्चर्यचकित होतात, पण मला आश्चर्य या गोष्टीचे वाटत होते की, त्या दोन्ही मुली, मी केलेल्या घोडचुकीबद्दल काहीच कसे बोलल्या नाहीत. त्यांच्या लक्षात आली नाही का माझी चूक? कदाचित त्या माझे बोलणे ऐकतच नसाव्यात. एरवी या विचाराने मला वाईट, अपमानास्पद वाटले असते, पण या वेळी जरा बरे वाटले. ते कुटुंब उद्या परत जाणार होते, पण मला पुढे माझ्या सहकाऱ्यांबरोबर बरीच वर्षे काम करायचे होते. माझे ते सहकारी त्या मुलींइतकेच माझ्या हातून चूक होण्यासाठी टपलेले असायचे. माझ्याबद्दलच्या असूयेने नाही, तर माझ्याबद्दल एक सुरस कथा त्यांना पुढे बरेच वर्षे सांगता येईल म्हणून.

काही मिनिटांतच त्यातली मोठी मुलगी आमच्या मॅनेजरच्या कानाशी कुजबुजताना दिसली. श्या!!!

शेवटी रात्री सगळे झोपायला गेले, पाहुणे आणि मॅनेजरसुद्धा, आणि या वेळी कोणतीही घटना न घडता सगळे सुखरूप आपापल्या तंबूपाशी पोहोचले. मी उगाचच वृश्चिक रास सगळ्यांना दाखवली. त्यांना त्याचे काहीच सोयरसुतक नव्हते. मी अजूनही थोड्या शरमेनेच माझ्या तंबूकडे परत गेलो. ही मूषकपीडा निसर्गचक्रामुळे टळणार होती, पण माझे सहकारी माझी चूक विसरणार नव्हते आणि बरेच दिवस रात्रीच्या शेकोटीच्या भोवतालच्या गप्पा माझ्या गोष्टीनेच चालू होणार होत्या –

"मी काय सांगतोय ऐका जरा, एकदा पीटरमुळे त्याचे पाहुणे जवळजवळ मृत्यूला सामोरे गेले होते. अहो त्याने एका हत्तीला उंदीर समजण्याची चूक केली होती!"

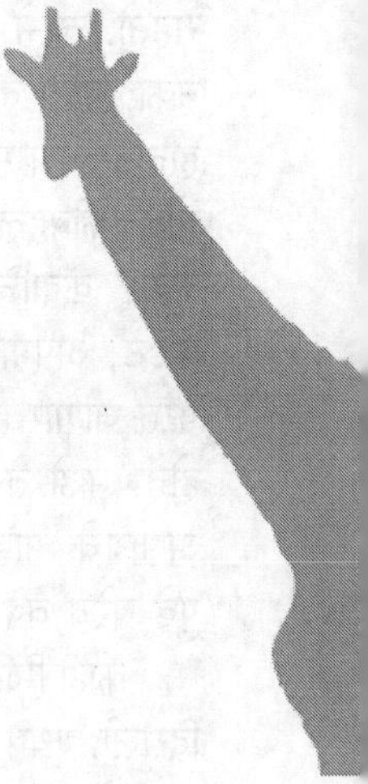

सुटका

ख्रिसला एला आवडायची.

खूप खूप आवडायची.

पण ख्रिसचा आत्मविश्वास ही एक समस्याच होती. तो चांगला उंचापुरा आणि भारदस्त व्यक्तिमत्त्वाचा होता. आणि तिथला जवळजवळ सर्वांत चांगला गाइड होता. तरीही त्याला प्रणयाच्या बाबतीत आपली चाल खेळायला फार, फार वेळ लागायचा. "ख्रिसच्या प्रणयाराधनाचा वेग हा कर्करोगापेक्षाही मंद आहे," त्याचा भाऊ अँड्र्यू एकदा मला गंभीरपणे म्हणाला होता. "आणि खतरनाक तर अजिबातच नाही!"

दीर्घकाळ प्रतीक्षा करून शेवटी ख्रिस आणि एला एकत्र आले होते. पण ख्रिसला अजूनही वाटत असे की, एलाला सारखे पटवून द्यावे की, तिने ख्रिसला आपला सोबती निवडून काही चूक केलेली नाहीये. तो कॅम्प-चालक झाल्यामुळे, तिच्यावर छाप पाडण्यासाठी त्याला त्याचे सर्वांत चांगले म्हणजे गाइडचे कौशल्य वापरता यायचे नाही. आमचा एक मित्र ॲलिसन दुसऱ्या एका कॅम्पवरून आम्हाला भेटण्यासाठी एकदा आला होता. तेव्हा ख्रिसने रात्रीच्या जंगलफेरीची योजना आखली. त्यात तो स्वत: गाडी चालवणार होता. त्यामुळे आपल्या ज्ञानाचे, कौशल्याचे प्रदर्शन करण्याची संधी त्याला मिळणार होती.

ख्रिस गाडी चालवत असल्यामुळे एला त्याच्याजवळ पुढे बसली आणि मी आणि ॲलिसन मागच्या सीटवर बसलो. थंडीमुळे कुडकुडत एका शालीमध्ये आम्ही एकमेकांना खेटून बसलो होतो. दुपारी सिंह ज्या बाजूला विश्रांती घेताना दिसले होते त्याच दिशेला आम्ही गाडी वळवली. रात्री शिकारीला निघण्याआधी

त्यांना गाठून, ते शिकार करीत असताना त्यांचा पाठलाग करण्याचा आमचा मानस होता.

आमच्याबरोबर नेहमीचे पर्यटक नसल्यामुळे आम्ही मुक्तपणे वाटेल ते बोलू शकत होतो. आमच्या प्रत्येकाच्या हातात एक बिअरची बाटली होती. ॲलिसन आणि मला, आम्हाला दोघांनाही हे माहीत होते की, ख्रिस एलावर थोडी छाप पाडण्याचा प्रयत्न करीत आहे. त्यामुळे आम्हाला माहीत असलेल्याच वन्यप्राण्यांच्या गोष्टी त्याने आम्हाला परत सांगितल्यावरसुद्धा आम्ही त्याला हसून दाद देत होतो.

आम्ही संध्याकाळचा प्रकाश मंदावत असताना बाहेर पडलो होतो. अशा वेळी सरपटणारे बहुतेक प्राणी त्यांच्या बिळातून बाहेर पडतात. सिंह जिथे दिसले होते त्याजागी आम्ही पोहोचेपर्यंत गुडूप अंधार झाला होता. आम्ही पोहोचू तोपर्यंत ते सिंह झोपलेले असतील किंवा आळोखेपिळोखे देत शिकारीसाठी जागे होत असतील अशी आमची अपेक्षा होती, पण ते तिथे नव्हतेच. आम्ही आजूबाजूला प्रकाशझोत टाकून त्या अंधारात राखाडी दिसतील अशा सिंहांच्या आकृत्या कोठे दिसतात का, याचा शोध घेतला.

पण आजूबाजूला काहीच नव्हते.

''ओके चॅप्स,'' ख्रिस म्हणाला. (तो सगळ्यांनाच चॅप्स म्हणायचा.) ''आपण जरा खोडसाळपणा करू या. बघू या सिंहांना शोधता येते का?'' त्याचा इरादा असा होता की, एका मरणाऱ्या इम्पाला हरिणाचा आवाज काढून सिंहांना आकर्षित करायचे. दुसऱ्याने मारलेले भक्ष्य त्याच्या हातातून हुसकून घ्यायला, सिंह नेहमी तरसांपेक्षाही जास्त उतावीळ असतात. त्यांना तसा हरिणाचा आवाज काढून बोलावणे नैतिकतेच्या दृष्टीने बरोबर नव्हते. कारण कोणी आपले पोट भरायला बाहेर पडलेला असताना त्याला त्रास द्यायला आम्हाला आवडायचे नाही. पण आम्ही विचारांती असे ठरवले की, सिंह आत्ताच शिकारीसाठी बाहेर पडले होते आणि त्यांना पूर्ण जोशात यायला तसा वेळच लागतो. त्यामुळे आम्ही त्यांना तसे बोलावणे म्हणजे काही फार मोठा अपराध नाहीये. ख्रिसने दिवे बंद करून मग गाडीचे इंजीनही बंद केले. पूर्ण गुडूप अंधार झाल्यावर आमच्या लक्षात आले की, त्या दिवशी आकाशात चंद्रसुद्धा नव्हता.

''ब्लाऽऽऽऽऽ'' ख्रिसने चालू केले, ''ब्लाऽऽऽऽऽऽऽऽऽऽऽऽऽऽऽऽऽऽऽ ब्लिआऽऽऽऽऽऽऽऽऽऽऽऽऽऽऽऽऽऽऽऽऽऽघ.''

मी आत्तापर्यंत ऐकलेला हा सर्वांत हास्यास्पद आवाज होता. तो ऐकताना असे वाटत होते की, नको असलेले मीलन होताना बकरी घशातून असा आवाज काढत असेल.

''ब्लिआऽऽऽऽऽऽऽऽऽऽऽऽऽऽऽऽऽऽऽऽऽऽघ...'' ख्रिसचे चालूच होते. माझ्या

शेजारी बसून ॲलिसन आलेले हसू कसेबसे दाबत होता. मीसुद्धा मला आलेले हसू तोंडावर शाल धरून त्यामागे दडवू लागलो.

माझे डोळे हळूहळू त्या तारकांच्या मंद प्रकाशाला सरावले होते. त्यामुळे मला असे दिसू लागले की, बाकी मैदानात कोणीही नाहीये. ख्रिसच्या ओरडण्याने साधे तरससुद्धा आकर्षित झाले नव्हते, सिंहांची तर गोष्टच सोडा.

"मला एक कल्पना सुचली आहे ख्रिस," मी म्हणालो, "तू आता जरा डुकरासारखे केकाट."

सिंहांना आपण हवे तेव्हा बोलावू शकतो असे दाखवून आपली छाप पाडण्याच्या प्रयत्नात असलेला ख्रिस आता उच्च स्वरात ओरडू लागला. तो चांगला सव्वासहा फूट उंच भारदस्त व्यक्तिमत्त्वाचा होता. आता तो मंदपणे हवा सोडून मरणासन्न डुकराचा आवाज काढू लागला.

"क्वीऽऽऽऽऽऽऽऽऽऽऽऽऽऽ", "क्वोऽऽऽऽऽऽऽऽऽऽऽऽइ" डुकराचे मरताना ओरडणे जितके अनाकर्षक असते तितकेच ख्रिसचे ओरडणेसुद्धा अनाकर्षक वाटत होते. "क्वीऽऽऽऽऽऽऽऽऽऽऽऽऽ" ख्रिसचे ओरडणे चालूच होते. एखाद्या वयात येणाऱ्या मुलाचा ओरडण्याचा आवाज जसा फुटावा तसा ख्रिसचा आवाज फुटत होता. आता मला दिसले की, एलालासुद्धा हसू आवरणे अवघड जात आहे. तिच्याकडे पाहिल्यावर मला एकदम खुदकन हसू फुटले.

त्याला त्याच्या ओरडण्यामध्येही माझ्या हसण्याचा आवाज ऐकू आला. आणि त्याने वैतागून मला विचारले, "एवढे हसण्यासारखे काय आहे?" मग मात्र आमचा बांध फुटला आणि आम्ही सगळेच जोरजोरात हसू लागलो. ख्रिस तर एकदमच घायाळ दिसू लागला. मी त्याला त्याच्या प्रयत्नात मदत करायचे कबूल केलेले असूनही मीच सर्वांत जोरात हसत असल्यामुळे त्याने माझ्याकडे एक जळजळीत कटाक्ष टाकला.

"ठीक आहे," तो पुटपुटला आणि गाडीची चावी फिरवून त्याने गाडी चालू केली आणि दिवे लावले. दिवे लावताक्षणी आमच्यापासून दोन फुटांवर असलेली सिंहीण एकदम प्रकाशात आली.

मी सिंहांच्या निरीक्षणात तेव्हापर्यंत हजारो तास घालवले होते. फक्त हा एक प्रसंग सोडला, तर त्यात एखादा सिंह आमच्यावर जवळजवळ झडप घालणार असा प्रसंग कधीच आला नव्हता. ती सिंहीण दबा धरून उभी होती. ती जवळजवळ आमच्या नाकाखाली उभी होती, पण आमच्यापैकी कोणीही तिला आमच्यापर्यंत येताना पाहिले नव्हते. जे काही आमच्या गाडीजवळ मरत होते ते आयते जेवण मिळवायला ती आली होती. तिच्या चेहऱ्यावर एकाग्र भाव होते.

हसताना अचानक आम्ही थबकलो आणि स्तब्ध होऊन पाहत राहिलो. ख्रिसने

एकदम गाडी वळवून प्रकाशाचा झोत त्या सिंहिणीवर टाकला.

तिने डोळ्यांचा पापण्या मिटल्या आणि तिचे शरीर जरा शिथिल झाले. ती दबा धरून बसली होती तेव्हाचा तिच्या शरीरातला ताण एकदम कमी झाला आणि ती उभी राहिली. मग डोळे मिचकावत आम्हाला जणू म्हणू लागली, "ऑ! काय हे! मी जरा नाश्ता शोधत होते ना!" तिने गाडीला एक फेरी मारली आणि खाण्यायोग्य काहीच न मिळाल्यामुळे हळूहळू लांब निघून गेली. जाताना ती कळपापासून लांब राहिलेले सिंह आपली जागा बाकीच्यांना कळण्यासाठी जसा मंद कण्हल्यासारखा आवाज काढतात तसा आवाज काढत होती.

मी ख्रिसला म्हणालो, "आवाज खरोखरच कौतुकास्पद होता," आणि यावेळेला मला खरोखरच तसे म्हणायचे होते. आणि एलालासुद्धा तसेच वाटले असावे, कारण लवकरच तिने त्याच्याशी लग्न केले!

रेड्यांची शाळा

मी दक्षिण आफ्रिका सोडून बोट्स्वानाला गेलो तेव्हा तिथल्या नव्या-नव्या गोष्टी शिकायला मला बऱ्याच पुस्तकांचा आधार घ्यावा लागला आणि इतर गाइड्सकडूनही बरेच शिकावे लागले. ओकावांगोत अशी बऱ्याच प्रकारची हरिणे होती ज्यांना मी आधी कधीच बघितले नव्हते, पण आता तिथे गाइड म्हणून काम करताना, मी त्यांच्याबद्दल अधिकारवाणीने बोलणे अपेक्षित होते. मी आफ्रिकेतले जंगली कुत्रेही तेथे पहिल्यांदाच पाहणार होतो आणि त्याशिवायही तेथे असे बरेच प्राणी होते जे फक्त त्या भागातच सापडतात.

एक प्राणी मात्र असा होता, ज्याबद्दल मला सर्वांत वेगाने, सर्वांत लवकर आणि सर्वांत जास्त शिकावे लागले, तो म्हणजे म्हैस. दक्षिण आफ्रिकेत मी ज्या राष्ट्रीय उद्यानात राहायचो तिकडे म्हशी अभावानेच सापडायच्या. तिकडे आमच्या माहितीत तर फक्त तीन म्हातारे रेडे होते. ते नदीकिनाऱ्याच्या वाळूत राहायचे. मी फारच कमी वेळा त्यांना पाहिले होते. कारण ते फार दाट झाडीच्या ठिकाणी, कोणत्याही वाहनाच्या रस्त्यापासून दूर असायचे.

मला म्हशींबद्दल तशी पुस्तकात वाचून बरीच माहिती झाली होती, पण मला माहीत होते की, बऱ्याच प्रसंगांमध्ये एखादा प्राणी कसा वागेल ते पुस्तकात लिहिलेले असेलच असे नाही. पण सगळ्या पुस्तकांत लिहिलेले होते की, म्हातारे नर रेडे तसे तिरसट असतात. अनुभवी गाइड पण मला हेच सांगायचे की, काहीही झाले तरी एकटे-दुकटे रेडे टाळ. मोठ्या कळपांमध्ये खरेतर नर रेडे हेच कळपांचे रक्षण करत असतात, पण त्यांना तेव्हा शेकडो-हजारोंचे पाठबळ असते आणि त्या संख्येमुळे त्यांना सुरक्षित वाटते. त्या वेळी ते तुमच्यावर आक्रमण करण्याची किंवा

तुमच्यावर शिंग रोखण्याची शक्यता तशी कमी असते. जसे त्यांचे वय वाढत जाते तसे ते कळपाच्या मागे पडत जातात व एकटे पडतात. त्यामुळे त्यांचा स्वभाव चिडका होत जातो. कधीकधी त्यांचा छोटा समूह बनतो, पण तरीही हे म्हातारे चिडखोर रेडे त्यांचा राग आमच्यासारख्या मंदगतीने धावणाऱ्या गाइडवर काढण्याची शक्यता बरीच असते. बोट्स्वानामध्ये यायच्या आधी मला असे पक्के वाटले होते की, सगळ्या गाइडनी रेड्यांचा जरा जास्तच बाऊ केला आहे; पण असे समजणे ही माझी मोठी चूक होती.

मी सकाळी पाहुण्यांना उठवायला जात असे त्या वेळी हे रेडे मला त्रास देऊ लागले. आमचा कॅम्प हा मोठ्या झाडांच्या सावलीत, थोड्या दाट झुडपांत बांधला होता. म्हशींना अशाच जागा आवडतात. मोम्बो कॅम्पच्या पहिल्या दोन आठवड्यांतच म्हैस दोनदा माझ्यावर धावून आली. माझ्या लक्षात आले की, मला ज्या जागेवर नोकरीला घेतले होते ती जागा नक्की कशामुळे रिकामी झाली असावी!

एका दिवशी सकाळची कॉफी पिऊन न झाल्यामुळे, जरा डोळे चोळतच मी आमच्या पाहुण्यांच्या तंबूकडे पायवाटेने चाललो होतो. पहाटेचे जेमतेम पाच वाजले होते आणि नुकतेच उजाडत होते. एवढ्या सकाळी जेवढ्या प्रसन्नतेने ''सुप्रभात,'' असे म्हणत पाहुण्यांना उठवता येईल तितपत मी ओरडत होतो. मला पावलांचा आवाज ऐकू आला. तो आवाज जरा वाढत चालला होता. मी वळून पाहतो तर एक सातशे किलोचे चिडलेल्या रेड्याचे धूड माझ्या अंगावर धावून येत होते. साहजिकच तो रेडा त्या सकाळच्या प्रसन्नतेबद्दल माझ्याशी सहमत नव्हता.

मला अगदी कितीही फुशारक्या मारून सांगावेसे वाटले की, मी त्या रेड्याला नजर भिडवून थांबवले किंवा एक जोरदार गुद्दा घालून त्याचा वेग रोखला, तरी तसे मी सांगू शकत नाही. असली कोणतीही कृती रेड्यांच्या बाबतीत अजिबात लागू पडत नाही. ते लुटूपुटूची चाल करून तुम्हाला इशारा देण्याच्या फंदात कधीच पडत नाहीत. जर एखादा रेडा तुमच्यावर चाल करून येत असेल, तर वाचण्याचे दोनच मार्ग आहेत. एक तर कशावरतरी चढून जायचे, नाहीतर जमिनीवर एकदम आडवे पडायचे आणि प्रार्थना करायची की, त्या रेड्याची दिशा चुकून तो तुम्हाला सोडून भलतीकडेच पळत जाईल.

पण बाभळीचे एक झुडूप वगळता आजूबाजूला झाडेही नव्हती आणि चढून जाण्यासाठी एखादे वाळवीचे वारूळदेखील नव्हते. पण त्या रेड्याच्या चालीमुळे मागे पाऊल टाकण्याच्या माझ्या प्रयत्नात मी जे धडपडलो ते थेट त्या बाभळीच्या झुडपाच्या दाट मिठीतच विसावलो. सपाट जमिनीवरही यापूर्वी मी अनेक वेळेला धडपडलो आहे. या माझ्या धडपडण्याच्या सवयीबद्दल त्याआधी कधीही आनंद झाला नव्हता, पण आज या धडपडण्यामुळेच मी वाचलो. याआधी कधीही काटेरी

बाभळीच्या झुडपावर आपटणे चांगले असेल असे मला वाटले नव्हते, जसे आता वाटले. एका क्षणापूर्वी मी जिथे उभा होतो तेथेच तो रेडा उभा राहून इकडेतिकडे गोंधळून पाहताना दिसला. कारण मी जिथे उभा होतो तिकडे त्याला फक्त झुडूपच दिसत होते आणि रेडे अगदी निर्बुद्ध नसले, तरी मी अपघाताने जिकडे लपून बसलो होतो ते ओळखण्याइतका तो रेडा बुद्धिमानही नव्हता. शेवटी तो रेडा वळला आणि दुसरीकडे निघून गेला.

मी ज्या वेगाने झुडपात गेलो होतो त्याच वेगाने त्यातून बाहेर येण्याचा प्रयत्न केला. अनेक ठिकाणी खरचटल्यावर मी असा निष्कर्ष काढला की, तुम्ही झुडपावर उडी मारू शकता, पण परत उडी मारून तुम्हाला बाहेर येता येत नाही. मी माझ्या कमरेला लावलेली सुरी काढून त्या झुडपाच्या फांद्या कापू लागलो. माझा प्रयत्न होता की, मला त्यातून फारशी इजा न होता बाहेर येता यावे. मी अर्धवट उठलो, गुडघ्यांवर हात टेकवून जरा दम घेतला. सगळीकडे एकदम शांतता होती. मग ताठपणे चालत मी सगळ्यात जवळच्या तंबूजवळ जाऊन "सुप्रभात!!" असे ओरडलो.

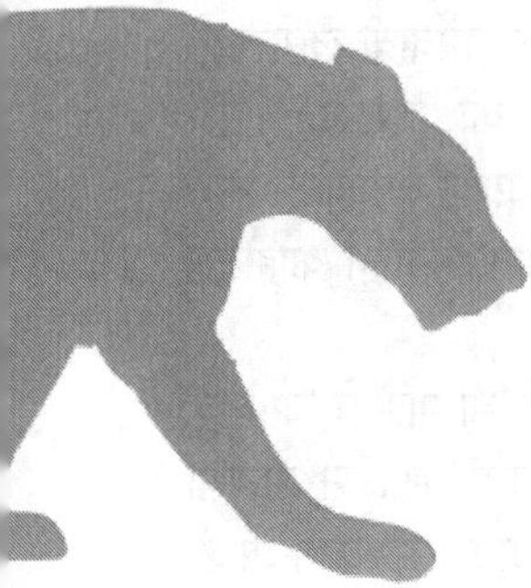

चालायला परत शिकणं

दक्षिण आफ्रिकेतल्या जंगलात जिथे मी गाइड म्हणून माझ्या नोकरीची सुरुवात केली, तिथे अगदी धीटपणे मी एक रायफल हातात घेऊन चालण्याच्या सफारीवर जात असे. खरेतर रायफल कशी चालवायची याची मला काहीही माहिती नव्हती. मला फक्त एवढे माहीत होते की, अत्यंत धोकादायक परिस्थितीतच त्या रायफलचा वापर करायचा आहे. उदाहरणार्थ, सिंह, गेंडा किंवा हत्तीसारखा प्राणी तुमच्यावर चाल करून येत असेल तर. पण मला असे कधीच वाटले नाही की, मी कोणत्या प्राण्यावर कधी गोळी चालवू शकलो असतो. कारण मला आमच्या पर्यटकांपेक्षाही त्या प्राण्यांचाच सहवास जास्त प्रिय होता. नेहमी शांत असणाऱ्या एका गेंड्याला उचकवल्याबद्दल एकदा मी आरडाओरड करणाऱ्या एका कुटुंबाला सांगितले होते की, ''पटपट झाडावर चढा, नाहीतर त्या गेंड्याला गोळी घालायच्या आधी मी तुम्हाला गोळी घालीन.'' आणि त्या वेळी त्यांच्या सगळ्यांच्या शरीराच्या आकारमानाकडे बघता अशक्यप्राय वाटेल अशा चपळाईने ते सगळे खरोखरच झाडावर चढले होते!

या कारणामुळेच असेल, पण माझ्या या प्रभातफेऱ्या कोणत्याही प्राण्याला शोधण्यापेक्षा त्यांना टाळण्यावरच केंद्रित असायच्या. माझा उद्देश असा असायचा की, माझी बंदूक चालवण्यातील आणि माझ्या बरोबरच्या पर्यटकांची झाडे चढण्यातील अक्षमता कधीच तपासली जाऊ नये.

काहीही असले तरी बंदुकीच्या नळीचा लोखंडी स्पर्श हे माझे सुरक्षाकवच असायचे. जेव्हा मी बोट्स्वानामध्ये आलो आणि मला सांगितले गेले की, या चालण्याच्या सफारीवर जाताना एका जाड काठीपेक्षा धोकादायक काहीही बरोबर

न्यायचे नाही तेव्हा मी फार अस्वस्थ झालो. "प... प... पण जर आमच्या अंगावर कोणी चाल करून आले, तर काय करायचे?" मी ख्रिसला विचारले. ख्रिसने मला समजावले की, कोणत्याही कारणासाठी बोट्स्वानामधील राष्ट्रीय उद्यानात बंदूक नेण्यास परवानगी नसते. "अशा प्रसंगी तुला काहीतरी योजना बनवावी लागेल," ख्रिस मला म्हणाला. तो अशा सहजतेने हे वाक्य म्हणाला की, एखादा मोठा, धोकादायक प्राणी प्रचंड वेगाने तुमच्यावर धावून येत असताना आणि तुमच्याबरोबरचे सगळे पर्यटक तुमची सूचना धुडकावून पळत सुटले असताना पटकन काहीतरी योजना बनवणे ही सगळ्यात सोपी गोष्ट असावी.

बोट्स्वानामधल्या माझ्या पहिल्या चालण्याच्या सफारीमध्ये मी माझे ते 'आयुध' घट्ट धरून चाललो होतो. मी पर्यटकांना जनावरांच्या वाटा, झाडे, पक्षी, मधमाश्या वगैरे, म्हणजे पायी चालताना सुरक्षितपणे बघता येतील अशा सगळ्या गोष्टी दाखवल्या आणि भरपूर माहिती पुरवली. माझ्याबरोबरच्या पर्यटकांना ही प्रभातफेरी फारच पसंत पडली. त्यांना मोठ्या जनावरांच्या इतकेच वेगवान, धोकादायक आणि आश्चर्यकारक असे छोट्या जनावरांचे, कीटकांचे विश्व अगदी मंत्रमुग्ध करून सोडणारे वाटले. मला जरा आश्वासक वाटू लागले होते. तेव्हाच मला एक शिंक ऐकू आली.

ही मानवी शिंक नव्हती. इम्पाला प्रकारच्या हरिणाची होती. इम्पाला हे सर्दीपडशाने शिंकत नाहीत, तर कोणत्याही धोक्याची जाणीव झाली की शिंकतात. मला हे आमच्या पर्यटकांच्या समूहाला समजवायची संधी मिळायच्या आधीच, आमच्या आजूबाजूला इम्पाला उंच-उंच उड्या मारून पळू लागले. या भागात नवीन असल्याने इम्पालांच्या त्या नृत्यसमान उड्यांमुळे मीपण जरा गोंधळलो. मला नंतर कळाले की, इम्पालांचे हे विचित्र नृत्यासमान उडी घेऊन पळणे, जेव्हा जंगली कुत्रे त्यांच्या पाठीमागे लागतात त्या वेळेसाठी राखीव असते. कुत्र्यांनी त्यांच्या पोटाचा चावा घेऊन लचका तोडू नये म्हणून ते अशा उड्या मारत पळतात. हा ज्ञानाचा धडा लवकरच पूर्ण झाला, कारण त्याच्या पाठोपाठच कुत्र्यांचा एक कळप इम्पालांच्या मागे धावत आला. हे कुत्रे माणसांसाठी धोकादायक नाहीयेत असे आमच्या घाबरलेल्या पर्यटकांना समजावून सांगण्याच्या आधीच एका इम्पालाची मरणकिंकाळी आम्हाला ऐकू आली.

"काही काळजी करू नका, सगळे ठीकठाक आहे," मी माझी काठी घट्ट पकडून म्हणालो. "पण आता आपण परत निघावे हे उत्तम. कारण त्या किंकाळीमुळे एखादा धोकादायक आणि आणखी मोठा शिकारी प्राणी इकडे आकर्षित होऊ शकतो." कोणी काही बोलले नाही, पण माझ्यावर एक उपहासात्मक शेरा मारला गेला की, मी त्यांना म्हणालो होतो ही फेरी मोठे प्राणी बघण्यासाठी नसेल वगैरे.

परत आल्यावर ख्रिसने माझी समजूत काढायचा प्रयत्न केला. तो म्हणाला की, ही क्वचित घडणारी घटना आहे. दुसऱ्या दिवशी मी अजून एका प्रभातफेरीवर गेलो आणि तेव्हा आम्हाला नेमका सिंहांचा एक कळप दिसला. आमच्या सुदैवाने ते आम्हाला पाहून नम्रपणे निघून गेले. जाताना बहुधा ते असा विचार करत असावेत की, एक मरतुकडी काठी त्यांच्या अंगावर रोखून, त्यांनी घाबरावे अशी अपेक्षा करणारा हा कोण मूर्ख माणूस आहे कोणास ठाऊक!

"हे जरा अति होतंय," मी ख्रिसला परतल्यावर म्हणालो. ख्रिसला माझे हे 'सुदैव' जरा मजेदार वाटत होते.

"तू आपला म्हातारा जो त्याच्या प्रभातफेऱ्यांत जे करायचा ते का नाही करत?" तो मला म्हणाला.

"म्हणजे....?"

"तुला ते वारूळ दिसतंय का?" त्याने विचारले. त्या वारुळाला कोणीच दृष्टिआड करू शकत नव्हते. ते वारूळ आमच्या कॅम्पवरून दिसणाऱ्या सर्वांत मोठ्या गोष्टींपैकी एक होते. जवळजवळ जीपएवढे लांब आणि दोन पुरुष उंच. मी उत्तरलो, "हो. दिसते आहे की."

"जो त्याच्या सगळ्या पाहुण्यांना तिकडे चालत घेऊन जायचा आणि त्याच्या पलीकडल्या बाजूला बसवायचा म्हणजे त्यांना कळायचे नाही की ते कॅम्पच्या किती जवळ आहेत ते. मग एक तासभर तो त्याच्यावर एकदा सिंहाने हल्ला केला होता त्या वेळची गोष्ट रंगवून-रंगवून सांगायचा. त्यांना ती फार आवडायची."

हे म्हणजे माझ्या दृष्टीने जंगल सफारीचे विडंबन करण्यासारखे होते. माझ्या दृष्टीने गाइड बनणे म्हणजे त्या जंगलाबद्दलचे ज्ञान लोकांना देणे, आयुष्याचे मूल्य त्यांना समजावणे आणि फक्त सिंहांच्या आणि हत्तींच्या आयुष्याचे मूल्य नाही तर एकूणच. हळूहळू त्यांना निसर्गप्रेमी, निसर्गरक्षक बनवणे आणि हे सगळे करता-करता त्यांचे मनोरंजनसुद्धा करणे. त्याशिवाय माझ्यावर सिंहांनी कधीच हल्ला केलेला नव्हता. त्यामुळे मी त्या वारुळावर बसून माझ्या शाळेतल्या आणि ज्या शहरात वाढलो त्या गोष्टी सांगू लागलो असतो, तर त्या शांतपणे तासभर ऐकण्यात त्यांना रस असेल, असे काही मला वाटले नाही.

त्यामुळे पुढच्या प्रभातफेरीत मी शक्यतो मोकळ्या मैदानाचा आधार घेत राहिलो. प्रत्येक झुडपाकडे मी संशयाने पाहत होतो आणि प्रत्येक झाडापासून लांब राहत होतो. यात मुख्य समस्या अशी होती की, माझे माळरानाबद्दलचे ज्ञान जितके मर्यादित होते, तितकाच माझ्याबरोबरच्या पर्यटकांचा त्याबद्दलचा उत्साह मर्यादित होता. शेवटी त्यांना आलेला कंटाळा पाहून, मी जरा घाबरतच परतीच्या वाटेवर एका झाडांच्या पट्ट्याजवळ त्यांना घेऊन गेलो. तिकडे जाताना त्या झाडांमध्ये

दिसणाऱ्या प्राण्यांचे मी वर्णन करत होतो. त्या झाडांपाशी आम्ही काही खाण्यायोग्य फळांची चव बघितली. मी एका कुरकुरणाऱ्या पर्यटकाला असे एक फळ खायला घातले जे खाल्ल्याने उचकी येते. कॅम्पवर पोहोचण्यासाठी आम्हाला अजून एक मैदान पार करून मग खुरट्या उंचीच्या झाडांच्या एका पट्ट्यातून जायचे होते.

त्या मैदानाच्या सीमेवर झेब्र्यांचा एक कळप चरत झाडांच्या सावलीकडे निघाला होता, पण बाकी सगळे स्तब्ध होते. आम्ही पुढे निघालो. आता आमचा गट खूश होता. कारण कॅम्प जवळ आला होता आणि तिथे थंडगार पेय त्यांची वाट पाहत त्यांच्या स्वागताला हजर असेल याची त्यांना खातरी होती. शक्यतो अशा बेसावध क्षणीच अपघात होत असतात, असे सगळे अनुभवी गाइड सांगतात. त्यामुळे मी जरा सावधच होतो. आम्ही ते मैदान अर्धे पार केले असेल, तेव्हाच जोरात थरथरणारे एक झुडूप मी समोर बघितले. वारा पूर्ण पडला होता, त्यामुळे त्या झुडपाची हालचाल कोणत्यातरी जनावरामुळे होत असणार हे मी ताडले. मी हात उंचावून माझ्या मागच्या गटाला शांत राहण्याची सूचना दिली.

त्या झुडपातून एक रेडा बाहेर आला. त्या रेड्याच्या शिंगावर झुडपाची पाने अडकल्यामुळे त्याने एक पानांचा हार गळ्यात घातल्यासारखा दिसत होता. काही कारणामुळे त्या रेड्याचा दिवस वाईट गेला असावा. बरेच प्राणी त्यांचा राग एखाद्या निर्जीव वस्तूवर काढतात आणि या पठ्ठ्याने तो नुकताच त्या झुडपावर काढला होता. माझी खातरी होती की, स्वत: शाकाहारी असूनही त्याने अगदी खुशीने कोणत्यातरी मांसल वस्तूचा चावा घेऊन लचका तोडला असता. मैदानाच्या मध्ये उभा असलेला आमचा गट त्याच्या दृष्टीने तसाच होता.

वारा नसल्यामुळे त्या रेड्याला आमचा वास लागला नव्हता, पण आम्हाला त्याने पाहणे अवघड नव्हते. मी हळूहळू हात वर-खाली करून सगळ्यांना खाली बसण्याची सूचना केली. पण मागे वळून सगळ्यांनी माझी सूचना ऐकल्याची खातरी करून घेतली नाही. मी माझी नजर त्या रेड्यावरून ढळू दिली नाही.

"क्लिक व्हर्र... क्लिक व्हर्र."

माझा विश्वास बसेना. वळून बघितल्यावर खातरी झाली. आमच्या गटातील एक फ्रेंच माणूस मधुचंद्रासाठी आला होता. त्याची बायको त्याला खाली बसवण्याचा प्रयत्न करत असूनही, तो अगदी अभिमानाने उभा राहून त्या रेड्याचे फोटो काढत होता. तो रेडा त्याच्यासमोरच्या या नव्या वस्तूकडे डोळे रोखून पाहत होता.

त्याने शिंग उंचावून आणि नाकपुड्या फुरफुरवत आमच्या दिशेने एक पाऊल टाकले.

मला माहीत होते की, तो रेडा अजूनही चिडलेला आहे आणि ज्या रागाने त्याने ते झुडूप तुडवले होते त्याच रागाने तो इतर कशाचाही निकाल लावू शकला

असता. माझी बंदूक जवळ असायला पाहिजे होती असे मला वाटले – त्या फ्रेंच पर्यटकाला गोळी घालायला! ख्रिस जे म्हणाला होता ते करण्याची मला गरज होती. मला एक योजना बनवायला हवी होती. मागची झाडे बरीच लांब राहिल्याने आम्ही सगळे मागे परतून त्या झाडांजवळ पोहोचणे अवघड होते. मी आजूबाजूच्या सपाट मैदानाकडे नजर टाकली. मग त्या फ्रेंच पर्यटकाच्या नडगीवर लाथ मारून त्याला खाली बसवले आणि एका छोट्या वारुळाच्या दिशेने माझ्यामागे येण्याची आमच्या गटाला सूचना केली. हळूहळू आम्ही तिथे पोहोचलो. मी हळू आवाजात सगळ्यांना तिथेच बसून माझी वाट पाहायला सांगितले. त्यांना छोटासा आडोसा मिळाला होता. पण तो रेडा बऱ्यापैकी वेगाने आमच्याकडे येत होता. त्यामुळे त्यांना तिथेच सोडून मी पळून जात आहे, असा जर त्यांचा समज झाला असता तर त्यात नवल नव्हते. समजावण्यास वेळ नसल्यामुळे मी तसाच त्या गवताळ मैदानात आडव्या दिशेने पळत सुटलो आणि एकदम मध्येच वळून ज्या झाडांकडून आम्ही आलो होतो तिकडे गेलो.

त्या रेड्याने मी दाखवलेली लालूच स्वीकारली होती का ते मी खांद्यावरून वळून बघितले. तो रेडा त्याच्या नाकपुड्या फुरफुरवत डोके उंचावून माझ्याच दिशेने पळत येत होता. तो अशा कोनात येत होता की, त्याने आमच्या पर्यटकांना जेमतेम चुकवले असते, पण माझी योजना अशी होती की, तो सगळ्या पर्यटकांपासून पूर्ण लांब जावा. म्हणून मी झाडांच्यामागे अजून आत गेलो.

मी जाताना माझ्या चपलांचा जोरात आवाज करत गेलो होतो, या आशेने की, त्या रेड्याचे पूर्ण लक्ष माझ्यावर केंद्रित व्हावे. पण एकदा आत पोहोचल्यावर मात्र मी पावलांचा आवाज होऊ नये म्हणून डोनाल्ड डकप्रमाणे पावले टाकत दबकत चालू लागलो. त्या झाडांच्या ओळीच्या शेवटी पोहोचल्यावर मी रांगू लागलो. तिकडे ते झेब्रे अजूनही सावलीच्या दिशेनेच येत होते.

ते मधूनच चरत होते, पण मुख्यत: इकडेतिकडे बघून सुरक्षितपणाची खातरी करून घेत होते. त्यांनी झाडांमध्ये मला पाहिले नव्हते, त्यामुळे मी हातपाय आपटत जोरात त्यांच्या दिशेने धावल्यावर ते एकदम बिचकले. मी झाडांपासून लांब चक्राकार धावत होतो. माझी खातरी होती की, ते त्यांच्या धावण्याच्या वेगावर विसंबून झाडांच्या दिशेने येणार नाहीत. मी मोठ्या चक्रात धावत त्या झेब्र्यांच्या कळपाला त्या रेड्याच्या दिशेने पळवले. त्या वेळी तो रेडा त्या वारुळाच्या खूपच जवळ पोहोचला होता.

झेब्रे पळताना धोक्याची सूचना देणारा शिट्टी मारल्यासारखा आवाज काढत होते. त्या रेड्याला त्यांचा तो धोक्याचा इशारा कळला. कारण सगळ्याच प्राण्यांना एकमेकांच्या खाणाखुणा समजतात. झेब्रे त्याच्याजवळ पोहोचल्यावर त्याला काहीतरी

निर्णय घेणे भाग होते. एकतर थांबून त्या झेब्रांच्या मागे जे काही लागले होते त्याचा सामना करायचा किंवा सुरक्षित पर्यायाचा स्वीकार करून पळ काढायचा. मी कल्पना केली की, त्याचा दुष्ट, पण छोटासा मेंदू त्यापुढील पर्यायांचा विचार करून काहीतरी निर्णयाप्रत येतो आहे.

'जाऊ द्या,' त्याने विचार केला असावा किंवा रेड्यांच्या भाषेत त्यासमान काहीतरी. नंतर वळून तो खूप धूळ उडवत दुसऱ्या दिशेने पळून गेला.

मी आमच्या गटाला घेऊन कॅम्पच्या दिशेने गेलो. आता पूर्ण शांतता पसरली होती. फक्त आवाज येत होता तो आमच्या पावलांचा आणि त्या नवविवाहित फ्रेंच पत्नीचा. ती तिच्या नवऱ्याला ओरडत होती.

मी बनवलेल्या यशस्वी योजनेचा मला अभिमान वाटत होता. आमच्या गटातील सगळ्यांच्या कौतुकाची थाप माझ्या पाठीवर पडत होती. त्याचा स्वीकार करत मी चाललो होतो. मला स्वत:वर इतका भरवसा वाटत होता की, बोट्स्वानातील वन्यजीवन माझ्यासमोर जे काही आव्हान उभे करेल त्याचा मी सामना करू शकेन अशी माझी खातरी झाली.

ते काहीही असो, माझी पुढची प्रभातफेरी आणि नंतरच्या बहुतेक सर्व प्रभातफेऱ्या तशा छोट्याशाच होत्या. मी सगळ्या पर्यटकांना त्या मोठ्या वारुळाकडे घेऊन गेलो. त्या सगळ्यांना त्यावर बसवले आणि ती गोष्ट सांगितली जेव्हा एका रेड्याने मला आणि माझ्या पर्यटकांच्या समूहाला जवळजवळ गाठलेच होते....

राजकन्या आणि गुलाम

एक तज्ज्ञ गाइड बरीच वर्षे कार्यरत असल्यामुळे आपल्या जुन्या ग्राहकांच्या ओळखीने नवे ग्राहक मिळवत राहतो आणि केवळ त्याच जोरावर फायदेशीर आणि व्यस्त राहू शकतो. त्यांपैकी काही जणांकडे कोणत्यातरी विषयाचे विशेष ज्ञान असते, जसे पक्ष्यांचे किंवा आकाशदर्शनाचे. चांगले गाइड रात्रीच्या शेकोटीभोवती आपल्या ग्राहकांना गुंगवून ठेवतील अशा गोष्टी सांगतात, ज्या कधीकधी खऱ्यासुद्धा असतात.

मी एक तज्ज्ञ गाइड बनायच्या आधी, तसा एक गाइड – मोम्बोला आमच्या कॅम्पवर आला होता. त्या वेळी घडलेला प्रसंग पाहता माझ्या लक्षात आले की, मला सगळ्यात जास्त भीती कशाची वाटते. मी कोणत्या जनावराच्या भक्षस्थानी पडेन याहीपेक्षा माझ्या देखरेखीखालील पर्यटकावर जर हा प्रसंग आला, तर काय होईल याच कल्पनेने मला कापरे भरते.

आमच्या कॅम्पवर आलेला हा तज्ज्ञ गाइड, एक खरोखरच चांगला गाइड होता, पण जरा बेफाम म्हणूनच प्रसिद्ध होता. त्याच्याबरोबर आलेल्या पर्यटकांमध्ये इंग्रजी राजघराण्यातील एक कुटुंब होते. ते तसे प्रत्यक्ष राजा-राणीशी लांबच्याच नात्याने जोडलेले होते. अनेक चित्रविचित्र अपघात होऊन इतर बऱ्याच लोकांचे मृत्यू झाले असते तरच, त्यांनी स्वतः राजगादीवर बसणे शक्य झाले असते. पण राजघराण्याशी संबंधित असल्यामुळे ते आपले दात जुळवून, उच्चभ्रूपणाचा आव आणून बोलत असत, गर्भश्रीमंत वाटत असत आणि तुम्ही त्यांच्याशी बोलत असताना तुम्ही अगदी गबाळे, गरीब असल्यासारखे तुम्हाला वाटत असे.

त्या कुटुंबात राजघराण्यातील जोडप्याबरोबर त्यांची तीन तरुण मुले होती

आणि त्यांच्या मुलांचा एक मित्रही होता. त्यांपैकी तो मित्र कोणता आणि राजघराण्यातील मुले कोणती ते वेगळे सांगणे अवघड आहे. कारण त्यांच्या आईने एखाद्या मशीनगनप्रमाणे एकदमच तीन मुलांना जन्म दिला असावा – धाड! धाड! धाड! ते तिघे, काही तिळे वगैरे नव्हते, पण सगळे विशीच्या आसपास जवळच्याच वयाचे वाटत होते. त्यांचा मित्रही साधारण त्याच वयाचा होता. त्या मित्राचे नाव चार्ली होते आणि तो स्वत:सुद्धा काहीतरी लॉर्ड – सरदार वगैरे होता.

त्या रात्री जे काही घडले त्याची सुरुवात त्या चार्लीने केली असावी असे वाटते. कारण त्या रात्रीतील सुरुवातीपासून शेवटपर्यंत सगळ्या घटनांच्या आठवणी जरा धूसर आहेत. दररोज रात्री सगळे पर्यटक झोपी गेल्यावर आम्ही गाइड आमच्यापैकी कोणाच्यातरी एकाच्या किंवा मॅनेजरच्या तंबूत जमायचो. कधी केवळ दारू पिण्यासाठी किंवा कधीकधी कोणतातरी हलकाफुलका, दारूच्या नशेत खेळला जाणारा खेळ खेळण्यासाठी. दिवसभर पाहुण्यांसमोर नम्रपणे वागण्याचा ताण त्याने निघून जात असे. ही राजघराण्यातील पोरे आणि पोरी तरुण असल्यामुळे आणि त्यांना मजा लुटायची असल्यामुळे त्यांना अशा एका पार्टीला बोलावले गेले. अशा ठिकाणी पाहुण्यांना क्वचितच आमंत्रण मिळत असे. त्या सगळ्यांना बोलावण्याचे अजून एक कारण होते ते म्हणजे त्यांच्यापैकी जी तरुण मुलगी होती ती दिसायला खरोखरच सुंदर होती आणि आमच्या गाइडपैकी एक जण तिच्याकडे आकर्षित झाला होता. ''लोक हो,'' हेडन मनापासून म्हणाला. ''मला खरोखरच ती आवडू लागली आहे आणि बहुधा तिलासुद्धा मी आवडतो. तुम्ही लोक आमच्यावर जरा नजर ठेवून सांगाल का की, मी तिला आवडतो का?''

''त्याची शक्यता कमी आहे,'' अल म्हणाला.

''तू दिसायला इतकाही चांगला नाहीयेस,'' ॲना नावाची इंग्लिश मॅनेजर ती म्हणाली.

''आणि इतका रुबाबदारही नाहीस,'' कॅनडाचा रॉबिन म्हणाला.

''एखाद्या वॉर्टहॉगसारखा आहेस,'' मी पूर्ण केले.

एकमेकांशी भाषिक हमरीतुमरी करायची आमची ही नेहमीची पद्धत होती. पण जेव्हा आम्ही त्या राजघराण्यातील मुलांशी बोलत असू तेव्हा आम्ही हेडनची इतकी तारीफ करायचो की, तो जणू देवासमान भासावा. बहुधा आम्ही जरा अतिच करत होतो, पण आम्ही विचारांती असे ठरवले की, कमी कौतुक करून हेडनला एखाद्या सामान्य राजासारखे त्या मुलीसमोर भासवले असते, तर त्या मुलीला त्याचे काहीच वाटले नसते. कारण तशीही ती राजघराण्यातीलच होती ना. आम्ही त्याचे अपार कौतुक करू, मग आमचे उरलेले काम दारू करेल अशी आम्हाला आशा होती.

आमच्या प्रयत्नांत एकवाक्यता होती. सफारीवर येणारे बहुतेक लोक एकतर

म्हातारे तरी असतात किंवा नुकतेच लग्न झालेले असतात. त्यामुळे सफारी गाइडच्या खाकी वर्दीबद्दल त्यांना आकर्षण वाटायची शक्यता तशी कमीच असते. एखादी आकर्षक आणि एकटी मुलगी जर खरोखरच कॅम्पवर आली आणि आम्हा गाइडपैकी कोणी एकटा असेल, तर त्याला मदत करायचा आम्ही नेहमीच प्रयत्न करत असू. नाहीतर त्याची सततची कुरकुर ऐकण्याची वेळ आमच्यावर येत असे.

त्या रात्री त्या तंबूत राजघराण्यातील चौघे, तीन गाइड आणि दोन कॅम्प-चालक होते. उत्तर बोट्स्वानामध्ये एवढे लोक एकत्र आले तर मोठा जमाव आहे असे म्हणतात. आमच्यातला तो तज्ज्ञ गाइड अल याने एक पोकरचा फासा आणला. त्या फाशावर आकड्यांच्याऐवजी पत्त्यातली चित्रे होती. अल म्हणाला की, आपण एका वेगळ्या प्रकारचा पोकर खेळू या. आमच्यापैकी कोणालाच पोकर खेळता येत नव्हता. प्रत्येकाने फासा फेकायचा आणि तुम्ही टाकलेल्या फाशावर जर गुलामाचे चित्र वर आले, तर तुम्ही आपल्या अंगावरचा एक कपडा तरी उतरवायचा किंवा टकीला दारूचा एक ग्लास तरी रिचवायचा.

काय कारणाने माहीत नाही, पण त्या वेळी हा असा खेळ ही एक अप्रतिम कल्पना वाटली. त्या खोलीत अल हा एकटाच पंचविशीपेक्षा जास्त वयाचा होता. खेळाच्या सुरुवातीला सगळेच दारू पीत होते. काही वेळाने जेव्हा असे वाटू लागले की, यापेक्षा जास्त दारू पिणे शक्य नाही तेव्हा आम्ही कपडे उतरवणे चालू केले. मधूनच कोणीतरी उठून शौचालयात तरी जायचे नाहीतर लघुशंकेसाठी तंबूबाहेर तरी जायचे. बाहेर जाणे मुलांसाठी तर फारच सोपे होते, कारण शौचालयसुद्धा एक छोटे बेसिन आणि एका पातळ कॅनव्हासने आडोसा केलेला कमोड एवढेच होते. लघुशंकेसाठी बाहेर जायची योग्य वेळ गाठल्यास फासा फेकण्याची वेळ टाळून अजून एक ग्लास दारू किंवा एखादा कपडा वाचवता येणे शक्य होते.

कमरेचा पट्टा हा एक कपडा धरायचा का नाही किंवा एका वेळी एकच मोजा काढला तर चालेल का, अशा पद्धतीचे वाद, त्याबरोबर येणाऱ्या हास्याबरोबर दारूच्या नशेत घातले गेले. स्वत:ची फक्त आतली चड्डी घालून चार्ली लघुशंकेसाठी बाहेर गेला. इकडे आमचे दारू पिणे आणि कपडे उतरवणे चालूच होते.

आमचा आवाज बाहेरील कोणत्याही प्राण्याच्या आवाजापेक्षा मोठा होता. एरवी रात्री लांबून सिंहांच्या गर्जना, साळिंदर पळण्याचे आवाज इत्यादी आवाज येत असतात. क्वचित एखादे हरीण एकदम बिचकून ओरडते, जे ऐकल्याबरोबर एकदम 'ओ:! बिबट्या या हरणाच्या मागे लागला बहुतेक!' असा विचार मनात येत असे. पण आमचा आवाज फार जास्तसुद्धा नव्हता, नाहीतर आम्ही इतर पाहुण्यांची झोपमोड केली असती. इतर पाहुण्यांना त्रास झाला असता, तर त्यांनी आमच्याबद्दल तक्रार केली असती. मग दूरवरच्या गावात बसलेल्या आमच्या कॅम्प-मालकांकडून

आम्हाला बरेच दिवस बोलणी खावी लागली असती. जर कोणी फारच ओरडू लागला, तर आम्ही त्याला 'शूऽऽऽऽऽऽऽऽ' करून शांत करत होतो. पण वेळच्या वेळेला तो खेळ जो थांबवायला पाहिजे होता; पण तो थांबवला गेला नाही.

शेवटी हेडन पूर्णपणे नग्नावस्थेत गेला होता. पण आम्हाला तरीही खातरी नव्हती की, तो खेळ संपला आहे का नाही. कारण खेळता-खेळताच आम्ही नियम बनवत होतो.

तेव्हा असे ठरवले गेले की, यापुढे हेडनने फासे टाकल्यावर जर गुलामाचे चित्र वर आले, तर एकतर त्याने काहीतरी आव्हान तरी स्वीकारले पाहिजे नाहीतर टकीलाचा ग्लास तरी रिता केला पाहिजे. या वेळी तर दारूच्या नुसत्या नावाच्या उच्चारानेच सगळ्यांना हसू फुटत होते, पण अजूनही सगळे त्या खेळातली मजा लुटत होते. हेडनने असे जाहीर केले की, हा खेळ तेव्हाच संपेल जेव्हा सगळेच नग्नावस्थेत असतील. अल तर दर वेळी राजा किंवा राणीचा फासा टाकत होता, त्यामुळे मला अजूनपर्यंत असा संशय आहे की, तो आम्हाला फसवत होता, पण कसा काय ते माहीत नाही. थोड्या वेळातच आमच्यापैकी अंगावर कपडा असलेला तो एकटाच राहिला होता.

आम्ही सगळेच गुडघे छातीपाशी घेऊन बसलो होतो की, त्यामुळे जरा तरी लज्जारक्षण व्हावे. पण मध्येच कधीतरी एखादी मुलगी जोरात खिदळण्याच्या भरात हलत असे आणि आम्ही सगळे तिच्याकडे एखादा कटाक्ष टाकून चोरून पाहत असू. कदाचित त्या मुलीसुद्धा आमच्या बाबतीत तेच करत असाव्यात, पण बहुधा नाही!

हेडन त्याच्या लाडक्या राजकन्येपाशी सरकला होता आणि तिच्या खांद्यावर त्याने हात टाकला होता. आम्ही सगळे याबद्दल माकडाप्रमाणे खिदळत होतो, पण तिच्या भावांना हे अजिबात पसंत पडलेले दिसत नव्हते. त्यानंतरच्या डावात हेडनने परत गुलाम टाकला. पूर्णपणे नग्न असलेल्या पहिल्याच व्यक्तीने गुलाम टाकल्यामुळे आता पुढे काय करायचे यावर चर्चा केली गेली. तेव्हा असे सुचवले गेले की, तसेच नग्नावस्थेत बाहेर उभे राहून त्याने एका मरणाऱ्या रानडुकराचा आवाज काढायचा. हे बघायला की, सिंह खरोखरच त्याच्याकडे आकर्षित होतात का? पण अल आणि मी त्याला पूर्णपणे प्रतिबंध केला. कारण आमच्यामते हे फारच धोकादायक होते. त्याऐवजी आम्ही त्याला 'फ्लेमिंग ॲसहोल' (जळणारे ढुंगण) करायला सांगितले.

या अवघड क्रियेमध्ये, त्याने स्वतःच्या पार्श्वभागातल्या फटीत पाच टिश्यू पेपरचे तुकडे धरायचे होते. ते कागद मग एका आगपेटीच्या काडीने पेटवले जाणार होते आणि मग आयत्या वेळेला ठरवलेले काही अंतर त्याने पळत जायचे होते.

पळताना जळत्या आगीची पार्श्वभागाला लागणारी धग आणि खालची काट्याकुट्यांची बोचणारी जमीन त्याने सहन करणे अपेक्षित होते, पण हेडनने हे आव्हान अगदी सहजासहजी पूर्ण केले. त्यानंतर त्याने त्या मुलीच्या खांद्यावर परत कसा हात टाकता येईल, याचा शोध घेत आमच्या गटाला एखाद्या तरसाप्रमाणे फेरी मारली.

हे पूर्ण होत असतानाच एकदम त्या राजकन्येचा एक भाऊ म्हणाला, "चार्ली कुठे आहे?"

याआधी मी पूर्ण नशेच्या अवस्थेतून एकदम खडखडीत जागा कधीच झालो नव्हतो. तसे झाले तर तुम्हाला विजेचा झटका बसल्यासारख्या एकदम मेंदूला झिणझिण्या येऊन दचकायला होते आणि तोंडात तांब्याचे काहीतरी घातल्यासारखी चव येते. एका क्षणी तुमचा तोल जात असतो, फार हसू येत असते आणि समोरच्या स्त्रीचे वक्षस्थळ म्हणजे जगातली सगळ्यात मोठी गोष्ट वाटत असते आणि पुढच्या क्षणी सगळे एकदम स्पष्ट दिसू लागते. तुम्हाला सगळ्या छोट्या-मोठ्या गोष्टींतल्या उणिवा एकदम दिसू लागतात आणि प्यायलेल्या अवस्थेची एकमेव आठवण राहते, ती म्हणजे तुम्हाला जरा मळमळल्यासारखे होत आहे.

मी अलकडे बघितले तर तो पांढराफटक पडल्यासारखा दिसत होता. हेडन, अल आणि मी, आम्ही तिघांनी आमच्या पँट एकदम चढवल्या. बहुतेक सफारीचे गाइड अंडरपँट घालत नाहीत. पण आता त्याच गोष्टीचा आम्हाला फायदा झाला. कारण आमच्या हाफपँट घातल्यावर आम्ही तिथल्या स्थानिक परिभाषेत पूर्णपणे कपडे चढवून तयार झालो होतो. बूट चढवले की, शोधमोहिमेस जाण्यास तयार.

आम्ही आमच्या तंबूच्या दाराशी थांबलो. खडखडीत जागे झाल्यामुळे आता आम्ही चार्लीला शोधण्याची काहीतरी योजना बनवत होतो. अलने पुढाकार घेतला.

"हेडन, चार्ली सहाव्या तंबूत राहत आहे, तू तिकडे जाऊन तो तंबूत परत गेला आहे का ते बघ. पीट, तू मुख्य इमारतीकडे जाऊन बघ." दोन कॅम्प-चालकांना आम्ही बाकी पाहुण्यांबरोबर थांबायला सांगितले. निघताना त्यांची काहीशी अर्धवट समजूत काढायचा आम्ही प्रयत्न केला की, आमची खातरी आहे की, चार्ली ठीक असेल. बहुधा तो आपल्या बिछान्यावर पसरलेला सापडेल, इत्यादी. मला बाकी लोक काय विचार करत होते ते माहीत नाही, पण माझे विचारचक्र असे चालू होते : सिंह असणे शक्य नाही, कारण सिंहांचा आवाज ऐकू आला असता आणि तरसांचा पण. जर एकटेच तरस आले असते तर त्याच्यात माणसावर हल्ला करायची हिंमत झाली नसती, तो माणूस कितीही झिंगलेला असला तरीही. पण बिबट्याचे काय? आमच्या भागात दिसणारे बिबटे फार अशक्त होते आणि धाडसी तर मुळीच नव्हते. त्यामुळे तीही शक्यता कमी होती. मी विचार केला, कदाचित एकटा सिंह असू शकेल. पिल्लांसाठी आपल्या कळपापासून वेगळी झालेली

सिंहीण असे करू शकते आणि तरसांना टाळायला ती हे सर्व अगदी शांतपणेसुद्धा करू शकते. अरे बापरे!

निघताना मी टॉर्च हातात कधी घेतला ते मला कळलेसुद्धा नाही. तो टॉर्च घेऊन बाहेर चालत जात असताना मला फार भीती वाटली. असे वाटले की, मी अंडरपँट घालायला पाहिजे होती. तेव्हा विशेष थंडी अशी नव्हती, पण त्या टॉर्चचा प्रकाशझोत इकडेतिकडे टाकून एखाद्या हिंसक प्राण्याचा शोध घेताना माझे अंग शहारत होते.

"चार्ली," मी दबक्याच स्वरात ओरडत होतो. अजूनही इतर पाहुण्यांना उठवण्याची माझी इच्छा नव्हती. उजाडल्यावरच पाऊलखुणांवरून नक्की कळले असते की, चार्ली कोठे गेला आणि जर कोणत्या प्राण्याने त्याला पकडले असेल तर नक्की कोणत्या वगैरे. पण आम्हाला उत्तर त्याक्षणीच हवे होते.

आता इतर सर्वांपासून लांब आल्यावर मला रात्रीचे जंगलातले सगळे आवाज ऐकू येऊ लागले. घुबडे त्यांच्या प्रजातीप्रमाणे एकतर शिट्टी मारत होती, घुमत होती किंवा कर्कश आवाज काढत होती. आमच्या गाड्या धुण्याच्या पाण्याने झालेल्या डबक्यात बेडूक डराव-डराव करत होते. जवळच कोठेतरी तरसाने आवाज काढला आणि भीतीने माझ्या मानेवरचे सगळे केस ताठ उभे राहिले. एकदम एक प्रकाशझोत माझ्या बाजूला आला. बघितले तर अल स्वयंपाकघराच्या बाजूने माझ्याजवळ येत होता.

"श्या!"

"श्या!"

"सापडला का?"

"नाही."

"बोंबला!"

"तेच."

आम्ही काही क्षण शांत उभे होतो, अंदाज घेत आणि आमच्या भावी आयुष्याबद्दल विचार करत. फांद्या घासण्याच्या, प्राण्यांच्या ओरडण्याच्या आणि भांडण्याच्या आवाजांमध्ये एक पुनःपुन्हा येणारा आवाज होता. तो कसला होता ते कळत नव्हते. तो आवाज अनियमितपणे परत-परत येत होता – जवळजवळ एका तालात, पण तरीही पूर्णपणे एका तालात नाही. गाइड हे नेहमीच नव्या आवाजाच्या मागे जातात. कारण त्यांना काहीतरी नवे बघण्याची संधी मिळते.

मी आणि अलने एकमेकांकडे बघितले. आमचा श्वास अजूनही जड होता. मग आम्ही त्या आवाजाच्या दिशेने निघालो. तो आवाज स्वयंपाकघराच्या जवळूनच येत होता, बहुधा धोब्याच्या तंबूजवळ. पण तो आवाज नक्की कोणत्यातरी जिवंत

गोष्टीचा येत होता. जनरेटर केव्हाच बंद झाला होता आणि कोणत्यातरी प्राण्याने आवाज काढला, तर ते नक्कीच सांगता येणे शक्य असते. अल आणि मी मधूनच थांबत होतो आणि इकडेतिकडे प्रकाशझोत टाकून बघत होतो. हळू आवाजात चार्लीच्या नावाचा पुकारासुद्धा करत होतो. तो आवाज थांबलाच नाही, तसाच अनियमितरीत्या चालू राहिला.

टाप टाप ग्रोव्ल!

टाप टाप ग्रोव्ल!

कोणीतरी काहीतरी खात आहे, असे वाटत नव्हते. मांसभक्षणाचा आवाज हा तसा ओला आवाज असतो आणि मध्येच कातडी-मांस फाडल्याचाही आवाज त्यात येतो, पण हा आवाज कोरडा होता.

टाप टाप ग्रोव्ल!

आम्ही धोब्याच्या तंबूला फेरी मारली, तेव्हा तिथे त्या तंबूच्या कापडाला टेकून आपले पाय पसरून जमिनीवर पसरलेला चार्ली आम्हाला दिसला. त्या मिणमिणत्या प्रकाशात उठून दिसणाऱ्या त्याच्या पांढऱ्या अंडरपँटवर आमचा प्रकाशझोत पडला तेव्हा तो दोनदा टाळी वाजवून ''हे!'' असे ओरडला.

''श्या!'' अल म्हणाला

''हुश्श!!'' मी म्हणालो.

''हे!'' चार्ली म्हणाला.

आम्ही त्याला त्याच्या तंबूत वाहून नेले आणि मग आमच्या आधीच्या तंबूपाशी गेलो. तिकडे सगळे राजपुत्र आणि राजकन्या आपले कपडे चढवून जरा संकोचानेच उभे होते. मी त्यांना सांगितले की, चार्ली सापडला आहे आणि तो व्यवस्थित आहे. त्याने असा कबुलीजबाब दिला आहे की, त्याला त्याच्या तंबूपाशी जायचे होते आणि त्याला वाटले की, अंधारातसुद्धा त्याला त्याची वाट सापडेल. त्याने चुकून दोन बेल्जिअन लोकांना झोपेतून उठवले होते आणि मग त्यांच्या तंबूपासून लांब तो झुडपात गेला होता. दुसऱ्या दिवशी त्याच्या पाऊलखुणा बघितल्यावर, आम्हाला तो कॅम्पमध्ये परत आला हा एक चमत्कारच वाटला. कारण तो कॅम्पपासून फारच लांब भरकटला होता. जेव्हा त्याला तो धोब्याचा तंबू सापडला तेव्हा त्याला वाटले की, आता आपण वाचलो आणि त्याला खातरी होती की, त्याच्या टाळ्या आणि 'हे', 'हे'च्या आवाजाने तो रात्रभर सुरक्षित राहील.

त्या सगळ्यांनी कपडे घातल्यामुळे आता ते परत आमचे 'पाहुणे' झाले होते! त्यांना आम्ही त्यांच्या-त्यांच्या तंबूपाशी पोहोचवले. मग आमच्या आधीच्या तंबूपाशी आम्ही परत जमलो. तिकडे आम्ही उगाचच अर्धवट स्वच्छता केली. रिकाम्या

बाटल्या गोळा केल्या आणि अजूनही राहिलेला एखादा कपडा उचलला. आम्ही ठरवले की, आता या रात्रीसाठी एवढे पुरे. आम्ही हादरलो होतो, पण तरीही समाधान होते की, त्या रात्रीचे येऊ घातलेले खरे संकट टळले होते. आम्ही आपापल्या तंबूकडे परत जाऊ लागलो. एकच प्रश्न अनुत्तरित राहिला होता.

त्या काळोखात आम्ही निघालो तसे हेडन मला म्हणाला, ''मग तुला काय वाटते, तिला मी पसंत आहे का?''

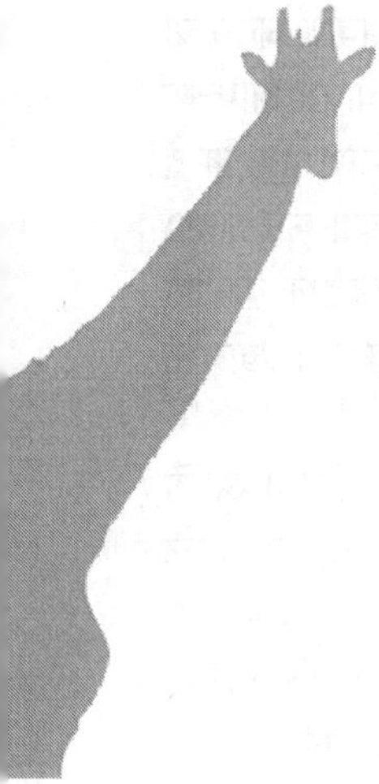

पाळीव प्राणी

अॅटीने योलांडाला एक खारीचे पिल्लू आणून दिले.

त्याचा असा दावा होता की, त्याला ते पिल्लू एका झाडापाशी सापडले होते. पण आम्हाला सगळ्यांनाच अशी शंका होती की, त्याने ते खारीच्या बिळातून चोरले होते.

योलांडाचा नवरा ग्रँट या गोष्टीवर अगदी नाखूश होता.

"तो अॅटी मूर्ख आहे! तुला कल्पना आहे ना काय होणार आहे?" त्याने मला विचारले, "तिला त्या पिल्लाचा लळा लागेल आणि नंतर त्या पिल्लाची कोणीतरी शिकार करेल. मग मला तिच्या हृदयाचे झालेले तुकडे गोळा करत बसावे लागेल."

"आणि जर वनाधिकाऱ्यांनी आपल्याला भेट दिली आणि तुझ्या बायकोला तिच्या पाळीव खारीबरोबर पाहिले तर तिला अटक होईल," मी म्हणालो. त्याची चिडचिड जरा कमी करण्यासाठी काहीतरी हलकेफुलके बोलण्याचा माझा प्रयत्न होता. बोट्स्वानामधल्या राष्ट्रीय उद्यानांमध्ये कोणताही प्राणी जवळ बाळगणे हा गुन्हा आहे. जरी अॅटीला ती खार खरोखरच कोणत्यातरी झाडाखाली अगदी केविलवाण्या अवस्थेत मिळाली असली, तरीही कायद्याप्रमाणे त्याने तिला तेथेच लांडग्यांच्या तोंडचा घास म्हणून ठेवायला पाहिजे होते.

मोम्बोमध्ये काम करणारा आमच्यापैकी प्रत्येक जण त्या जंगलात स्वत:च्या प्राणिप्रेमामुळेच राहत होता. त्यामुळे प्रत्येकालाच आपापल्या लहानपणी पाळलेले प्राणी फार आठवायचे. बेकायदेशीर असले तर असले, पण आम्ही कोणीच त्या खारीच्या पिल्लाला असे मरण्यासाठी सोडून देऊ शकत नव्हतो. शेवटी आम्ही त्या पिल्लाला पाळले आणि त्याचे नाव 'चॅप' ठेवले.

चॅपला पाळण्याच्या आधी ज्याला पाळीव प्राणी म्हणू असा सर्वांत जवळचा प्राणी आमच्याकडे होता तो म्हणजे वॉर्टहॉग. दिवसभर त्यांचा वावर आमच्या कॅम्पच्या जवळच असायचा. त्यांच्या आसपास फिरणाऱ्या आम्हा माणसांबद्दल ते थोडे सहनशील बनले होते. ते चरत असताना जर आम्ही कोणी त्यांच्या फार जवळ गेलो, तर ते नाराजीचा हुंकार काढायचे. कारण त्यांना आमच्याबद्दल काहीही आपुलकी नव्हती. ते जंगली जीव असल्यामुळे आम्ही त्यांना कधीच खायला द्यायचो नाही, त्यामुळेही बहुधा ही आपुलकी वाढली नसेल.

इतरही असे प्राणी होते ज्यांच्या रोजच्या हद्दीत आमचा कॅम्प यायचा आणि त्यांना माणसाळवण्याचा कोणताही प्रयत्न न करताही ते आम्हाला त्यांच्या जवळ येऊ द्यायचे. सगळ्यात सरावलेला असायचा तो कुडूंचा एक कळप. (कुडू हा एक हरिणांचा प्रकार आहे.) दर थोड्या दिवसांनी भेट देणारे एक बबून माकडांचे कुटुंब, एक मोठी घोरपड आणि रोज येणारा एक फार खट्याळ माकडांचा गट.

माकडांमुळे मोठी समस्या निर्माण व्हायची. वॉर्टहॉग जसे आपल्या-आपल्यातच खूश असायचे, तशी ही माकडे नव्हती. ती आमचे अन्न चोरण्याची सतत काहीतरी योजना बनवत असायची. दुपारच्या चहासाठी टेबल मांडल्यावर माकडांना पिटाळण्यासाठी काही सुरक्षारक्षकांना उभे केले जायचे, पण आमच्या इकडची माकडे फार हुशार झाली होती आणि त्यांनी सुरक्षारक्षकांचे लक्ष विचलित करण्याची कला अवगत केली होती. त्यांच्यापैकी एखादा एखाद्या सुरक्षारक्षकावर लुटूपुटूची चाल करून यायचा आणि त्याच्या मागे तो रक्षक लागल्यावर दुसरे एक माकड हळूच झाडावरून उतरून यायचे, केक, बिस्किटे वगैरे जे काही मिळेल ते पळवायचे. ती माकडे तर तंबूची चेन उघडायलाही शिकली होती आणि आत शिरून आमच्या गाफील पर्यटकांचे सामान बाहेर विखरून ठेवायला त्यांना फार मजा येत असे. बरेच वेळेला ख्रिसमस ट्री सजवल्याप्रमाणे तंबूबाहेरच्या काटेरी झुडपांवर अंडरवेअर लटकवलेल्या आम्हाला सापडायच्या. त्याशिवाय चमकणाऱ्या कोणत्याही गोष्टीमध्ये त्यांना फार रस असायचा आणि त्या गोष्टींशी खेळण्यात ते तासन्‌तास घालवायचे. बऱ्याच वेळेला आमच्या इकडे येणाऱ्या पाहुण्यांना बाथरूममध्ये गेल्यावर कोणतेतरी माकड आरशात आपले प्रतिबिंब न्याहाळत बसलेले सापडायचे.

भोजन आणि जलपान व्यवस्था सांभाळणारे मॅनेजर या नेहमीच्या चोऱ्यांमुळे माकडांवर फारच वैतागायचे. माझेपण त्या माकडांशी भांडण होते, पण ते वेगळ्या कारणासाठी.

कोणत्याही सफारी गाइडसाठी झोप ही फार महत्त्वाची गोष्ट होती. आमच्या दिवसाची सुरुवात सकाळच्या सफारीमुळे पहाटे पाच वाजता व्हायची ती थेट सकाळी न्याहारीपर्यंत म्हणजे सुमारे अकरापर्यंत तीच गडबड असायची. तेव्हापासून

ते दुपारी तीन वाजेपर्यंत जवळच्या धावपट्टीपर्यंत माझ्या पंचेचाळीस मिनिटांच्या तीन तरी खेपा व्हायच्या. याशिवाय जर मी आमच्या पाहुण्यांबरोबर रात्रीचे जेवायला थांबलो, तर रात्री झोपायला मध्यरात्र व्हायची. ही दिनचर्या आठवड्याचे सातही दिवस सलग तीन महिने चालायची. हा तीन महिन्यांचा कालावधी अर्धाअधिक संपल्यावर मी खरोखरच थकून जात असे. क्वचित एखाद्या वेळी मला जेव्हा कोणाही पाहुण्यांना त्या धावपट्टीपर्यंत पोहोचवायचे किंवा आणायचे नसेल तेव्हा मी माझ्या भट्टीसदृश तंबूकडे धाव घेत असे आणि एखादी चादर भिजवून ती अंगावर घेऊन, त्या ओल्या चादरीच्या थंडाव्यात एखादा तासभर झोप काढायचा प्रयत्न करत असे. माकडांना मात्र माझी ही दुर्मीळ विश्रांती पसंत नसायची आणि ती मला उठवायचा सतत प्रयत्न करत राहायची. जवळच्या एखाद्या उंच झाडावर चढून ती थेट माझ्या तंबूवर उडी घ्यायची.

माझे 'घर' म्हणजे चार कोपऱ्यांत उभे केलेले चार खांब आणि त्यांच्या भोवती कॅनव्हास गुंडाळलेला एक तंबू होता. त्या तंबूला पुढे मागे चेन लावलेली होती. तंबूची एक बाजू दुसऱ्या बाजूपेक्षा उंच होती आणि छत म्हणून त्याच्यावर अजून एक उतरते कॅनव्हास टाकले होते. ते कॅनव्हास उतरते असण्याचे प्रयोजन पावसाळ्यात पाणी लवकर वाहून जाण्यासाठी होते. माझ्या त्या तंबूच्या छताचे ताणलेले कॅनव्हास म्हणजे आमच्या इथल्या माकडांना एखाद्या ताशासारखे वाटायचे आणि माझ्या या दुपारच्या झोपेच्या वेळेला जेव्हा माझा जरा डोळा लागायचा त्याच वेळेचा मुहूर्त साधून ती माकडे माझ्या तंबूवर उड्या मारायची. या उड्यांपाठोपाठ त्या ताशाचा असा ताल धरला जायचा की, एखाद्या बँडमास्तरला त्याचा अभिमान वाटला असता. मग ती माकडे छताच्या कडेला जाऊन जवळच्या झाडावर उडी घ्यायची आणि हा सगळा उपद्व्याप परत केला जायचा.

मी जर ताबडतोब तंबूच्या बाहेर जाऊन त्यांच्यावर चाल करायचा प्रयत्न केला, तरी काही उपयोग होत नसे. ती माकडे उपहासाने माझ्या फजितीला हसत आहेत असेच मला वाटत असे. काही माकडे तर 'क्वो', 'क्वो' असे माझ्या अंगावर ओरडत असत. ती जणू एकमेकांना सांगत असावीत की, मी किती विनोदी दिसत आहे ते पहा. मी तंबूत परत आत जाताक्षणी त्यांच्या उड्या चालू होत असत. 'बूम! गा-डूम! गा-डूम! गा-डूम! गा-डूम!' असा त्यांच्या उड्यांचा आवाज येत असे. कितीही प्रयत्न केला तरी तो मला अंगाईगीतासारखा वाटत नसे!

एक दिवस अगदी थकून माझ्या या 'बोट्स्वाना ब्रास बँड'च्या (मी त्या माकडांचे ठेवलेले टोपणनाव) उपद्व्यापामुळे जवळजवळ रडकुंडीला आलेल्या अवस्थेत मी तंबूच्या बाहेर आलो. चिडून मी जवळच पडलेली एक काठी उचलली आणि त्या माकडांवर फेकली. त्या काठीचा नेम चुकला, पण त्यांच्यापैकी एक

जण ओरडले, 'क्वे'. मी एकदम हबकलो. ते नेहमी "क्वो" असे ओरडते तसे ओरडले नव्हते.

हे महत्त्वाचे होते.

मला माकडांची भाषा थोडीशी समजते आणि मी 'क्वे' असे माकडांच्या तोंडून ऐकायला कायमच अगदी आतुर असे. तो 'क्वे' असा आवाज म्हणजे एक धोक्याची घंटा होती. मी जर सफारीच्या वेळेला असा आवाज ऐकला तर थांबून त्या आवाजाचा माग काढत असे, माकडे कोणत्या दिशेला बघून हा आवाज काढत आहेत त्याचे निरीक्षण करत असे. सामान्यत: कोणतातरी शिकारी प्राणी बघितला तर माकडे असा आवाज काढतात. ती माकडे जरा सौम्यपणे हा आवाज काढत असतील, तर बहुधा त्यांनी साप पाहिलेला असतो, त्याहून जोरात आवाज म्हणजे चित्ता किंवा सिंहाच्या दिशेने हा आवाज काढलेला असतो. आणि अगदी आरडाओरड करून गोंधळ करून हा आवाज काढतात तेव्हा बहुधा बिबट्या जवळ असतो. कारण बिबट्या झाडावर चढू शकत असल्यामुळे बिबट्या माकडांसाठी सर्वांत धोकादायक असतो. मी फेकलेली काठी त्यांच्यापैकी एका माकडाला बहुधा साप वाटली असावी. पण त्यामुळे मला एक कल्पना सुचली आणि मी धावत निघालो.

"मला हे उधार हवे आहे," मी योलांडाला म्हणालो. ती आमच्या भेटवस्तू विक्रीच्या दुकानात बसली होती. वाढीव उत्पन्न मिळावे म्हणून आमच्या कॅम्पमध्ये आम्ही तेथील स्थानिक वस्तूंचे भेटवस्तू विक्रीचे दुकान चालवायचो. मी एक छोटी लोकरीची प्राण्याच्या आकाराची बाहुली उचलली होती. नंतर थोडा विचार करून एक स्कार्फसुद्धा उचलला. योलांडाला उत्तर द्यायला फारशी संधी न देता मी बाहेर धावलो. तिला बहुधा अशी शंका आली की, उन्हात फार वेळ राहिल्यामुळे उष्माघाताने माझे डोके फिरले असावे!

मी माझ्या तंबूपाशी धावत आलो. तिकडे मर्कटलीला पूर्ण जोमात चालू होत्या. मला पाहताच त्या माकडांनी जवळच्या झाडावर उड्या टाकल्या, पण ती फार लांब गेली नाहीत. त्यांचे माझ्याकडे निरखून पाहणे चालूच होते. मधूनच माझ्यावर उपहासात्मक 'क्वो'चा उच्चार चालू होता.

'तुमच्यावरच क्वो', मी मनाशी म्हणालो आणि त्या स्कार्फखालून ते खेळणे काढले. त्या माकडांना बिबट्या दाखवून घाबरवण्याचा माझा तो एक केविलवाणा प्रयत्न होता, पण त्यांना घाबरवायला ते पुरेसे होते. ती माकडे एकदम घाबरून त्यांची आरडाओरड चालू झाली. "क्वे! क्वे क्वे क्वे क्वे क्वे! क्वे!" सगळी टोळी तीन-चार झाडे ओलांडून पलीकडे जाऊन बसली. पण त्यांचे लक्ष अजूनही माझ्या हातातल्या बिबट्याकडेच होते. मी तो खोटा बिबट्या एका हातातून दुसऱ्या हातात हलवला तर त्यांच्या किंकाळ्या अजूनच कर्कश झाल्या. मी इतक्या सहजासहजी

त्यांना फसवू शकल्यामुळे एकदम आश्चर्यचकित झालो होतो, पण मला त्या गोष्टीची फार गंमत वाटत होती. मी ते खेळणे हवेत उडवल्यावर तर ती माकडे फारच जोरात ओरडली. एक माकड तर बसलेल्या फांदीवरून खाली पडले आणि मग ''क्वे क्वे क्वे क्वे क्वे'' असे ओरडत त्यांनी पळ काढला. मी कल्पना केली की, त्यांनी जाताना एकमेकांना ओरडून सांगितले असेल, ''बघितले का? उडणारा बिबट्या!!!''

मी परत जाऊन योलांडाकडून ते खेळणे विकत घेतले आणि जेव्हा-केव्हा दुपारी मला झोपायची संधी मिळेल तेव्हा माझ्या तंबूबाहेर झाडाच्या खोबणीत ते मी ठेवत असे. मग माझी झोप झाली की, ते खेळणे परत आत आणून ठेवत असे. मला माहीत होते की, त्या माकडांमधली जी मोठी आणि हुशार माकडे होती ती त्या खेळण्याचा कोथळा बाहेर काढतील. जरा हवा लागावी म्हणून बाहेर ठेवलेल्या माझ्या अनेक टोप्या आणि बुटांच्या बाबतीत त्यांनी तेच केले होते.

रात्रीच्या वेळेला वॉर्टहॉग, माकडे वगैरे झोपत असत आणि तेव्हा इतर प्राण्यांपासून आम्हाला सावध राहावे लागत असे. आमच्या इथे इतरही बरेच प्राणी होते जे आमच्या कॅम्पच्या आसपासच राहत असत, पण ते काही आमचे पाळीव प्राणी नव्हते. उदाहरणार्थ, दोन साळिंदरे होती जी वास घेत फिरायची आणि काहीही भाजीपाला सापडला तर तो उकरून काढायची. क्वचित एखाद्या वेळेला आम्ही त्यांना झुडपाचाच हिस्सा समजायचो आणि ते हलल्यावर एकदम दचकायला व्हायचे.

आणि शिवाय तरसे तर होतीच. सूर्य मावळताना ती कॅम्पजवळ उगवायची आणि जसा अंधार पडू लागे तशी त्यांची भीड अजून अजून चेपत जायची. एकदम काळोख झाला की, ती स्वयंपाकघराच्या दिशेने तरी धाव घ्यायची किंवा कोणाचीतरी अन्नाची राहिलेली ताटली सापडली तर त्यातले सगळे फस्त करायची. पाहुण्यांची जेवायची सोय एका उंच चौथऱ्यावर केली होती, पण जेव्हा इतर पाहुणे नसतील तेव्हा आम्ही गाइड आणि कॅम्पचे इतर मॅनेजर मागे स्वयंपाकघरात जमिनीवरच मांडलेल्या टेबलवर जेवत असू. बारमध्ये आपला रिता ग्लास भरून आणायला म्हणून टेबलवर आपली थाळी सोडून गेलो, तर परत आल्यावर बहुधा ती ताटली रिकामीच सापडत असे.

आमच्या कॅम्पमध्ये एक उदमांजरसुद्धा होते. ते दिवसभर जेवणाच्या चौथऱ्याच्या छतावर एखादी फळी शोधून झोप काढत असे. ते झोपलेले असताना त्याची झुबकेदार शेपटी त्या फळीवरून खाली लोंबत असे. रात्री त्याला जाग आली की, ते जेवणाच्या टेबलावर खाली उतरत असे आणि जे कोणी अजूनही जेवत असतील त्यांच्या ताटलीतल्या अन्नाचा घास घेत असे. उदमांजर मुंगसापेक्षा थोडे मोठे असते आणि त्याच्या अंगावर बिबट्यासारखे ठिपके असतात, पण त्याचे तोंड एखाद्या मांजराच्या पिल्लासारखे निरागस दिसते. त्यामुळे त्याने कितीही अन्न पळवले तरी

त्याचा तुम्हाला राग येणे किंवा त्याचा तिरस्कार वाटणे अशक्य आहे.

परंतु तुम्ही ज्याला आपला पाळीव प्राणी म्हणता, तो प्राणी ते उदमांजर खात नाही तोपर्यंतच राग अशक्य आहे. चॅप खार आमच्या कॅम्पमध्ये आल्यावर दोन आठवड्यांच्या आत त्या उदमांजराने ती खार खाऊन फस्त केली. त्यानंतर आमच्या नोकरवर्गाला त्या उदमांजराचा राग येऊ लागला.

जसा अधिकाधिक काळ गेला तसा त्या उदमांजरावरचा आमचा राग कमी झाला. त्यानंतर मग ते उदमांजर आणि वॉर्टहॉग हे दोनच आमचे पाळीव प्राणी राहिले. ते उदमांजर जेव्हा जेवणाच्या टेबलवर उतरून अन्नाचा शोध घेत असे तेव्हा आम्ही त्याच्याकडे पाहत असू. त्याचे सडपातळ शरीर अर्धवट रिकाम्या ताटल्या आणि वाइनच्या ग्लासच्या बाजूने सरसर करत जात असे. त्या वेळी पर्यटक आणि सरावलेले गाइडसुद्धा अगदी मंत्रमुग्ध होऊन त्याच्याकडे पाहत राहत असत. ते मग अगदी नाजूकपणे ताटात राहिलेले अन्नाचे तुकडे मटकावत असे. मधूनच ते थबकून इकडेतिकडे पाहू लागे. इतर कोणी शिकारी प्राणी त्याच्या आसपास तर येत नाही ना याची चाहूल घेत असे. इतके मनुष्यप्राणी आसपास असताना अजून कोणी शिकारी इकडे येण्याचे धाडस करेल अशी शक्यता नव्हतीच!

त्या उदमांजराला असे मुक्तपणे आमच्या जेवणातले खाऊ देणे हे जरा बेकायदेशीरच होते. अगदी योग्य कारणांमुळे, तिथल्या जंगलात कोणत्याही वन्यजीवाला खाद्य देणे बेकायदेशीर आहे. त्यांना तशी सवय लावली तर ते अन्नासाठी तुमच्यावर अवलंबून राहू लागतात आणि ते जर बबून माकडांसारखे प्राणी असतील तर त्यांना हवे तेव्हा खाद्य मिळाले नाही तर ते फार आक्रमकही होऊ शकतात. आम्ही त्या उदमांजराला ते उरलेसुरले खाऊ देत होतो. कारण ते केवळ त्याच अन्नावर अवलंबून नव्हते. आमच्या इथला नाश्ता झाल्यावर मग ते कॅम्पमधल्या बाकी खारी शोधण्याच्या त्याच्या मूळ कामाला निघत असे.

फार दिवस वाट न बघता आम्हाला अजून एक पाळीव प्राणी मिळाला. ॲटीने झाडावर चढण्यात बराच वेळ घालवला असावा. त्याने आम्हाला अजून एक 'सापडलेली' खार भेट आणून दिली. ती इतकी लहान होती की, ती जेव्हा ॲटीने आणली तेव्हा तिच्या अंगावर अजिबात केस नव्हते आणि ती गुलाबी दिसत होती. तिचे डोळे म्हणजे पापण्यांच्या मागे लपलेले दोन काळे ठिपके होते. योलांडाचे तर त्या खारीवर प्रथमदर्शनीच प्रेम बसले. त्या खारीचे नाव तिच्या थोरल्या भावंडामागेच ठेवले गेले आणि आम्ही तिला क्रमांक दोन म्हणू लागलो. सुरुवातीला ती ड्रॉपरने थेंब-थेंब दूध पीत असे, पण थोड्याच दिवसात तिला फळे, चणे आणि योलांडाच्या भेटवस्तूंच्या दुकानातल्या इतर गोष्टींमध्ये रस वाटू लागला. जेव्हा ती खार त्या दुकानातील प्रत्येक वस्तूकडे खाद्य म्हणून लाळ गाळत पाहू लागली, तेव्हा

योलांडा आश्चर्यचकित होऊन गेली. ते काहीही असले, तरी आम्हा सगळ्यांना ती खार फारच आवडू लागली. मी दिवसाचे सुमारे दहा तास वन्यप्राणी निरीक्षणात घालवत असे. तसे असले तरी जर संध्याकाळी तुमच्या मांडीवर थोपटायला तुम्हाला कोणी मिळत असेल आणि तेही तुमच्याकडे तितक्याच प्रेमळ नजरेने पाहत असेल तर त्या गोष्टीला तोड नाही. कदाचित मला एखाद्या मैत्रिणीची कमी भासत असेल, पण 'दोन'वर माझी खरोखरच माया बसली.

किमती मौल्यवान वस्तू घेऊन चावणे हे तर क्रमांक 'दोन'चे विशेष आवडते काम होते. तिला कोणाच्यातरी अंगावर बसून प्रवास करायलाही फार आवडत असे. अचानक कोणतीही पूर्वकल्पना न देता, ती झाडाची फांदी, उतरते छप्पर किंवा विजेच्या दिव्याचा खांब अशा कशावरूनही येणाऱ्या-जाणाऱ्यांच्या अंगावर उडी घेत असे. कॅम्पवर काम करण्याऱ्या कर्मचाऱ्यांना या अशा हवाई हल्ल्यांची सवय झाली होती. एकदा 'दोन'ने सकाळच्या न्याहारीच्या वेळेला एका इंग्रजी पर्यटक स्त्रीच्या पायावर घट्ट पकड घेतली तेव्हा तिचा मात्र संताप अनावर झाला. तिला कळेना की, आपल्या पायावर हा कोणता प्राणी चिकटला आहे. तिने त्यापासून आपली सुटका करण्यासाठी पाय आपटून थोडे नृत्य केले तेव्हा 'दोन'ने तिला अजूनच घट्ट पकडले. धाप टाकण्यासाठी ती पाहुणी काही क्षण थांबली असताना 'दोन' तिच्या डोक्यावर चढून गेली. यामुळे तर ती पाहुणी अजूनच बिचकली. आश्चर्याची बाब म्हणजे, त्या वेळेपर्यंत पाहुणीने आपल्या हातातली ताटली पकडून ठेवली होती. पण 'दोन' तिच्या डोक्यावर गेल्यावर मात्र तिच्या हातातली ताटली निसटून त्यातली अंडी, फळे आणि इतर गोष्टी सर्व दिशांना विखुरल्या. असे होताक्षणी 'दोन'ने त्या पाहुणीच्या डोक्यावरून खाली उडी घेऊन हे विखुरलेले अन्न खायला सुरुवात केली. हे होत असताना मी आणि कॅम्पचे इतर मॅनेजर आमच्या पाहुणीला शांत करण्याचा निष्फळ प्रयत्न करत होतो.

या घटनेनंतर आम्ही येणाऱ्या पर्यटकांना या निवासी खारीबद्दल इशारा देऊ लागलो. सगळे पर्यटक जेव्हा कॅम्पमध्ये यायचे, तेव्हा आम्ही त्यांच्या सुरक्षेबद्दल काही सूचना द्यायचो. त्यात आम्ही या खारीबद्दलच्या सूचनेचीसुद्धा भर घातली. जर ते पर्यटक अशा कोणत्याही कॅम्पवर प्रथमच आले असले, तर ते अगदी एकाग्रपणे आमच्या सूचना ऐकायचे. सिंह, चित्ता, हत्ती, रेडा किंवा पाणघोडा यांसारखा कोणता प्राणी त्यांच्यासमोर आला तर काय करायचे याबद्दलच्या सूचना आम्ही देत असू. पण या धोकादायक प्राण्यांनंतर जेव्हा आम्ही एका खारीच्या हवाई हल्ल्याबद्दल सांगायचो, तेव्हा त्यांच्या आश्चर्याला पारावार राहायचा नाही, पण या खारीबद्दल आम्ही पूर्वकल्पना दिली नाही अशी तक्रार तरी ते कमीत कमी करू शकायचे नाहीत.

एकदा त्यांना तशी पूर्वकल्पना दिल्यावर मात्र येणारे पर्यटकसुद्धा 'दोन'च्या

प्रेमात पडायचे. ती झाडांवर राहणारी आफ्रिकन खार होती. अमेरिकेत किंवा युरोपात सापडणाऱ्या खारींपेक्षा ही बरीच लहान असते, पण त्या खारींइतकीच हीदेखील गोड दिसायची. काही दिवसांनी 'दोन'ला एक नवा मित्र मिळाला. त्यानंतर तर ती सगळ्यांच्या गळ्यातला ताईत बनली.

'दोन'ला अचानक बघणे जितके आश्चर्यकारक असायचे तितकेच आश्चर्य तिच्या नव्या मित्राला बघूनही वाटायचे. योलांडाच्या कार्यालयाची जागा म्हणजे कॅनव्हासच्या भिंती आणि गवताचे छत असलेला एक तंबू होता. तिथे तिचा दिवसाचा बहुतांश वेळ जात असे. तिथल्या एका लोखंडी कपाटात योलांडा 'क्रमांक दोन'ला रात्री ठेवू लागली. 'दोन'ने एका कपाचा तुकडा आणि थोडे कागद जमा करून त्या कपाटात तिचे घरटे बनवले होते. ते इतके आरामशीर होते की, इतर कोणीही त्याकडे आकर्षित झाले असते. एका दिवशी सकाळी जेव्हा योलांडाने ते कपाट 'दोन'ला बाहेर काढायला उघडले तेव्हा 'दोन'बरोबर एका उंदरानेही त्यातून बाहेर उडी घेतली. उडी घेतल्यावर एखादा क्षण ते दोघेही एकत्र राहिले आणि मग उंदराने गवताकडे धाव घेतली आणि 'दोन' योलांडाच्या पायावर चढून तिला जणू 'सुप्रभात' असे म्हणू लागली. ही गोष्ट मग नेहमीचीच होऊन बसली. इतकी की, संध्याकाळी अंधार पडायच्या वेळेला तो उंदीर कपाटाच्या बाहेर वाट बघत बसायचा. तिथे वाट बघताना एक नजर आकाशातल्या शिकारी पक्ष्यांवर ठेवून असायचा.

तो उंदीर हा त्या जंगलातल्या वॉर्टहॉग, बबून माकडे, कुडू हरीण अशा आमच्या कॅम्पवर नेहमी येणाऱ्या प्राण्यांइतकाच रानटी होता. तो आम्हाला स्वत:च्या अजिबात जवळ येऊ देत नसे. पण आमचा तो फारच लाडका होता आणि 'दोन'ला तिच्या आकाराचाच एक साथीदार मिळाल्याचे आम्हाला समाधान वाटायचे.

एका सकाळी मात्र दार उघडल्यावर त्यातून 'दोन'ही बाहेर पडली नाही आणि तो उंदीरसुद्धा. त्याआधीच्या संध्याकाळी कॅम्पच्या एका कर्मचाऱ्याच्या हातून त्या कपाटाचे दार जरा वाकले होते. त्यातून एखादा शिकारी आत जाण्याइतकी फट निर्माण झाली होती. कदाचित एखादा साप आत जाऊ शकला असेल किंवा ते उदमांजरही असेल. ते आम्हाला कधीच कळले नाही.

"आता यापुढे एकही पाळीव प्राणी ठेवायचा नाही," ग्रँटने जाहीर केले. पहिल्या खारीच्या वेळेला त्याने लावलेल्या अनुमानाप्रमाणे योलांडा 'दोन'च्या अनुपस्थितीमुळे फार अस्वस्थ होती. आम्हालासुद्धा धक्का बसला होता, पण पुरुष या गोष्टीबद्दल विनोद करून स्वत:चे मन हलके करायचा प्रयत्न करतात. सकाळी नाश्त्यासाठी आम्ही जेव्हा एकत्र जमायचो तेव्हा त्या उदमांजराकडे बोट दाखवून जणू त्याला विचारायचो, "तू आमच्या 'क्रमांक दोन'ला खाल्लेस का? खाली येऊन एकदा मला तुझ्या तोंडाचा वास घेऊ देत. जर का खारीसारखा वास आला

तर मी तुझे ऑम्लेट करून टाकतो.''

कोणत्याही प्राण्याशी बोलण्याचा तुम्ही प्रयत्न केला तर ते तुमच्याकडे लक्ष देणार नाहीत. तसेच ते उदमांजरसुद्धा आमच्याकडे लक्ष द्यायचे नाही. योलांडाने त्याला कधीच माफ केले नाही आणि स्वत: जेवायच्या टेबलवर असेपर्यंत ती त्याला खाली उतरू देत नसे, पण काही काळातच त्याच्या सौंदर्याने आम्हाला परत भुरळ पाडली. ते जेव्हा खाली उतरून आमच्या टेबलावर आमच्या जेवणाची नासधूस करत असे तेव्हा आम्ही त्याच्या हातातल्या एखाद्या मेलेल्या उंदराप्रमाणे चिडीचूप बसून त्याच्याकडे पाहत असू.

'क्रमांक दोन'च्या मृत्यूनंतर काही महिन्यांनी एका संध्याकाळी मी, ग्रँट आणि काही पर्यटक असे जेवणाच्या टेबलवर बसलो होतो. ते उदमांजर खाली उतरून येत होते, तेव्हाच एक पर्यटक म्हणाला. ''अरे! ते बघा अजून एक!''

ग्रँट आणि मी एकमेकांकडे एक क्षण शून्य नजरेने पाहिले आणि त्या पर्यटकाने दाखवले त्या दिशेला बघितले तर एक काळा-पांढरा, बसका, कोल्ह्याच्या आकाराचा प्राणी जेवायच्या टेबलवर चढून आला आणि इकडेतिकडे पाहू लागला. तो हनी बॅजर होता. हनी बॅजरकडे पर्यटक आफ्रिकेतल्या जंगलातील इतर प्राण्यांइतके आदराने आणि कौतुकाने पाहत नाहीत. पण आम्ही गाइड मात्र त्याला घाबरून असतो. त्याची अशी ख्याती आहे की, तो कशालाच घाबरत नाही, अतिशय त्वेषाने लढतो आणि लढाईत जवळजवळ अजिंक्य असतो.

''बापरे,'' ग्रँट म्हणाला. कॅम्पवरचे मॅनेजर शक्यतो पाहुण्यांच्या समोर भीतीच्या आणि आश्चर्याच्या भावना दाखवत नाहीत. पण या वेळेचा त्याचा उद्गार समजण्याजोगा होता.

''सगळे ऐका,'' मी दबक्या आवाजात म्हणालो. ''हळूहळू आवाज न करता टेबलपासून आपल्या खुर्च्या मागे ओढा.''

इकडे उदमांजराने मात्र हळू, आवाज न करता हालचाल करण्याची फिकीर न करता त्या टेबलावरून जोरात पळ काढला. त्याच्या त्या धावपळीत एक दुधाचा जग आडवा सांडला. ते दूध बघून त्या हनी बॅजरने एकदम तिकडे धाव घेतली आणि सर्रप सर्रप आवाज करत ते दूध प्यावयास सुरुवात केली. मधूनच थांबून तो इकडेतिकडे बघत होता आणि खातरी करून घेत होता की, आम्ही त्याचा तो खजिना हिसकावून घ्यायला तर येत नाही ना. तो वर बघायचा तेव्हा त्याच्या दुधाने माखलेल्या मिशा दिसत होत्या.

मी आणि ग्रँटने सगळ्या पाहुण्यांना त्या जेवायच्या चौथऱ्यावरून खाली काढले आणि आपापल्या तंबूपर्यंत पोहोचवले. एखादा मोठा धोका टळला तर अगदी सरावलेल्या गाइड्सनासुद्धा हास्य आवरणे अवघड जाते. आम्ही तसे

आमच्या बाबतीत होऊ न देण्याचा आटोकाट प्रयत्न करत होतो.

"आईशप्पथ," मी म्हणालो. सगळ्या पाहुण्यांना त्यांच्या तंबूंत पोहोचवून आम्ही परत त्या जेवणाच्या चौथऱ्यापाशी आलो होतो. "हा कोठून उगवला?" हनी बॅजर खरे तसे संकटात वगैरे नाहीयेत, पण शक्यतो कधीच दिसत नाहीत. आणि या हनी बॅजरसारखे मानवाचा उघड सामना करण्याइतके धीट तर ते अजिबातच नसतात. हा आमच्या कॅम्पभोवती अनेक आठवडे घुटमळत असला पाहिजे. मगच त्याने ठरवले असावे की, आम्ही काही त्याच्यासाठी धोकादायक नाही आहोत आणि त्याने कॅम्पमध्ये येण्याचे ठरवले असावे.

थोड्याच दिवसांत आमच्या लक्षात आले की, तो हनी बॅजर आमच्या इथे प्रदीर्घ मुक्कामासाठी आला होता. त्यानंतर तो रोज रात्री येऊ लागला. स्वयंपाकघरातील सगळे त्याला फार घाबरून असत. हनी बॅजर हा पृथ्वीवरील सर्वांत चिवट प्राण्यांपैकी एक आहे. शक्यतो अशा चिवट प्राण्यांबद्दल बरेचदा दंतकथा पसरलेल्या असतात तशा हनी बॅजरबद्दलही होत्या.

सिंह केवळ चार प्राण्यांचा सामना करायचे टाळतो, त्यांपैकी हनी बॅजर हा एक आहे. बाकीचे तीन प्राणी म्हणजे हत्ती, गेंडा आणि पाणघोडा. पण बाकी तीन प्राणी हे सिंहापेक्षा प्रचंड आकाराचे असतात आणि त्यांच्याकडे स्वसंरक्षणासाठी सुळे, सोंड, शिंग किंवा मोठ्या दातांसारखी हत्यारे असतात. हनी बॅजर फक्त दोन फूट लांबीचा एक बुटका प्राणी आहे. तो काही फारसा वेगवानही नाही आणि विषारी तर मुळीच नाही.

हनी बॅजरची त्वचा अगदी चिवट, पण ढिली असते. त्यामुळे त्याला मधमाश्या चावू शकत नाहीत. त्याला कोणी जरी पकडले तरी तो त्याच्या त्वचेच्या ढिलेपणामुळे सहज उलट वळू शकतो. एखाद्या प्राण्याने जर हनी बॅजरला पकडण्याचा मूर्खपणा खरोखरच केला, तर त्याच्या प्रतिकाराच्या दोन पद्धती असू शकतात. (कधीकधी तरुण सिंह किंवा बिबटे असा मूर्खपणा करतात, पण एकदाच.) त्याचे पहिले अस्त्र म्हणजे हनी बॅजरने त्याच्या पार्श्वभागातून सोडलेला अतिशय गलिच्छ वास (अशा दुर्गंधीने एखाद्या गलिच्छ माणसालादेखील स्वत:ची अत्यंत लाज वाटेल) आणि दुसरे म्हणजे हनी बॅजरचे त्याच्या आकाराच्या मानाने अतिशय लांब असलेले पंजे. जेव्हा त्या हनी बॅजरवर हल्ला होतो तेव्हा तो त्या हल्लेखोराच्या लैंगिक अवयवांवर त्याचे पंजे मारतो. लैंगिक अवयवांवर जखमा झाल्या की, होणाऱ्या रक्तस्त्रावामुळे प्राणी फार लवकर मरतो. अशी उदाहरणे आहेत की, हनी बॅजरला जेव्हा धोका वाटला आहे तेव्हा त्याने म्हशीएवढा मोठा प्राणीसुद्धा मारला आहे.

त्यामुळे तो हनी बॅजर जेव्हा रोज रात्री आमच्या कॅम्पवर येऊ लागला तेव्हा आम्ही त्याच्याकडे थोड्याश्या भीतीने आणि एक प्रकारच्या मोहिनीने पाहत असू.

तो अगदी सरावलेल्या पर्यटकाप्रमाणे थोड्याच दिवसांत कॅम्पच्या पुढच्या भागाला कंटाळला आणि आम्ही नोकरवर्ग कॅम्पच्या मागच्या भागात जिकडे राहत आणि काम करत असू तिकडे येऊ लागला. तो अगदी मनमौजीपणे स्वयंपाकघरात येऊन त्याला हवे ते घेत असे. आमचे स्वयंपाकघर म्हणजे नीलगिरीच्या लाकडाचे खांब लावलेला एक तंबू होता. तरसांनी त्यात आत येऊन घाण करू नये म्हणून आम्ही बऱ्याच उठाठेवी केल्या होत्या. त्या तंबूच्या सगळ्या बाजूंनी काटेरी झाडे टाकली होती, जेणेकरून कोणताही मोठा प्राणी त्यातून आत येऊ नये. तो हनी बॅजर त्या काटेरी कुंपणातून वाकून येत असे आणि त्याच्या त्वचेमुळे त्याला ते काटे बोचत नसत. तंबूपाशी पोहोचल्यावर आपल्या पंजाच्या एका फटकाऱ्यात तो तंबूच्या कॅनव्हासला भोक पडत असे. आत शिरताक्षणी कचऱ्याच्या डब्याच्या दिशेने आपला मोर्चा वळवत असे आणि त्याच्यावर चढून आत उडी मारत असे. आमच्या कर्मचारिवर्गापैकी जे तेथील स्थानिक रहिवासी होते त्यांची सुरुवातीला एकदम घाबरगुंडी उडत असे आणि ते कोणत्यातरी बाकावर किंवा खुर्चीवर चढत असत. आम्ही त्या हनी बॅजरचे टोपणनाव 'बॅज' असे ठेवले होते. थोड्याच दिवसांत तिथले सगळे जण त्याला सरावले आणि तो आला तरीही आपापले हातातले काम चालू ठेवू लागले. तो वाटेत असेल तर त्याला वळसा मारून पुढे जाऊन ते आपले काम चालू ठेवत.

बॅज अगदी वाईट चेहरा करून त्या कचऱ्याच्या डब्यातून बाहेर येत असे आणि आपले पंजे चाटत असे. त्या स्वयंपाकघरात एक जेवणाचे टेबल होते. जेव्हा कोणी पाहुणे नसतील तेव्हा आम्ही गाइड आणि कॅम्प-मॅनेजर तिकडे जेवत असू. बॅज मग त्या टेबलाजवळ आपला मुक्काम हलवत असे. अफ्रिकेतल्या जंगलातील सर्वांत धोकादायक प्राणी एक फुटावर बसलेला असताना जेवणे हा एक घाबरवून टाकणारा अनुभव होता, पण आम्ही जेवत असताना बॅज अगदी शांतपणे आमचे निरीक्षण करत बसत असे आणि आमच्यापैकी कोणीही अन्नाचा घास तोंडाजवळ नेला की, अगदी आश्चर्यकारक गोड वाटावा असा चिवचिवाट करत असे. जसे आमचे जेवण संपत यायचे तसे त्या चिवचिवाटामध्ये गुरगुरणे पण वाढत जायचे. हा सगळा अनुभव इतका मन:शांती डगमगवणारा असे की, बॅजच्या सगळ्यात जवळ जो बसलेला असे तो आमच्या कंपनीचे नियम, आमच्या धंद्याचे नैतिक नियम आणि बोट्स्वानातील कायद्याचे नियम झुगारून आपल्या ताटलीतले काहीतरी बॅजच्या दिशेने फेकत असे. आमच्या कॅम्पवर येण्याऱ्या पाहुण्यांइतके सुग्रास अन्न आम्हाला मिळत नव्हते. त्यामुळे त्या अन्नातला हाडाचा किंवा मांसाचा जो मरतुकडा तुकडा त्याच्या दिशेने टाकला आहे तो जमिनीवर पडायचाच अवकाश, बॅज त्यावर अगदी तुटून पडत असे. त्याचे खाऊन संपले की, मग त्याच्या

चेहऱ्यावर एक मंद हास्य येत असे.

युरोपातल्या हनी बॅजरचा चेहरा थोडा टोकदार असतो तसा आफ्रिकेतल्या हनी बॅजरचा नसतो, म्हणून तो थोडा माणसाच्या चेहऱ्यासारखा दिसतो. त्याच्या पाठीवरचा चंदेरी रंगाचा पट्टा त्याच्या कपाळापर्यंत येतो. त्यामुळे त्याने बारीक केस राखलेत असे वाटते. जर तुम्ही त्याचे पंजे आणि त्या पंज्यांनी बोचकारण्याच्या त्याच्या सवयीकडे दुर्लक्ष करू शकलात तर तो प्राणी तुम्हाला अगदी गोड वाटावा असा दिसतो. मला त्याच्याबद्दल कितीही शंका वाटली आणि मी त्याच्यापासून जरी लांब राहत असलो तरी मला हनी बॅजरबद्दल थोडी आत्मीयता वाटू लागली होती.

जेव्हा बॅज माझ्या शेजारी बसून त्याचे ते विचित्र आवाज काढून माझ्याकडे पाहू लागे तेव्हा तो माझा पाळीव प्राणी आहे असेच मला वाटत असे. मात्र आमच्यापैकी कोणामध्येही त्याला थोपटण्याची हिंमत नव्हती. हनी बॅजरची ख्याती लैंगिक अवयवावर हल्ला करण्याची असल्यामुळे जेवायला बसल्यावर, मी एवढ्या सगळ्या लोकांना पूर्ण जेवणभर आपल्या मांड्या घट्ट आवळून धरून बसलेले तेव्हाइतके कधीही पाहिले नाहीये.

◆ ◆

बॅजचे आमच्या कॅम्पवरचे आगमन कितीही आश्चर्यकारक असले, तरीही थोड्याच दिवसांत त्यातले नावीन्य संपले. त्याचे आमच्या मागे मागे फिरणे जणू एखादा पाळीव कुत्रा आपल्यामागे फिरल्यासारखे वाटत असे. आम्हाला ठाऊक होते की, त्याच्या पूर्ण जेवणासाठी तो आमच्या कॅम्पवर अवलंबून नाहीये, कारण तो मधूनच काही दिवस गायब होत असे. कधीकधी सलग काही आठवडेसुद्धा. मग आम्हाला त्याची काळजी वाटू लागे की, त्याला काही झाले तर नाही ना, पण जितक्या अचानक तो नाहीसा होई तितक्याच अचानक तो परतसुद्धा येत असे. येताना तसेच स्वयंपाकघराचे कॅनव्हास फाडून आत येऊन कचरापेटीत उडी घेत असे.

आम्हाला दिवसा बॅज कधीच दिसला नाही. तो कदाचित झोपत असेल किंवा दुसरीकडे कुठेतरी फिरत असेल. त्याकाळी हनी बॅजरबद्दल इतके कमी संशोधन झाले होते की, त्यांच्याबद्दल विशेष माहिती उपलब्ध नव्हती. संध्याकाळी सर्व पाहुणे जेव्हा जेवायला बसत असत तेव्हा तो उगवत असे. कचरापेटीतले त्याचे जेवण संपवून आम्हा कर्मचारिवर्गाजवळ तो येऊन बसत असे. जर त्या वेळी कोणी उठून इतर कोठेतरी चालत गेले तर तो त्याच्या पाठीमागे जात असे, पण थोड्याच वेळात त्याचा उत्साह संपे आणि मग परत आमच्या जेवणाच्या टेबलापाशी येऊन तो त्याचे विनवणी कम् धमकीचे काम चालू ठेवत असे.

एका रात्री तो माझ्या मागे-मागे आला. पहिल्यांदा माझ्या लक्षातच आले

नाही. दिवसा माझ्या तंबूपर्यंत पोहोचायला मला साधारण एक मिनिट लागे, पण रात्रीच्या अंधारात मी हळूहळू जात असे. जाताना माझ्या टॉर्चचा प्रकाश इकडेतिकडे फेकून वाटेत कोणता प्राणी नाही ना, याची खातरी मी करून घेई. हे माझ्या इतके सवयीचे झाले होते की, तसे करताना माझे फारसे लक्षसुद्धा नसायचे. त्या रात्रीसुद्धा असेच गाफीलपणे मी जात असताना मला एक गुरगुरण्याचा आवाज ऐकू आला.

का ते माहीत नाही, पण कोणताही आवाज मला ऐकू आला तर तो कोणत्या दिशेने आला आहे ते मला पटकन सांगता येत नाही. त्यामुळे या गुरगुरण्याच्या आवाजाची दिशा मला समजली नाही. मी माझ्या टॉर्चचा प्रकाश चटकन सगळ्या दिशांना फिरवून आजूबाजूला काही दिसते आहे का ते पाहू लागलो.

तो आवाज बॅजने काढला होता. तो माझ्या मागे काही फुटांवर उभा होता. त्याच्या मानेवरचे सगळे चंदेरी रंगाचे छोटे केस उभे राहिले होते आणि त्याची एकाग्र नजर माझ्या पाठीमागच्या दिशेला रोखलेली होती. ज्या कोणीही कुत्रा किंवा मांजर कधी पाळले असेल त्यांना या गोष्टीचा एखादा तरी अनुभव नक्कीच असतो. एखाद्या रिकाम्या खोलीत आपल्या पाळीव प्राण्याने असे केले, तरीही आपल्याला कसेसे होते, इथे तर या अशा किर्र अंधारात बॅजने तसा आवाज काढल्यावर मला प्रचंड भीती वाटली.

"काय आहे बॅज?" मी विचारले. मला कळत होते की, आपल्या पाळीव कुत्र्याशी बोलणाऱ्या एखाद्या लहानग्याप्रमाणे मी बोलत आहे.

तो परत एकदा गुरगुरला आणि त्याने आपला पाय जोरात आपटून धुळीचा एक लोट आपल्या प्रतिस्पर्ध्याच्या दिशेने झाडला. मी प्रकाशझोत त्या दिशेला फेकून काही दिसते आहे का ते शोधण्याचा निष्फळ प्रयत्न करत होतो.

"बॅज, तू माझी मजा तर करत नाहीयेस ना?" प्राण्यांशी बोलणे मला कधीच मूर्खपणाची गोष्ट वाटली नाहीये, पण त्यांच्याकडून उत्तराची अपेक्षा करणे हा मात्र नक्कीच वेडेपणा आहे. मला धोक्याची सूचना देणे बॅजने चालूच ठेवले. त्याची उभी राहिलेली शेपटी एका बाजूने दुसऱ्या बाजूला हलत होती, वाटत होते की जणू फणा उभारून आक्रमण करायला तयार असलेला तो नाग आहे.

"ओह! प्लीज पादून वास सोडू नकोस!"

त्याच्यापासून सुटलेला वास इतका घाण होता की, त्याची आठवण येऊन अजूनही माझ्या डोळ्यांत पाणी येते. तो वास सगळ्या दिशांनी पसरला. मला त्या झुडपातून पळून जाण्याची ऊर्मी त्याआधी इतकी कधीच झाली नव्हती. पण मला माहीत होते की, मी जर पळालो, तर ज्या कशापासून बॅज माझे रक्षण करत होता ते माझा पाठलाग करेल. जे काही अंधारात होते ते दिसावे याची प्रार्थना करत मी

माझ्या हातातला प्रकाशझोत परत सगळीकडे फिरवला. काहीच दिसले नाही. कोणत्याही शिकाऱ्यापेक्षा बॅजपासून सुटलेल्या या घाण वासाची मला जास्त धास्ती वाटत होती. त्यामुळे बॅज ज्या दिशेला पाहत होता त्या दिशेला मी मोठा आवाज करत धावून गेलो. बॅजने नाराजीचा ''हफ'' असा फुत्कार काढला. तो म्हणत असावा, ''मूर्खा! धोका त्याच दिशेला आहे.'' हे असे धावून जाताना मला खातरी नव्हती की, बॅज माझी पाठराखण करत आहे का नाही, पण मी मनाशी विचार केला की, कोणाच्यातरी तोंडचा घास होऊन मरणे हे दुर्गंधाने गुदमरून मरण्यापेक्षा लवकर येणारे मरण आहे.

माझा प्रकाशझोत इतक्या भराभर फिरत होता की, तो शिकारी प्राणी अपंग असता तर माझ्या त्या प्रकाशझोताने गोंधळला असता. बॅज कोणाला बघून वास मारतो आहे ते मला अजूनही कळत नव्हते. एका प्रकाशझोताच्या फटकाऱ्यात त्या झोताच्या कडेला मला पिवळ्या रंगाची फर दिसली. मी झोत पुन्हा त्या दिशेने फिरवला आणि मला दिसले की, तिथे माकडांसाठी झाडावर लटकवलेले माझे बिबट्याचे खेळणे होते. मी दुपारी झोप झाल्यावर ते आत न्यायला विसरलो होतो.

बॅज त्याच्याचकडे पाहून गुरगुरत होता.

त्या रात्री मला चटकन झोप लागली नाही. मी विचार करत होतो की, एखाद्या पाळीव कुत्र्याला त्याच्या मालकाची वाटावी तशी बॅजला माझी खरोखरच काळजी वाटते का? का तो मला स्वत:चे पिल्लू समजतो? माझ्या जागरणाचे खरे कारण होते की मी कितीही वेळा धुतले तरी, माझ्या सर्वांगाला अजूनही बॅजचा तो वास येतो आहे असे वाटत होते.

✦ ✦

बॅज आमच्या कॅम्पवर येत राहिला आणि जरा धाकधुकीनेच का होईना, पण आम्ही त्याचे स्वागत करत राहिलो. तो पूर्णपणे जंगली असा एकमेव प्राणी आहे ज्याला आम्ही पाळीव असे म्हणू किंवा त्याने ठरवले होते की, आम्ही त्याचे पाळलेले आहोत. पुढे काही वर्षांनी आमचा जुना कॅम्प पाडून नवा कॅम्प बांधला गेला. दोन्ही कॅम्पच्या जागा एकमेकांपासून काहीशे मीटर अंतरावर होत्या. आम्हाला सगळ्यांना अशी अपेक्षा होती की, आधी आला तसाच अचानकपणे एक दिवस आमच्या स्वयंपाकघराचे कॅनव्हास फाडून बॅज आत घुसेल आणि आमच्या कचरापेटीत उडी घेईल. तो गुरगुरल्यावर आम्ही आपले नाजूक अवयव झाकून घेऊ आणि तेव्हा तो परत आमच्याकडे बघून मिस्कीलपणे हसेल. पण तो कधीच आला नाही आणि आम्ही त्याला नंतर कधीच पाहिले नाही.

बुडी

तुम्ही जेव्हा सफारीवर जाता तेव्हा तुमच्या लक्षात येते की, निसर्गाच्या सगळ्या कामाला एक लय आहे, गोष्टी ठरावीक क्रमाने होत आहेत. पहाटे सर्वांत जास्त हालचाल असते. निशाचर प्राणी आपली रोजची कामे संपवण्यासाठी धावपळ करत असतात. दिनचर प्राणी उठून आळोखेपिळोखे देऊन अन्नाच्या आणि धोक्याच्या शोधात वास घेत भटकू लागतात. मध्यान्हीच्या वेळेला सगळीकडे सामसूम असते. कारण बहुतेक सगळे प्राणी तेव्हा सुस्तावलेले असतात. दुपार जशी थंड होऊ लागते तशी परत जागृती येऊ लागते. सगळे प्राणी आपली सुस्ती झटकून जरा जागे होऊ लागतात. रात्री तर सगळीकडे सर्वांत जास्त हालचाल असते; पण अंधारामुळे ती बहुधा पडद्याआड राहते. इतर सगळ्या कॅम्पप्रमाणेच आम्ही दिवसाच्या सगळ्यात थंड कालावधीचा फायदा घेत असू. आमची एक सफर दुपारी चारला चालू व्हायची आणि दुसरी अगदी लवकर पहाटे पाच वाजता सुरू व्हायची.

सकाळी लवकरात लवकर जंगलात जाण्यासाठी मी जरा लगबग करायचो. बहुतेक पर्यटक इथे सुट्टीसाठी आलेले असल्यामुळे सकाळी एवढ्या लवकर उठवल्यावर जरा भांबावलेले असायचे. त्यांना एवढ्या सकाळी उठवल्याचा धक्का अजूनच वाढायचा जेव्हा मी त्यांना लवकर हलण्यासाठी घाई करायचो. सुरुवातीला जरा मृदू भाषेतच मी त्यांना सूचना देत असे, पण जसा माझा वैताग वाढायचा तसा मी हेका वाढवत असे. मी त्यांना सांगे की, कॉफी आणि केक ते जगात कोठेही खाऊ शकतात, पण बिबट्या पाहणे ही दुर्मीळ गोष्ट आहे आणि होणाऱ्या प्रत्येक मिनिट उशिराने ती संधी कमी होत जाणार आहे.

"तुला हे रोज करून कंटाळा येत नाही का?" ते मला विचारत असत.

कधीकधी ते माझ्यावर वैतागलेले असत.

"कंटाळा येतो, पण प्राणी बघण्याचा कधीच नाही.''

कधीकधी ते माझ्या म्हणण्याचा अर्थ काय असे विचारत असत. मला वाटते की, माझ्या उत्तर देण्याच्या कालावधीत त्यांना तो हातातला केक संपवण्याची संधी मिळत असे.

"जेव्हा सकाळचा गजर वाजतो तेव्हा मला अगदी वैताग येतो,'' मी सांगत असे. "पण मग मला आठवते की, मी कोठे आहे आणि माझी पाठ अंथरुणातून उचलल्यावर मी वन्यप्राणी पाहणार आहे. जर कोणी माझ्या लहानपणी सांगितले असते की, हे माझे काम असणार आहे, तर मी कधीच विश्वास ठेवला नसता. मी टीव्हीवर फक्त वन्यप्राणीविषयक कार्यक्रम आणि कधीतरी एखादा जेम्स बाँडचा सिनेमा पाहत असे. मला असे वाटायचे की, या दोन्ही गोष्टी टीव्हीवर असल्यामुळे सारख्याच खऱ्या असतील. त्यामुळे मला जर कोणी सांगितले असते की, मी एक वन्यजीव मार्गदर्शक (गाइड) होणार आहे तर ते मला खुशालचेंडू गुप्तहेर होण्याइतकेच मूर्खपणाचे आणि अविश्वसनीय वाटले असते. त्यामुळे कधी फार दमल्यासारखे वाटले, बाहेर फार थंडी आहे आणि मऊ उबदार उशी सोडू नये असे वाटले, तर मी असा विचार करतो की, मला जगातली सर्वांत मस्त नोकरी मिळाली आहे. मी जेम्स बाँड आहे! आता पटापट आपला केक संपवा नाहीतर मला तुम्हाला इथेच मागे सोडून जावे लागेल.''

माझी भुणभुण कधीकधी छळवाद मांडल्यासारखी होत असे, पण त्यामुळे आमच्या कॅम्पमधून बाहेर पडण्यात माझा क्रमांक पहिला लागत असे आणि प्राणी काय करत आहेत ते पाहण्याची मला पहिली संधी मिळे. एका दिवशी सकाळी माझ्याबरोबर चार पर्यटक होते. ते आदल्या दिवशी दुपारी आमच्या कॅम्पवर आले होते. त्यांच्या आदल्या दिवशी संध्याकाळच्या सफारी फेरीत त्यांनी बरेच चरणारे प्राणी आणि एक झोपलेला सिंहांचा कळप पाहिला होता. मला अशी आशा होती की, या सकाळच्या फेरीत आम्हाला जरा जास्त प्राणी दिसतील. तेव्हा हिवाळा संपत आला होता आणि सकाळच्या हवेत जरा गारवा होता आणि रात्री पडलेल्या दवामुळे हवेला ओल्या गवताचा गंध होता. ओकावांगोतला वार्षिक पूर नुकताच ओसरला होता. त्यामुळे गवत अजूनही हिरवे होते आणि ओसरत्या उपनद्यांमुळे साठलेले पाणी ठिकठिकाणी दिसत होते.

आम्ही कॅम्पवरून बाहेर पडतानाच आम्हाला दोन चित्ते आमच्या समोरच्या गवताच्या मैदानातून हळूहळू चालत जाताना दिसले. ते इतके सहज दिसले की, त्यासाठी कोणतेच कौशल्य वापरावे लागले नाही. मी अजूनही जरा झोपाळू अवस्थेतच होतो. त्यामुळे मी माझे काम सोपे केल्याबद्दल त्या चित्त्यांना मूकपणे

धन्यवाद दिले. आम्ही त्यांना थोडा वेळ पाहत राहिलो. त्यांची पोटे पूर्ण भरलेली असल्यामुळे त्यांनी नवी शिकार करण्याची शक्यता नव्हती. आम्ही त्यांना पाहिल्यानंतर थोड्याच वेळात त्यांनी त्यांचा दिवसाच्या कार्यक्रमाचा इरादा स्पष्ट केला. दिवसभर ते तिथल्या एका वाळवीच्या वारुळावर आळसात लोळत पडणार होते. मी रेडिओवर इतर गाइडना त्यांची जागा कळवली. त्यामुळे इतरांनाही त्या चित्त्यांना पाहता येईल. मग आम्ही पुढे निघालो.

काही मिनिटे गाडीतून पुढे गेल्यावर एक वळण घेत असताना आम्हाला रस्त्यालगत एक बिबट्या एका झाडावरून उतरताना दिसला. माझे पाहुणे फार खूश झाले होते, पण माझी दोन कारणांनी चिडचिड झाली. कोणाच्याही तिथल्या वास्तव्यात सगळे प्राणी थोड्या-थोड्या वेळाने दिसावे असे गाइडला वाटत असते. जर सगळ्या गोष्टी त्यांना एकदमच दिसल्या तर उरलेल्या सफारी फेऱ्यांत त्यांच्या अपेक्षा फार वाढतात. दुसरे कारण की, जरी हे प्राणी आत्तासारखे आपले प्रदर्शन मांडून बसले नसते, तरीही त्यांना शोधून काढण्याचे कौशल्य माझ्यात होते. जर प्राण्यांच्या खाणाखुणांचा अर्थ लावून, त्यांचा बरोबर माग काढण्याचे माझे कौशल्य मला दाखवता आले असते तर मला काही वाईट वाटले नसते. मला कितीही वाईट वाटले असले, तरी ती दोन्ही जोडपी पूर्वी सफारीवर आलेली होती आणि त्यामुळे त्यांच्या या प्राणिदर्शनाच्या सुदैवाचे त्यांना राहून-राहून आश्चर्य वाटत होते.

"आम्ही कधीच बिबट्या पाहिलेला नाहीये," त्यातले इंग्लिश जोडपे म्हणाले. "हे खरोखरच चित्तथरारक आहे."

"आम्ही माला-माला मध्ये बघितला आहे," त्यातला अमेरिकन, बॉब म्हणाला. माला-माला दक्षिण आफ्रिकेतल्या एका जंगलाचे नाव आहे. "पण इतक्या जवळून नाही आणि तो इतका हालचाल करत नव्हता." मोम्बोला विपुल प्रमाणातल्या बिबट्यांच्या संख्येचे वरदान आहे आणि एवढेच नाही तर तिथले बिबटे गाड्यांना घाबरत नाहीत. तिथे फार पर्यटक येत नसल्याने आणि तिथल्या बिबट्यांची शिकार कधी विशेष झाली नसल्यामुळे जणू तुम्ही त्यांच्या समोर उपस्थितच नाही असे ते वागतात. आम्ही थोडावेळ या बिबट्याचे निरीक्षण करत राहिलो. नंतर तो बिबट्या स्वस्थ होऊन एका जागी स्थिरावला. आताची ही सकाळ यापेक्षा अधिक लाभदायक होऊ शकणार नाही, असे अनुमान करून मी त्या पाहुण्यांना कॉफीसाठी थांबण्याबद्दल विचारले. रोजच्या वेळेच्या मानाने जरा लवकरच विचारले होते. माझ्या शेजारच्या सीटवर एक बास्केट होती. त्या बास्केटमध्ये चहा-कॉफीच्या पिशव्या, गरम दूध आणि पाण्याने भरलेले थर्मास आणि बिस्किटे होती. आफ्रिकेत तुमच्या कल्पनेपेक्षा अधिक सोयी मिळू शकतात.

त्यानंतर आम्ही एका पाणवठ्याच्या भागाकडे गाडी वळवली. त्या भागात

बरेच पाणघोडे होते. त्या भागाचे निसर्गसौंदर्य अप्रतिम होते. पाय मोकळे करण्यासाठी ती जागा अगदी आदर्श होती. पुराच्या ओसरत्या पाण्यामुळे किनाऱ्यावर रानफुले उगवली होती. पाणघोडे असलेल्या नदीच्या भागाला पाणीपुरवठा करणाऱ्या नद्यांच्या खोल पात्रांत कमळे फुलली होती. तिकडे शेकडो बगळे, करकोचे आणि इतर पाणपक्षी नदीच्या ओसरत्या पाण्यात अडकलेल्या माशांची शिकार करत असायचे. जसे ते पक्षी वाकायचे, मासे पकडायचे आणि मान वर घेऊन गिळायचे तशी त्या पक्ष्यांच्या विविध रंगांची उधळण तिथे होत असे. जसे आम्ही गाडीतून त्या पक्ष्यांमधून जात होतो तसे त्या रंगोत्सवात सोडलेल्या फुग्यांप्रमाणे ते उडत होते आणि आमच्या मागच्या बाजूला जाऊन विसावत होते.

त्या भागातून गेलेल्या म्हशींच्या पाउलखुणांचा मागोवा घेण्यासाठी मी गाडी थांबवली. त्या पाऊलखुणा बऱ्याच ताज्या होत्या म्हणजे नुकत्याच, गेल्या अर्धा तासात तो कळप तिथून गेला असला पाहिजे असा मी विचार केला. त्यांची पावले ज्या दिशेने गेली होती त्या दिशेने मी अंदाज घेतला. पण मला काहीच दिसले नाही. त्या पाऊलखुणा ज्या बाजूने आल्या होत्या त्या दिशेला कळपातले कोणी मागे राहिले असले तर दिसेल म्हणूनही मी अंदाज घेतला, पण तिकडेही कोणी नव्हते. मी त्या पाउलखुणांच्या मागे जाण्याचा विचार केला. पण त्या सकाळी त्याआधीच एवढे प्राणी दिसल्यामुळे माझे नक्की ठरत नव्हते की, जावे का नाही. शेवटी आम्ही थांबून कॉफीचा आस्वाद घेत होतो तेव्हा मला थोडे पक्षी जवळूनच उडताना दिसले. त्यांनी वर घिरट्या घातल्या. मला कळले की, ते धोक्याची घंटा वाजवत आहेत. ते ज्या दिशेला बघून आवाज करत होते तिकडे काही हरणे सावधगिरीने बघताना आढळली.

''मला वाटते की, त्याने काहीतरी पाहिले आहे,'' आमच्या पर्यटकांतली अमेरिकन स्त्री आपल्या नवऱ्याला म्हणाली. असे म्हणताना, ती माझ्याबद्दल बोलते आहे हे मी ऐकू शकतो हे तिच्या गावीही नव्हते.

मी काहीच प्रतिक्रिया न देता पाहत राहिलो. एका झुडपातल्या मोकळ्या जागेत मला सोनेरी आयाळ हलताना दिसली. तिकडे एक सिंह होता आणि तो कशावरतरी दबा धरून बसला होता. ही सकाळ म्हणजे विश्वास बसणार नाही इतकी लाभदायक होत होती, पण मला असा मोह होत होता की, त्या सिंहाकडे बोट दाखवून सगळ्या पर्यटकांचे लक्ष तिकडे वेधू नये. या गटाच्या कार्यक्रमात अजून तीन सफारी शिल्लक होत्या आणि एकाच सकाळी चित्ते, बिबट्या आणि सिंह पाहिले, तर बाकी वेळेला त्यांना सगळे फुसके वाटले असते. शेवटी जरा माझ्या स्वार्थासाठीच मी निर्णय घेतला. आफ्रिकेत असण्याचे माझे एकमेव कारण प्राणिप्रेम हेच होते आणि सतत प्राणी बघत राहण्यापेक्षा मला इतर काहीही अधिक

प्रिय नव्हते.

"सिंह," मी त्यांना म्हणालो. ते आमच्यापेक्षा खूपच लांब होते, पण ते मला दिसू शकले याचे एकमेव कारण म्हणजे ओकावांगो प्रदेश मैलोन्‌मैल सपाट पसरला आहे. मी दुर्बिणीतून पाहिले तेव्हा मला तिकडे एक सिंहीण आणि तीन बछडे दिसले. हा सिंहांचा कळप त्या प्रदेशातील दुसरा सर्वांत लहान कळप होता. मोम्बोतील इतर कळपांप्रमाणे, मला या सिंहांचा कळपसुद्धा त्यांच्या वावर असलेल्या प्रदेशामुळे आणि कळपातल्या नर-माद्यांच्या संख्येमुळे ओळखता आला. मला दिसलेले नर हे त्या मादीचे बच्चे होते. तरुण असल्यामुळे त्यांचा कोणत्या शिकारीसाठी विशेष उपयोग नव्हता. इतर मोठ्या नरांना आव्हान देण्याइतके ते प्रौढही झाले नव्हते. त्यांचे वय अंदाजे दोन वर्षे असावे. त्यांना नुकतीच आयाळ फुटू लागली होती. आव्हान देण्याइतके मोठे होण्याच्या आत म्हणजे साधारण एखाद्या वर्षातच त्यांचा बाप आणि काका त्यांना त्या कळपातून हाकलून देतील. मोम्बोच्या उत्तर भागात त्यांच्या बापाचे आणि काकाचेच राज्य होते. हाकलून देईपर्यंत ते त्यांच्या आईबरोबर राहतील आणि तीच त्यांची काळजी घेईल, त्यांना खाऊ घालेल. तिला तिच्या अनिच्छेनेच त्यांच्याबरोबर खेळावे लागेल. ती शिकार करीत असताना ते तिच्या मागे-मागे तिच्या शेपटीशी खेळत राहतील. आत्ताच्या या वयात त्यांचा एकमेव उपयोग या गोष्टीसाठी होता की, ते मोठे थोराड दिसत असल्यामुळे त्यांना घाबरून तरसे कळपाजवळ येण्याचे धाडस करणार नाहीत. या अशा वयातील बछड्यांची आई असणे इतकी काही सोपी गोष्ट नसते.

"सिंहांच्या या कळपात सध्या एकच मोठा नर असल्यामुळे त्यांना जरा माघार घ्यावी लागलेली आहे," मी आमच्या पाहुण्यांना म्हणालो. "अनेक प्रौढ सिंह असलेल्या मोठ्या कळपांनी या छोट्या कळपाला त्यांच्या हद्दीतून घालवून लावलेले आहे. त्यामुळे त्यांना या वर्षीच्या हिवाळ्यात अशा या कायम पाणी आणि दलदल असलेल्या भागात राहावे लागत आहे. त्यांना आम्ही बऱ्याच वेळेला पाण्यातच शिकार करताना बघितले आहे. त्यामुळे आम्ही त्यांचे नाव 'पाणमांजराचा कळप' असे ठेवले आहे."

बोलताना मी विचार करत होतो की, त्या सिंहांच्या मागे जावे का नाही आणि गेलेच तर कोणत्या मार्गाने जावे. आमच्या आजूबाजूच्या मैदानात बऱ्याच ठिकाणी पाणी साचलेले होते आणि जिकडे पाणी नव्हते तिकडे दलदल होती. त्यामुळे गाडी रुतून बसण्याची बरीच शक्यता होती. तेव्हा मला जर कल्पना असती की, दलदलीत गाडी रुतून बसण्यापेक्षासुद्धा अधिक वाईट काही होऊ शकते, तर मी आमच्या पाहुण्यांना तो सिंहांचा कळप मुळातच दाखवला नसता. त्या वेळी मात्र मी त्यांना म्हणालो की, आता त्या सिंहांच्या जवळ जाण्यासाठी गाडी चालवण्यातले

माझे कौशल्य खरे कामी येणार आहे.

ते सिंह एका हरणांच्या कळपाचा पाठलाग करत होते. त्यामुळे मला त्यांच्या फार जवळ जाऊन त्यांच्या कामात लुडबुड करायची नव्हती. माझी योजना अशी होती की, त्या शिकाऱ्यांना आणि त्यांच्या शिकारीला वळसा मारत राहायचे म्हणजे ते जेव्हा खरोखरच शिकार करतील तेव्हा आमच्या दिशेनेच धावत येतील आणि काही चित्तथरारक प्रसंग आम्हाला पाहावयास मिळतील. माझ्या पाहुण्यांनासुद्धा ही योजना पसंत पडली. सुरुवातीला काही वेळ मी त्या योजनेनुसार चांगली प्रगती केली. त्या मैदानात गवत खाण्याऱ्या काही किड्यांनी ठिकठिकाणी छोटे उंचवटे करून ठेवले होते. मला गाडी चालवताना त्या उंचवट्यांना टाळण्यासाठी गाडी सारखी वळवावी लागत होती आणि मधूनच चिखलात रुतू नये म्हणून जोरात गाडी हाणावी लागत होती.

तो सिंहांचा कळप दूर-दूर जात राहिला आणि आम्ही त्यांच्या मागे-मागे जात राहिलो. पुढे पाणी अधिक अधिक खोल होत गेले होते. पहिल्यांदा ते चाकाच्या अर्ध्या उंचीएवढे होते नंतर गाडीच्या बाजूच्या उभे राहायच्या तावदानावर आले. त्यानंतर पाणी गाडीच्या दारातल्या फटीतून आत येऊ लागले. आत आलेले पाणी पावलांना लागून पावले गार पडत होती. माझ्या मनात जरा साशंकता होती की, मी कितपत यापुढे त्या सिंहांच्या मागावर गाडी नेऊ शकेन. मी तेव्हा केवळ तेवीस वर्षांचा होतो आणि मला वाटायचे की, मी जेम्स बाँडसारखा बिनधास्त आहे. त्यामुळे मी तशीच गाडी पुढे दामटत राहिलो.

आत्तापर्यंत माझ्या मनात एक विचार रुंजी घालू लागला होता की, आता पुरे झाले. पाहुण्यांना सांगावे, 'या पुढे सिंहांचा पाठलाग करता येणे अवघड आहे. आज या आधीच बरेच प्राणी दिसले आहेत. आता परत जाऊन ती राहिलेली कॉफी पिऊ यात. काय सुंदर सकाळ आहे पाहा.' पण माझ्यात तेव्हापर्यंत मर्दानगीचा जोश चढला होता आणि त्या चिखलातून गाडी घसरवत न्यायला मला मजा वाटत होती. माझा दिखाऊपणा चालू झाला होता आणि आम्ही जसे त्या खोल होणाऱ्या पाण्यातून गाडी हाणत होतो तसे मी आजूबाजूच्या झाडांची आणि पक्ष्यांची नावे ओरडून सांगत होतो. "ब्लॅक विंग स्टील्ट! रानटी खजुराचे झाड! व्लेई इंक फूल! पांढऱ्या कपाळाचा कोकीळ! कमळे!"

'मूर्खा!' मी मनात विचार केला, 'कमळ फक्त खोल पाण्यातच उगवते.' या नव्या जाणिवेवर मी काही कृती करण्याआधीच आमची गाडी एकदम खोल पात्रात गेली आणि पुढे एकदम उभी खाली गेली.

आम्ही ज्या भोकात अडकलो होतो ते छोटेसेच असणार असे मला वाटले. कारण जवळ एक बऱ्याच झाडांचे बेट होते. मी विचार केला की, एवढी झाडं

जमीन असल्याशिवाय उगवणार नाहीत. गाडीच्या बॉनेटवरून एक पाण्याची लाट येऊन मला भिजवून गेली. आमच्या लँडरोव्हर गाडीला पुढची काच नव्हती आणि वर टपसुद्धा नव्हते. मी ॲक्सिलरेटर दाबला तर इंजीनमधून विचित्र आवाज येऊन गाडी एकदम पलीकडच्या तीरावर चढली. मी ॲक्सिलरेटर तसाच दाबून ठेवला आणि गाडी कठीण जमिनीवर आणली. इंजीन तसेच चालू ठेऊन त्या इंजिनाने जे काही पाणी प्यायले होते ते ढेकरा देऊन मी बाहेर येऊन दिले. नंतर गाडी बंद केली.

मला आमच्या पाहुण्यांकडे बघायचे कितीही टाळायचे असले, तरी मला मागे वळणे भाग होते.

मागचे चित्र रंगीबेरंगी होते.

इंग्लिश जोडपे सर्वांत मागच्या आणि सर्वांत उंच सीटच्या ओळीत बसले होते. त्या ओळीतून सगळ्यात चांगला नजारा दिसायचा, पण पुढच्या चाकातून जो चिखल उडायचा त्याचा सगळा झोत थेट त्या सीटवर बसलेल्यांवर येत असे. हे स्पष्ट होते जेव्हा बऱ्याच वेळेला मी गाडी जोरात हाणून चिखलातून बाहेर काढायचा प्रयत्न करत होतो तेव्हा त्यांच्या अंगावर चिखलाचे कारंजे उडाले होते. पण इतर वेळेला अंगावर जसे चिखलाचे गोळे उडालेले दिसावे तसे न दिसता त्यांच्या अंगभर चिखलाचे तुषार उडाल्यासारखे दिसत होते आणि आलेल्या पाण्याच्या लाटेमुळे त्या चिखलाचे मातकट पाणी खाली गळून आधीच चुरगळलेले कपडे अजूनच मातीमय झाले होते. अमेरिकन जोडप्याची अवस्था काही यापेक्षा फार चांगली नव्हती. त्यांनी माझी चिखलफेक जरी टाळली असली, तरी आमच्या गाडीवर आदळलेल्या लाटेचा पूर्ण जोर सीटच्या पहिल्या रांगेवर बसला होता, जिथे ते बसले होते. त्यांचे केस ओले होऊन त्यांच्या चेहऱ्याला चिकटले होते आणि त्यातल्या महिलेच्या कानामागे एक जलपर्णीचे पान अडकले होते. त्यांचे चेहरे गंभीर होते आणि मला त्यांच्या चेहऱ्याकडे बघून असे वाटत होते की, त्यांच्या मनातून मी आणि माझे गाडी चालवणे एकदम उतरले आहे.

"मला नाही वाटत आपण त्या मार्गाने परत जाऊ," मी म्हणालो.

तो निर्णय ही एक मोठी चूक होती. जसे त्या सिंहांचा पाठलाग करण्याचा निर्णयसुद्धा एक चूक होती तशीच. मी त्यांना म्हणालो की, आता त्या सिंहांचा माग काढणे आपण बंद करणार आहोत. ते सिंह त्या पाणथळ प्रदेशात अजूनच पुढे गेले होते आणि आम्ही जर तसेच त्यांच्या मागे जात राहिलो असतो तर आमची गाडी इतकी रुतली असती की, मला इतर कोणालातरी मदतीला बोलवावे लागले असते. आणि इतर कोणत्याही गाइडप्रमाणे मलासुद्धा मदतीसाठी पुकारा करणे कमीपणाचे वाटत असे.

पाहुण्यांची थोडी समजूत काढण्याचा प्रयत्न करून आणि त्यांच्या संपूर्ण

भिजण्याबद्दल माफी मागून मी त्यांना सांगितले की, मला ज्या खाजणाच्या अलीकडे थांबायचे होते, त्याच्या पलीकडच्या किनाऱ्यावर आम्ही पोहोचलो आहोत. त्या खाजणातून एका ओढ्याचे पाणी येत होते. त्या ओढ्याच्या पाण्याची दिशा आम्ही आलो त्या दिशेच्या विरुद्ध होती. मला आठवले की, मागच्या वर्षी जेव्हा तो ओढा पूर्णपणे सुकला होता तेव्हा त्या ओढ्याच्या तळाला भरपूर वाळू होती आणि तो ओढा तसा उथळ होता. आम्ही त्या उथळ ठिकाणी तो पार करून मग राहिलेली कॉफी घेऊन परत कॅम्पच्या दिशेने नाश्त्यासाठी निघावे असा मी विचार केला. कदाचित परत जाताना ज्या म्हशींच्या कळपाच्या पाऊलखुणा दिसल्या होत्या तो कळप दिसला असता. मला अशी आशा होती की, या पाण्यातल्या प्रसंगानंतरही आजची सकाळ एकूणात मोठी लाभदायक म्हणता येईल.

अमेरिकन जोडपे तसे चिवट होते. त्यांनी माझ्या योजनेला लगेचच होकार दिला. आधीचे त्यांचे भिजणे ते तेव्हापर्यंत विसरले होते. मला असे वाटले की, बॉबला मनातून असे वाटत होते की, आम्ही कुठेतरी चिखलात रुतून बसावे. तसे झाले तर त्याला मर्दानगीची घटना घडल्यासारखी वाटत असावी. इंग्लिश जोडपे एकदम गप्प-गप्प झाले होते. त्यांना वाटत असावे की, ते काहीही बोलले तर मी अतिउत्साहित होऊन त्या पाण्यात बुडण्यासारखी घटना परत घडवेन.

मी त्या खाजणाच्या कडेने गाडी चालवत राहिलो. चालवताना हे आठवायचा प्रयत्न करत होतो की, त्यात येणाऱ्या ओढ्यात सगळ्यात उथळ जागा जिथे आहे त्याच्या काही खाणाखुणा आठवतात का. सिंहांचा पाठलाग करताना आम्ही सगळ्या वाटांच्यापासून खूप लांब आलेलो होतो. मी दिवसाचे सुमारे दहा तास त्या भागात प्राणिनिरीक्षणात घालवत असल्यामुळेच मला कल्पना होती की, आम्ही नक्की कोठे आहोत.

पाण्यावर येणारे तरंग हे उथळ पाण्यात येतात का खोल? हे आठवण्याचा मी प्रयत्न केला, पण ते मला आठवले नाही. 'उथळ पाण्याला खळखळाट फार' ही म्हण मला आठवली. सर्वोत्तम. यात फक्त एकच समस्या होती की, खाजणातले पाणी आणि त्यात येणारा कालवा या सगळ्यावर वाऱ्याने भरपूर तरंग उठत होते. शेवटी त्या पाण्यावरचे सतत उठणारे तरंग थांबण्याची वाट पाहून मी अगदी कंटाळून गेलो. मला असा विश्वास वाटत होता की, माझी लँडरोव्हर काहीही करू शकते. त्यामुळे एका ठिकाणी मी थांबलो आणि म्हणालो, "हीच ती जागा आहे." आणि माझी लँडरोव्हर पाण्यात घुसवली.

गाडी पुढे नेताना माझ्या मनात धाकधूकच होती. पण जशी गाडी पुढे जात होती तसे मला जाणवत होते की, खाली चिखल नसून वाळू आहे आणि मी माझ्या सुदैवाचे आभार मानू लागलो. हे उत्तम होते. अधिक आत्मविश्वासाने मी गाडी पुढे

रेटली आणि पाणी परत वाढून बाजूच्या तावदानावर आले. आमच्या उजव्या बाजूच्या खाजणात एक पाणघोडा गुरगुरला आणि त्याला आमच्या डाव्या बाजूच्या एका पाणघोड्याने प्रत्युत्तर दिले. तिकडे त्यांचा डोह असला पाहिजे असा मी मनाशी विचार केला. आता गाडीच्या बॉनेटपर्यंत पाणी येत होते आणि माझे अंग भीतीने शहारत होते. मी माझ्या शेजारची नाश्त्याची बास्केट मागच्या सीटवर बसलेल्या बॉबच्या हातात दिली. कारण आता त्या सीटवर पाणी येऊ लागले होते. दाराच्या फटीतून पाणी आत आले होते आणि त्यामुळे माझ्या पायाला पाणी लागू लागले. जसे पाणी वर वर चढून माझी पँट भिजवू लागले तसा माझ्या नाजूक अवयवांमधून एक शहारा आला! मला माहीत होते की, पाण्यात पुढे जाण्याचा वेग कायम ठेवला तर इंजिनाला काही समस्या येणार नाही. पण जर चाके घसरली तर मात्र आम्ही नक्की फसू.

"या पाण्यात सुसरी आहेत का?" बॉबने विचारले.

"नाही," मी उत्तरलो. माझे सगळे लक्ष गाडीचा वेग कायम ठेवण्यावर होते आणि हे करताना खालची जमीन घट्ट असावी याची मी प्रार्थना करत होतो. "फक्त मगरी आहेत!"

मी ॲक्सिलरेटर अजून जोरात दाबून गाडी पुढे नेली. जशी आमची गाडी पुढे जात होती तसा माझा आत्मविश्वाससुद्धा वाढत होता. पाणघोड्यांच्या एका खाजणातून दुसऱ्या खाजणात चाललेल्या हालचालींमुळे एक जरा खोल कालवा पाण्यात तयार झाला असला पाहिजे. त्याच्यावरून आमची गाडी घसरली.

आणि आम्ही बुडालो!

सगळ्या बाजूंनी पाणी आत आले, माझ्या दारावरून आणि गाडीच्या इतर उंच भागांवरूनही. मी रेडिओ पाण्याखाली जाताना पाहून त्याचा हँडसेट हातात उचलला.

"ओल्ड ट्रेल्स, हिप्पो पुल्स ओल्ड ट्रेल्स, हिप्पो पुल्स!" मी त्यात ओरडलो. मला कल्पना होती की, तो रेडिओ पाण्यात जाऊन निकामी व्हायच्या आधी माझ्याकडे जेमतेम काही सेकंद वेळ होता. माझी वेडी आशा होती की, कोणीतरी माझा संदेश त्या वेळात ऐकेल.

इंजीन बंद पडले आणि गाडीसुद्धा पुढे जायची थांबली. आमच्या जीपपासून निघालेल्या लाटा सगळ्या दिशांना पसरत होत्या. आमच्या दोन्ही बाजूंना पाणघोडे फुरफुर करत होते. ते माझ्या मूर्खपणाला हसत आहेत असेच मला वाटत होते. मी माझ्या खांद्यावरून मागे पाहिले. अमेरिकन जोडप्याने त्यांच्या आकारमानाच्या मानाने अगदी आश्चर्यकारक अशा वेगाने सर्वांत मागच्या, सगळ्यात उंच ओळीत स्वतःला हलवले होते. तिकडे आधीच इंग्लिश जोडपे असल्यामुळे सगळे चेंगरून तिथे बसले होते. इंग्लिश जोडपे आता अगदीच भेदरले होते.

मला याआधी इतकी भीती कधीच वाटली नव्हती. याआधी मी कधी चुका केल्या नव्हत्या असे नाही, पण त्यामुळे केवळ मी एकटाच धोक्यात आलो होतो. कॅम्पमध्ये आम्ही नाश्त्याच्या वेळेला परत आलो नसू, तेव्हा आम्हाला कोठे शोधावे हे कोणाला कळणे अवघड होते. मोम्बो प्रदेश लाखो एकर पसरलेला आहे.

आमच्या गाडीला छोटे हेलकावे बसून ती खालच्या वाळूत रुतून थांबली. सगळे तरंगल्यासारखे दिसत होते. माझे फक्त डोकेच पाण्यावर होते.

मला पटकन काहीतरी योजना बनवावी लागणार होती, वेळ महत्त्वाची होती. "मला निघाले पाहिजे! गाडीच्या हालचालीने आणि आवाजाने मगरी जरा दूर गेल्या असतील. त्या मगरी थोड्याच वेळात शोध घ्यायला परत येतील! त्या परत येण्याच्या आत मला निघाले पाहिजे! मी कॅम्पवर परत जाऊन कोणालातरी मदतीला घेऊन येतो!" हे आमच्या पाहुण्यांना सांगताना मी जवळजवळ घायकुतीला आलो होतो. माझ्या तोंडातून शब्द पटापट, न थांबता येत होते. सगळ्या प्राण्यांत मला फक्त मगरीची भीती वाटते. इतकी की, मगरीच्या भीतीने मला अगदी शहारा येतो. "मी शक्य तितक्या लगेच परत येईन." मी म्हणालो आणि पुढे अजून एक अनावश्यक वाक्य जोडले, "इथून हलू नका."

मी गाडीच्या बॉनेटवर चढलो आणि तिथून घसरून पूर्ण पाण्यात आलो. जितक्या जोरात पाणी उडवत आणि पोहत जाता येईल तितक्या जोरात किनाऱ्याकडे निघालो. माझी बहीण ही पट्टीची पोहणारी होती, पण मी मात्र पोहण्यात पटाईत नव्हतो. मी जसे पोहतो त्या पद्धतीने पोहताना मला फार जोर लागतो आणि दिसायला ते फार विचित्र दिसते. मी पाण्यात अगदी भरपूर बुडबुडे आणत असलो तरी मुख्य म्हणजे मी फारसा पुढे जात नाही. मी जोरात हातपाय मारत असलो तरी मी विशेष प्रगती करत होतो असे मला वाटत नव्हते. मला खातरी होती की, मोठ्या मगरी प्रत्येक मिनिटाला माझ्याजवळ येत आहेत. मला माहीत होते की, गाडीच्या आवाजाने मगरी जवळ येणार नाहीत हा माझा सिद्धान्त खरा असण्याची शक्यता पन्नास टक्क्यांच्या वर नव्हती आणि भीतीने आणि थंडीने माझी हाडे दुखत होती. आता माझ्या लाथा अधिकच विसकळीत होत होत्या. तेव्हाच माझा पाय कशालातरी लागला. भीतीने माझी अगदी गाळण उडाली आणि मी अजून अजून जोरात लाथा मारू लागलो. तेव्हा माझ्या लक्षात आले की, मी मगरीला पाय लावला नव्हता.

माझ्या पायाला तळ लागला होता. मी तिथे उभा राहिलो. विचार करत होतो की, आधीच किती अंतरापासून मी पाय टेकवू शकलो असतो आणि या विचाराने मला जरा ओशाळल्यासारखे झाले. पण मी जिथे उभा होतो तिथे अजूनही धोका होता, कारण एखादी मगर अजूनही मला पाण्यात खेचू शकली असती. म्हणून मग

मी भराभर किनाऱ्याकडे गेलो आणि शेवटी एकदाचा किनाऱ्यावर पोहोचलो.

मी पट्टीचा पोहणारा नसलो तरी माझ्यात माझ्या आईचा गुण होता आणि मी चांगला पळू शकत असे. आता 'काहीही कर, पण पळू नको' हा मंत्र माझ्या मनात घोळत असतानाच मी पळू लागलो.

गाडीच्या मागच्या सीटवर बसलेले आमचे पाहुणे नदीत मध्येच वर आले होते. ते एक विचित्र आकाराचे बेट असल्यासारखे दिसत होते. त्यांच्या दिशेने एक हात उंचावून मी निघालो. माझ्या अंगावर येणारे काहीही मला आधी दिसावे म्हणून मी समोरच्या मैदानाच्या मध्यभागातून पळत होतो. आता सूर्य मध्यान्हीकडे चालला होता आणि सिंह किंवा बिबट्यासारखे प्राणी जागृत असण्याची शक्यता तशी कमी होती. दिवसा शिकार करणारे चित्ते आणि जंगली कुत्रे तसे कमी भीतिदायक असतात. मला मुख्य भीती होती की, मध्येच एखादा हत्ती, रेडा किंवा रात्रीचे गवतातले चरणे संपवून पाण्याकडे परत निघालेला एखादा पाणघोडा मला वाटेत भेटेल. मी मागे सोडलेल्या पाहुण्यांची काळजी, मला माझ्या जिवापेक्षा जास्ती वाटत होती. त्यामुळे मी शक्य तितक्या जोरात पळत राहिलो. मी जसा पुढे पुढे जाईन तसे तिथले तिथले प्राणी माझ्यापासून लांब इकडेतिकडे पळत होते.

झेब्रा आणि रानम्हशींनी त्यांच्या दिशेने वेड्यासारखी धावणारी एक मानवी आकृती बघून धोक्याची घंटा वाजवली आणि ते लांब पळत गेले. एका छोट्या झुडपातून अचानक दोन वॉर्टहॉग बाहेर आले आणि मला दचकवून गेले. पळत जाताना त्यांनी त्यांचा वेग किती जोरात असू शकतो ते दाखवले. मी पळतच राहिलो, दमायला लागलो होतो. माझ्यात माझ्या आईचा पळण्याचा गुण आला असला, तरी गेली कित्येक वर्षे गाइड म्हणून माझे मुख्य काम गाडीच्या चाकाच्या मागे बसून दिवसभर गाडी चालवणे हेच होते आणि इतक्या दूर अंतरापर्यंत मी बऱ्याच वर्षांत पळालो नव्हतो. गेली दहा मिनिटे, मी सहज पळू शकतो त्यापेक्षा कितीतरी अधिक वेगात पळत होतो. माझ्या पायावर आधीच्या एका जखमेचा टाका होता, पण तरीही माझी पावले जोरात पुढे टाकत मी धावत राहिलो.

ओकावांगोमधल्या मैदानांमध्ये झाडांची बेटे असल्यासारखी आहेत. कित्येक ठिकाणी झाडे एका गोलाकार आकारात मांडल्यासारखी दिसतात. माझ्या पुढे एक जवळचा रस्ता होता. जर मी त्या रस्त्याने गेलो असतो तर माझे बरेच अंतर वाचले असते. फक्त त्या रस्त्याने जाताना मैदानाच्या मधली तुलनेने सुरक्षित वाट सोडून मला दाट झाडीतून जावे लागले असते. त्या झाडीत बऱ्याच धोकादायक प्राण्यांना लपण्यासारख्या जागा होत्या. मी संधी घेण्याचे ठरवले आणि धापा टाकत त्या झाडांच्या बेटात घुसलो. आत गेलो तर लक्षात आले की, आधी ज्या म्हशींच्या कळपाचा माग काढण्याचा प्रयत्न केला होता, थेट त्याच कळपाच्या मधोमध मी

आलो आहे. त्या कळपातल्या म्हशी लगेच बिथरल्या आणि काही म्हशी माझ्याकडे बघून हंबरल्या.

मूर्ख! मी विचार केला आणि तसाच मागे पळत आलो. त्या कळपाला गोल फेरी मारून मैदानात परत आलो. झाडांच्या बेटाच्या कडेकडेने धावू लागलो. त्या भागातल्या मैदानावर ताडाची झाडे होती. अशा ठिकाणी म्हाताऱ्या नर रेड्यांना विश्रांती घ्यायला आवडते. म्हातारे रेडे हे आफ्रिकेतील सर्वांत चिडखोर प्राणी आहेत. म्हातारे रेडे त्यांच्या कळपातून एकटे पडत जातात. अशा ठिकाणी एखाद्या चिडलेल्या म्हाताऱ्या रेड्याशी गाठ पडण्याची शक्यता बरीच होती. त्यामुळे मी डाव्या बाजूला त्या कळपाकडे एक नजर ठेवून होतो आणि उजवीकडे न दिसलेले कुठले रेडे येतात का ते पाहत होतो. हे करत असताना पुढे-मागे कोणत्या शिकारी प्राण्याची गाठ पडते आहे का हेही बघावे लागत होते.

एखाद्या अनुभवी धावपटूला गोंधळवून टाकावे अशा पद्धतीने मी पळत होतो. पळताना माझे डोके एका बाजूने दुसऱ्या बाजूला वळवून पाहत होतो की त्या म्हशींच्या कळपात काही हालचाल दिसते आहे का? आणि उजवीकडून कुठल्या झुडपाआडून एखादा रेडा बाहेर येतो आहे का? काही मिनिटे धावल्यावर मध्येच थांबून इकडेतिकडे वळून पाहावे लागत होते. जेणेकरून काही धोक्याचे असले तर दिसले असते. एकदा असेच थांबलेले असताना मला दूरवर एका झुडपात सोनेरी आयाळ हलताना दिसली. आम्ही ज्यांच्या मागावर होतो तेच ते सिंह होते. बहुधा त्यांच्या शिकारीत अपयशी ठरल्यावर त्यांनी परत येऊन कोरड्या जमिनीवर विश्रांती घेण्याचे ठरवले होते. मी पाहिले तेव्हा ते माझ्याकडे पाहत होते. शेवटी त्यांनी मान खाली घातली, त्यांनी ठरवले असावे की, मी निरीक्षणायोग्य किंवा खाण्यायोग्य नाहीये.

कॅम्पच्या जवळ आल्यावर मी एक शेवटचा जोर लावला आणि मोकळ्या मैदानातून जोरात धावत कॅम्पपर्यंत पोहोचलो.

आमच्या ऑफिसच्या डुगडुगत्या इमारतीमध्ये क्लो बसला होता. तो म्हणाला, "तो पळत येणारा पीटर आहे का?"

"वाटतंय तरी तसंच," एला म्हणाली. "काय माहीत, त्याचे पाहुणे कुठे आहेत ते?"

मी आत आलो. धापा टाकत श्वास घ्यायचा अयशस्वी प्रयत्न करत त्यांना विचारले, "ख्रिस? कुठे आहे?"

"तुझे पाहुणे कोठे आहेत?" एलाने विचारले. तिचे इंग्रजी बोलणे हे मला एखाद्या शाळेतल्या शिक्षिकेसारखे वाटत असे.

"ओल्ड ट्रेल्स हिप्पो पुल्स," मी म्हणालो, "मला...." अजून धापा, "ख्रिस

हवा आहे.''

तो मागे होता. मी तिकडे पळालो, त्याला गॅरेजमध्ये गाठले.

''मला दोन लांब चेन हव्या आहेत आणि दोन लँडरोव्हर.''

''तुझे पाहुणे कुठे आहेत?''

''ओल्ड ट्रेल्स हिप्पो पुल्स.'' मी परत म्हणालो, ''मला दोन लांब चेन आणि दोन लँडरोव्हर हव्या आहेत.'' आणि 'प्राणवायू', हे मात्र मी मनातच म्हटले. मला माहीत होते की, विनोद करण्याची ती जागाही नव्हती आणि वेळही. ख्रिस माझा जुना मित्र होता आणि मागे जेव्हा केव्हा मी त्याला त्रास दिला होता, तेव्हा त्याने भरपूर सहनशीलता दाखवली होती. पण शेवटी तो माझा मॅनेजर होता आणि माझ्या आजच्या पराक्रमामुळे तो माझ्यावर खूश होण्याची काहीही शक्यता नव्हती.

आम्ही एका गाडीत चेन घालून माझ्या अडकलेल्या पाहुण्यांकडे परत निघालो.

''पुल्सच्या इथे चल.''

''ते ठीक आहे, पण पुल्सच्या उत्तर, दक्षिण, कोणत्या दिशेला?''

''तू फक्त पुल्सकडे चल.''

✦ ✦

''ओह!'' आम्ही पोहोचल्यावर ख्रिस म्हणाला, ''पुल्समध्ये!''

बुडालेल्या जहाजाच्या पाण्यावर राहिलेल्या एकुलत्या भागात जसे दिसावे, तसे दिसणारे माझे पाहुणे विचित्र दिसत होते, पण ख्रिस हसत नव्हता. मला माहीत होते की, मी संकटात होतो.

''मूर्खा, तू काय विचार करत होतास?''

मी त्याला सांगितले की, मी काहीच विचार करत नव्हतो.

ख्रिसने पाण्यातल्या पाहुण्यांना खूण करून सांगितले की, थांबा आम्ही येतच आहोत. आम्हाला काहीतरी योजना बनवायला पाहिजे होती. इंग्लिश माणसाने ओरडून सांगितले की, त्याला वाटत होते की गाडी वाळूत बुडत चालली आहे. त्यामुळे आम्हाला घाई केली पाहिजे. आम्ही त्याला सांगितले की, काळजी करू नकोस, आम्ही लवकरच काहीतरी उपाययोजना करू. ते सगळे पाण्यात थोडे खाली गेल्यासारखे वाटत होते, पण कदाचित ती माझी कल्पनाही असेल.

''काय योजना आहे?'' मी विचारले. मला प्रश्न पडला होता की, मी काहीतरी योजना सुचवली असती तर योग्य ठरले असते, का तेव्हापर्यंत मी केलेला मूर्खपणा पुरेसा झाला होता. ख्रिस दक्षिण आफ्रिकन होता आणि दक्षिण आफ्रिकेतील लोकांना योजना बनवायला फार आवडते. खरेतर कोणतीही समस्या त्यांच्यासमोर आली तर ते म्हणतात, ''काळजी करू नका, आपण काहीतरी योजना बनवू.''

ते जेव्हा असे म्हणतात तेव्हा हे स्पष्ट होत नाही की, तुम्हाला त्यांची योजना आवडेल का नाही किंवा ती योजना अमलात आणल्यावर ती आधी वाटली होती तितकीच शहाणपणाची वाटेल का नाही. मी ख्रिसला विरोध करण्याच्या परिस्थितीत नव्हतो. त्यामुळे त्याने गाडीतून चेन काढून त्याची एक बाजू गाडीला बांधली आणि दुसरी बाजू तो मला गुंडाळू लागला तेव्हा मी काहीच म्हणालो नाही.

"तू तिकडे परत जा," तो म्हणाला. "तुझ्याभोवतीच्या चेनमुळे मगरी तुझ्यावर आक्रमण करू शकणार नाहीत. तू जर बुडताना दिसलास तर मी गाडी मागे घेऊन तुला ओढून काढीन." मला त्याच्या या योजनेमध्ये अनेक त्रुटी दिसत होत्या. पण मी काहीच बोललो नाही. "ती चेन पुरेशी लांब आहे," तो पुढे म्हणाला.

आधीच्या पळण्यामध्ये माझे कपडे वाळले होते, पण आता परत पाण्यात गेल्यावर सगळे कपडे परत भिजले. मला माहीत होते की, मी मगरीपेक्षा जोरात पोहू शकत नाही, त्यामुळे उगाच वेळ लावण्यात अर्थ नाही. माझ्या लोखंडी बेड्यांमध्ये शक्य होईल तितक्या जोरात गाडीकडे निघालो. आधीच्या वेळेपेक्षा मी हळू जात होतो. कारण एकतर मी खूप दमलो होतो आणि माझ्याभोवतीच्या चेनमुळे माझे वजन दुप्पट झाले होते. खालच्या वाळू आणि चिखलामुळे पाय रुतल्यासारखे होत होते. पण माझ्यात जी काही शक्ती होती ती एकवटून मी पुढे जात होतो. मधूनच मी पाण्याखाली जायचो तेव्हा मला वाटायचे की, ख्रिसला वाटेल की मला मगरीने पकडले असावे आणि तो मला खेचू लागेल.

मी अर्धे अंतर पोहोचलो असेन तेव्हा चेनची लांबी संपली. "हे मात्र अति होतंय," मी स्वत:शीच म्हणालो. चेन लांब होती, पण अर्धीअधिक माझ्याभोवती गुंडाळली होती. त्यामुळे मी गाडीपर्यंत पोचू शकत नव्हतो. मी एकदा स्वत:भोवती गोल फिरलो आणि चेनचा एक वेढा सोडवला. त्यामुळे काही फूट मला पुढे जाता आले. तसेच एक एक वेढे सोडत मी गाडीकडे गेलो. मला कल्पना होती की, एखाद्या पाण्यात फसलेल्या प्राण्याप्रमाणेच, मी मगरींना चवदार वाटतील अशा लाथा पाण्यात मारत आहे, पण माझ्यापुढे काही इलाज नव्हता.

शेवटी एकदाचा मी गाडीपर्यंत पोहोचलो आणि एकदा अंधाऱ्या पाण्यात डुबी मारून चेन गाडीच्या पुढच्या पट्टीला अडकवली. नंतर बॉनेटवर चढून ख्रिसला अंगठ्याने ओकेची खूण केली. इतर वेळी जेव्हा गाडी अडकली असेल तेव्हा मी चालकाच्या ठिकाणी बसून माझी गाडी चालवणे अपेक्षित असते. त्यामुळे पुढे जाण्यास माझ्या गाडीची ताकदसुद्धा कामी येते. पण माझ्या गाडीच्या इंजिनात पाणी जाऊन ते पूर्ण बंद झाले होते. त्यामुळे मी तसाच बॉनेटवर उभा राहिलो. आमच्या पाहुण्यांशी बोलण्याची मला फार लाज वाटत होती. मी त्यांना फारतर "लवकरच यातून बाहेर पडू" या अर्थाचे काहीतरी दोन शब्द बोलू शकलो असेन.

ख्रिसने इंजीन चालू केले आणि दोन-तीन वेळेला जोर दिला. त्याने गाडी मागे घेण्यास सुरुवात केली. चेन आधी वर आली आणि मग पूर्ण ताणली गेली. आमच्या गाडीमध्ये काही जाणवण्याजोगी हालचाल वाटली नाही. फक्त गाडी थोडीशी थरथरली. मी त्या नितळ पाण्यात पाहिले तर माझ्या गाडीच्या पुढच्या पट्टीला जिथे मी चेन अडकवली होती ती पट्टी निघून येत होती.

"थांब!" मी ओरडलो. उडी मारून हात हलवून ख्रिसला थांबायला सांगितले. ख्रिस माझ्याकडेच तोंड करून गाडीत बसला होता, त्यामुळे त्याने लगेच गाडी थांबवली. तुम्हाला ओरडून तुमची एक चूक झाली आहे असे सांगावे लागले, तर खरेतर त्याइतके वाईट काहीच नाही, पण जर तुम्ही अजून एक चूक केली आहे असे सांगावे लागले, तर काय बोलावे. मी ख्रिसला खूण करून सांगितले की, गाडीचा बंपर निघून येत आहे. त्यामुळे मला ती चेन परत बांधावी लागेल. त्याने काहीच उत्तर दिले नाही. मी काहीतरी नवी योजना करण्याची तो वाट पाहत होता. मी परत बुडी मारली. या वेळी माझी भीतीने गाळण उडाली होती, मला खातरी होती की, माझ्या हालचालींमुळे पाण्यातील जलचर प्राण्यांची उत्सुकता नक्कीच जागृत झालेली असणार. खरेतर काही पाणघोडे आमच्या जवळ सरकलेही होते आणि त्यातल्या एकाने त्यांचा एक नेहमीचा फुरफुरण्याचा आवाज काढला. जणू तो मला म्हणत होता, "मूर्ख!" माझा श्वास रोखून धरून मी गाडीच्या पुढच्या भागात पोहत गेलो. गाडी ओढून नेण्यासाठी गाडीच्या खाली एक हूक होता. पाण्याखाली नीट दिसत नसल्याने मुख्यत्वे स्पर्शाने चाचपडत त्या हूकमध्ये मी चेन अडकवली. परत धडपडत गाडीच्या बॉनेटवर चढलो. मी ख्रिसला परत खूण केली आणि त्याने काही न बोलता गाडी मागे घेणे चालू केले.

या वेळी मात्र आमची गाडी अगदी सहजपणे वर आली. बाहेर येत असताना मध्येच एकदा गाडी थोडी खाली गेली, पण नंतर आम्ही पुढे येऊन कोरड्या जमिनीवर आलो. एका मोठ्या अध्यायाचा शेवट झाला असे मला वाटले.

"हे बघ," आम्ही कोरड्या जमिनीवर पुरेसे बाहेर आल्यावर गाडीचे निरीक्षण करत ख्रिस मला म्हणाला, "तुम्ही खरेतर चिखलात रुतलेले नव्हतात. तू गाडी नेऊन पाण्यात बुडवलीस."

खरेतर ती गाडी इतकी वाईट दिसत नव्हती. बहुतेक जो चिखल लागला होता तो पाण्याने धुतला गेला होता. मध्येच काही जलपर्णींची पाने कुठे-कुठे लटकत होती. पुढचे ग्रील काही ठिकाणी वाकले होते, पण ते कोणत्याही वर्कशॉपमध्ये दुरुस्त झाले असते. मला गाडी परत वापरू शकण्याबद्दल अजूनही आशा होती.

ती आशा फोल ठरली. इंजिनात फार पाणी गेले असल्यामुळे ते पूर्णपणे नादुरुस्त झाले होते. माझ्यामुळे आमच्या कंपनीला एका गाडीचा भुर्दंड पडणार

होता आणि यावर कडी म्हणजे परत निघताना आमच्या पाहुण्यांना माझ्या कामाचे मूल्यमापन करणारा एक अहवाल भरायचा होता. अमेरिकन जोडप्याने मला एकूण अभिप्राय 'चांगला' असा दिला होता आणि त्यावर टिपणीमध्ये 'बेफाम' असे लिहिले होते. 'बेफाम'चा अर्थ चांगला किंवा वाईट काहीही असू शकतो. इंग्लिश जोडप्याला मी खूश ठेवण्याचा कितीही प्रयत्न केला (आम्हाला त्या बुडण्याच्या प्रसंगाच्या आधी आणि नंतर दिसलेले वन्यजीवन खरोखरच चित्तथरारक होते.) तरीही त्यांनी माझ्याबद्दल अभिप्राय 'खराब' दिला होता आणि त्यावरच्या टिपणीमध्ये 'अति तरुण, गाडी नीट चालवण्यास शिकण्याची गरज' असे लिहिले होते. त्यांचा अभिप्राय वाचत असताना, मी त्यांची नाराजी जणू जाणू शकत होतो.

तेव्हा अशी अफवा होती की, आमच्या कंपनीचा मालक प्रत्येक अभिप्रायाचा अहवाल वाचायचा. तेव्हापर्यंत मला माहीत होते की, माझ्याबद्दलचे अभिप्राय चांगले होते. मी स्वतःचे समाधान करून घ्यायचा प्रयत्न केला की, मी माझे काम चांगले करायचो. मला बरीच माहिती होती आणि मी अगदी आवडीने माझे ज्ञान माझ्या पाहुण्यांपर्यंत पोहोचवायचो. मला प्रश्न हा होता की, माझ्या आत्तापर्यंतच्या चांगल्या अभिप्रायांचे महत्त्व, माझ्या हातून निकामी झालेल्या एका लँडरोव्हरच्या किमतीपेक्षा जास्त होते का नाही?

नक्कीच जास्त असावे. कारण माझी नोकरी शाबूत राहिली. काही महिन्यांनी आमचे मालक आमच्या कॅम्पला भेट द्यायला आले होते आणि एकदा त्यांनी मला वेगळे बोलावले.

''तुझ्याबद्दल मला फार चांगले अभिप्राय मिळत आहेत, असेच चालू राहू देत,'' ते मला म्हणाले. ''काही-काही पाहुण्यांनी तर त्यांचे फोटोसुद्धा आम्हाला पाठवले. एका फोटोत मला एक गाडी पाण्याखाली बुडालेली दिसली.''

मला काहीच बोलता आले नाही, म्हणून त्यांनीच पुढे बोलायची मी वाट पाहिली. ''तू स्वतःला कोण समजतोस, जेम्स बाँड?''

पाठलाग

सिंहांचे माझ्या तंबूमागे रात्रभर मीलन चालू होते. हे जर माझ्या दोन सहकाऱ्यांमध्ये चालू असते, तर जसा संकोच असता; तसा त्या सिंहांच्या वागण्यात कोणताही संकोच नव्हता, पण दर दहा-पंधरा मिनिटांनी त्यांचा जो आवाज येत होता, त्यामुळे झोप लागणे मुश्कील होते.

या जागरणामुळे आलेल्या तुटकपणानेच मी दुसऱ्या दिवशी सकाळी माझ्या पाहुण्यांना अभिवादन केले. त्यांना मी सांगितले की, सिंहांना शोधणे आज फार अवघड जाणार नाही. भरपूर कॉफी पिऊन झाल्यावर मी पाहुण्यांना गाडीत चढायला सांगितले.

त्या दिवशी माझ्याबरोबर पाहुणे म्हणून एक चार जणांचे कुटुंब आणि त्यांच्याबरोबर देखरेखीस आलेली एक कर्मचारी स्त्री असे होते. ती देखरेखीस आलेली कर्मचारी आमच्या मॉनच्या कार्यालयात काम करायची. त्या कुटुंबातील आई एक महत्त्वाची प्रवासी एजंट असल्यामुळे त्यांचा सगळा प्रवास निर्विघ्न पार पडावा म्हणून आमच्या कार्यालयातील त्या कर्मचारी स्त्रीला त्यांच्याबरोबर देखरेखीला पाठवले होते.

माझ्या अपेक्षेपेक्षा सिंह दूर गेले होते. नर सिंहाच्या पाऊलखुणा या मादीच्या पावलांवर उमटल्या होत्या. ती मादी त्या नराला दक्षिण दिशेला घेऊन गेली होती. तिकडे जाताना दर शे-दोनशे फुटांवर ते थांबले होते असे त्या पाऊलखुणांवरून कळत होते. (बहुधा तिथे थांबून ते मीलन करीत असावेत असे त्यांच्या उमटलेल्या खुणांवरून कळत होते.) मला कळत नव्हते की, ही मादी मीलनाच्या वेळेला एवढी दूर का गेली असावी? कारण सिंह प्रणयाच्या वेळेला क्वचितच शिकार करतात.

थोडे पुढे गेल्यावर मला दोन सिंहिणी दिसल्या. पण त्या सिंहिणी मी ज्यांच्या शोधात होतो त्यांपैकी नव्हत्या. त्या दोन माद्या होत्या, जरा लाजाळू आणि काहीशा

अस्वस्थ. त्या चालत जाताना हळुवार आणि दुखःद आवाज काढत होत्या. ''आवूऽऽऽ'' एक सिंहीण हळूच साद घालायची, ''आवूऽऽऽ'' दुसरी त्याला अगदी मंद आवाजात प्रत्युत्तर द्यायची. असा आवाज जर सिंह आपल्या कळपापासून दूर आले तर काढतात, पण त्या आवाजाने मला सगळा उलगडा झाला.

मी माझ्या पाहुण्यांना सांगू लागलो की, मला हा कळप माहीत आहे. आम्ही त्यांना 'लाजाळू मुलींचा कळप' म्हणतो. त्या कळपात तीनच सिंहिणी होत्या – एक आई आणि तिच्या दोन मुली. इतर मोठे कळप यांना आपल्या हद्दीतून कायम पिटाळून लावत असतात. त्यामुळे या सतत एका भागातून दुसऱ्या भागात हिंडत असायच्या, पण यांचे वास्तव्य कायम मोम्बोच्या दक्षिणेला असायचे. या लाजाळू मुली ज्या भागात राहायच्या तिकडे सिंहांचे अजून दोन कळप होते आणि त्या दोन्ही कळपांत कमीत कमी तीन तरी प्रौढ माद्या होत्या. लाजाळू मुली त्यांचा सामना करू शकत नसत. त्यामुळे कोणत्याच भागाला आपली हद्द न बनवता दक्षिण भागातच या एकीकडून दुसरीकडे भटकत राहायच्या.

शिकार करणे अवघड असल्यामुळे लाजाळू मुलींचे आयुष्य अजूनच कठीण जात होते. आई शिकार करत असेल तेव्हा या दोन मुली अतिउत्साहाने तिला 'मदत' करायच्या, पण त्यामुळे आईचे काम अजूनच अवघड होऊन बसायचे. आई जेव्हा सावजाच्या मागावर दबा धरून पाठलाग करत असे, तेव्हा आईला बघण्यासाठी या गवतातून डोके वर काढायच्या त्यामुळे ते सावज पळ काढायचे. त्यांना बघून मला माझ्या लहानपणीची आठवण व्हायची, जेव्हा दुकानातली प्रत्येक गोष्ट खरेदीच्या बास्केटमध्ये टाकून मी माझ्या आईला 'मदत' करायचो.

त्यांची आई तिथे अनुपस्थित असण्याचे कारण म्हणजे, बहुधा मी ज्या सिंहांच्या मागावर होतो, त्या मीलन करणाऱ्या सिंहांतली मादी तीच असावी. या घटनेमुळे आमच्या इथल्या सिंह समाजात मोठी उलथापालथ झाली असती. ती मादी दक्षिणेकडची होती त्यामुळे साधारणत: तिच्याबरोबरचा नर तिकडच्या भागात जे तीन सोनेरी आयाळीचे नर राज्य करायचे त्यांपैकी एक असणार होता. आम्ही त्या नरांना 'बीच बॉइज' (खुशालचेंडू) म्हणायचो. पण अजून विचार करता माझ्या लक्षात आले की, ती मोम्बो भागात एवढ्या उत्तरेला आली असेल तर ती बीच बॉइजबरोबर नसून या भागात अधिकार गाजवणाऱ्या दुसऱ्या दोन भावांपैकी एकाबरोबर असणार. हे दोघे जण मोठे काळ्या आयाळीचे थोराड सिंह होते.

कदाचित दक्षिण भागातील एखाद्या कळपाने तिला इकडे उत्तरेकडे घालवून दिले असावे आणि त्याच काळात ती माजावर आली असावी. संभोगाच्या तीव्र भावनेने कदाचित तिने आपल्या दोन मुलींना काही काळ एकटे सोडले असावे. मी कल्पना केली की, आता तिला लवकरात लवकर आपल्या सुरक्षित जगात आपल्या मुलींच्या जवळ

जायचे असेल आणि ती माजावर असेपर्यंत तिच्याबरोबरचा नर ही खातरी करून घेईल की इतर कोणताही नर त्या काळात तिच्याजवळ जाणार नाही. त्यामुळे तो तिच्या मागोमाग दक्षिणेला गेला असेल. जर त्या नराला या मादीबरोबर बीच बॉइजनी पाहिले तर अनेक वर्षांचा तह मोडला जाऊन एक युद्धच तेथे चालू होईल.

मी फार उत्तेजित झालो होतो आणि मी माझा उत्साह आमच्या पाहुण्यांपर्यंत पोहोचवण्याचा प्रयत्न केला. पण त्यांना या गोष्टीत फार कमी स्वारस्य होते. मी त्यांना जर सांगितले असते की, आता आपण एका स्वेटर विणायच्या स्पर्धेत भाग घेऊ या तर त्यांना जितका उत्साह वाटला असता तितकाच या गोष्टीमुळे वाटला.

मी लांबून सिंहिणीच्या त्या दोन पिल्लांचे निरीक्षण केले, पण त्या दोघीही साहजिकच अतिशय अस्वस्थ होत्या. त्यामुळे त्यांना तसेच सोडून मी त्यांच्या आईच्या पावलांचा माग घेत पुढे निघालो. थोड्याच वेळात तिच्या पाऊलखुणा एका बुटक्या झुडपातून गेल्या आणि एका नैसर्गिक आखाड्यासारख्या भागात पोहोचल्या. या आखाड्याच्या सीमारेषेवर पामची आणि इतर झाडे होती. त्या आखाड्याच्या मध्यभागी चमचमत्या वाळूत आम्ही ज्यांच्या मागावर होतो ते सिंहाचे जोडपे होते आणि नर जोडगोळीपैकी दुसरा सिंहही होता.

हे स्पष्ट होते की, त्या मादीचा माज आत्तापर्यंत उतरला होता. त्या सिंहबंधूंपैकी जो जास्त शक्तिशाली सिंह होता तो आपल्या पाठीवर पडला होता आणि जीवशास्त्राच्या चिरफाड प्रयोगात बेडकांचे पाय जसे वर असतात तसे त्याचे पाय हवेत होते. गेल्या बहात्तर तासात अंदाजे तीनएकशे वेळेला समागम करून तो पूर्ण थकून गेला होता.

ती मादी दुसऱ्या भावाकडे रागावलेल्या नजरेने पाहत होती. तो तिच्याकडे बघून सगळा स्वाभिमान सोडून तक्रारीचा रडका सूर काढत होता. तो आवाज ऐकून मला वाटले की, तो तिला विचारत आहे, "कमऑन! तीनशे वेळेला याच्याबरोबर! माझ्याबरोबर एकदा तरी प्लीज?"

पण तिला त्याच्यात काही रस नव्हता. पाच मिनिटे त्यांचे निरीक्षण करताना माझ्या लक्षात आले की, माझ्या पाहुण्यांनापण त्या सिंहांत काही रस नाहीये. म्हणून मी ठरवले की, त्या सकाळी इतर कोणते प्राणी दिसत आहेत ते आता पाहू या.

आम्ही त्या आखाड्यातून बाहेर पडून मोठ्या गवताळ मैदानात गेलो. गोल्फ कोर्सवर जसे आखूड कापलेले गवत असते तसे या मैदानात होते. त्या मैदानात अनेक हरणे आणि झेब्रे विखुरलेले होते. तेथे पोहोचताच माझ्या लक्षात आले की, सगळे प्राणी एकच दिशेला पाहत आहेत. ते कोठे पाहत आहेत ते बघण्यासाठी मी माझ्या गाडीच्या सीटवर उभा राहिलो. मला दिसले की, सोनेरी आकाराच्या तीन आकृत्या आमच्या दिशेने काहीतरी उद्देशाने धावत येत आहेत.

"येस!!" मी उद्गारलो, "ते येत आहेत!" मी एवढे मोठे स्मित केले होते की,

माझ्या तोंडात अख्खा फ्रीज मावला असता. मी मागे वळून माझ्या पाहुण्यांकडे बघून हसलो. त्यांना मी जणू सुचवत होतो की; 'ते येणारच. यासाठीतर आपण पैसे भरून तिकीट काढले.' माझ्या पाहुण्यांपैकी जो छोटा मुलगा होता तो कंटाळलेला दिसत होता.

बीच बॉइज आमच्या दिशेने येत राहिले. त्यांची सोनेरी आयाळ हळुवार वाऱ्यात इकडून तिकडे डुलत होती. मैदानावरील इतर भक्ष्यांकडे त्यांनी नजरही टाकली नाही. त्यांचे सगळे लक्ष आमच्या मागच्या पामच्या झाडांनी वेढलेल्या आखाड्याकडे केंद्रित होते.

"आता फार भारी काहीतरी घडणार आहे," मी म्हणालो, "सिंहांचे हे दोन गट याआधी कधीच भांडले नाहीयेत. फारतर याआधी त्यांनी आपल्या भागाच्या सरहद्दीवर उभे राहून एकमेकांवर गुरगुरण्यापलीकडे आणि गर्जना करण्यापलीकडे काही केले नव्हते. पण आता हे भांडण एका मादीवरून उद्‌भवले होते. ती मादी एका कमजोर कळपातली आहे याच्याशी त्यांना काही घेणे-देणे नाहीये. ती त्यांच्या भागातली आहे. त्यामुळे तिच्यावर त्यांची सत्ता होती आणि इतर कोणीही नर तिच्या जवळ गेलेला ते सहन करणार नाहीत. कोणत्याही नर सिंहाचे मन:स्वास्थ्य, खरेतर कोणत्याही नराचे स्वास्थ्य, तो मादीवर किती अधिकार दाखवू शकतो त्यावर अवलंबून असते. त्यामुळे आता मोठा प्रसंग घडणार आहे."

"कोण जिंकेल?" आमच्यातल्या छोट्या मुलाने मला विचारले. हा प्रश्न विचारणे म्हणजे मगर आणि सुसरीतल्या मारामारीमध्ये किंवा किलर व्हेल आणि शार्कमधल्या भांडणात कोण जिंकेल असे विचारण्यासारखे होते. उत्तर काय? ते ठरवण्याला बरेच घटक कारणीभूत असू शकतात. पण तरीही मी माझे मत सांगितले, "माझ्यामते उत्तरेकडचे सिंह जिंकतील कारण ते खरोखरच फार प्रचंड आकाराचे सिंह आहेत." बीच बॉइज जरी संख्येने जास्त असले तरी ते आकाराने थोडे लहान होते. त्यांच्यातला एक तर आकाराने बारकुडाच होता. या जरा विचित्र दिसणाऱ्या नराचे पाय त्याच्या भावांच्यापेक्षा बरेच बुटके होते. मी त्याचे टोपणनाव 'डॅशहुंड' (बुटक्या पायाच्या कुत्र्याची एक जात) असे ठेवले होते.

"ओके!" माझ्या उत्तरावर तो मुलगा म्हणाला आणि परत आकाशाकडे आणि आजूबाजूच्या झुडपांकडे पाहत व्हिडिओ गेम्स खेळणे त्याने चालू ठेवले.

बीच बॉइज पुढे येत राहिले, वाटेत येणाऱ्या खड्ड्यांवरून उड्या मारत, आपल्या आयाळी झटकत येत राहिले. कोणत्याही नर सिंहांच्या चेहेऱ्यावर याआधी मी इतका निश्चय पाहिला नव्हता. त्यांचे होऊ घातलेले युद्ध बघायला मला सगळ्यात जवळच्या सीट हव्या होत्या. त्यामुळे मी गाडी वळवली आणि मागच्या झाडांच्या रिंगणापाशी नेली आणि मागच्या सिंहांच्या त्रिकुटाच्या मागच्या बाजूला जाऊन थांबलो. त्यातला तृप्त नर अजूनही आळसात पडला होता, दुसरा अजूनही

कामक्रीडेची भीक मागत होता आणि मादी अजूनही त्याला नकार देत होती. त्यातल्या कोणालाही येणाऱ्या धोक्याची कल्पना नव्हती.

आम्ही वाट पाहत थांबलो. मी आमच्या पाहुण्यांना विस्तारून सांगितले की, आता होणाऱ्या भांडणाने आमच्या इथल्या सगळ्या प्राणिसृष्टीवर मोठा परिणाम होणार आहे. सिंह जंगलाचे राजे असल्यामुळे जर इथले नर दक्षिणेकडे घालवले गेले तर दुसरा नवा सिंह सत्ताग्रहण करेपर्यंत इथली तरसे प्रबळ होतील. तरसे चित्त्यांना आणि जंगली कुत्र्यांना इकडून घालवून देतील आणि जेवढे भक्ष्य झाडावर उचलून नेऊ शकतात तेवढ्याच भक्ष्याची शिकार करणे बिबट्यांना भाग पडेल.

आम्ही अजूनही वाट पाहत होतो. माझ्या बरोबरच्या कुटुंबातील वडिलांनी मला विचारले की, बाकी गाइड्सनी इतर काही बघितले का? तेव्हा माझ्या लक्षात आले की, त्यांच्या मुलाइतकाच त्यांनाही कंटाळा आला होता. त्यांना होणाऱ्या घटनेचे महत्त्व कळलेले नसल्याने मला अजूनच वैताग आला. या सिंहांमध्ये जी घटना होऊ घातली आहे, असे मला वाटत होते त्याबद्दल मला शंका येऊ लागली. कारण बीच बॉइजना इकडे येण्यास माझ्या अंदाजापेक्षा जास्त वेळ लागत होता. पण तेव्हाच ''पोह!'' असा आवाज ऐकू आला आणि बबून माकडे नेहमी झाडाखाली अन्न शोधत बसतात तिकडून त्यांनी झाडावर पळ काढला.

''ते येत आहेत,'' मी म्हणालो, उत्कंठेने माझा श्वास जोरजोरात चालू होता.

त्या बाजूचे एक झुडूप थरथरले आणि त्यातून एक सोनेरी चेहरा दिसू लागला. त्याच्या डाव्या बाजूला अजून एक चेहरा बाहेर आला आणि उजव्या बाजूला तिसरा.

त्या प्रेमयाचना करणाऱ्या सिंहाने आकस्मिक त्यांच्या दिशेला नजर टाकली आणि त्यांना पाहिले. मला अपेक्षा होती की, तो खडबडून जागा होईल आणि त्यांच्या अंगावर धावून जाईल किंवा मोठी गर्जना करेल. जणू त्यांना सांगायला की, ''ही मादी मला मिळाली नाहीये, पण माझ्या भावाला मिळाली आहे! आता तुमचे काय म्हणणे आहे?''

पण त्याऐवजी तो त्याच्या पोटावर घसरून अजून खाली बसला आणि आपल्या भावाच्या अंगाला आपले नाक घासून त्याला जागे केले. त्या दुसऱ्या कामतृप्त सिंहाने आळसाने एक डोळा उघडला आणि या तिघांना दबा धरून झाडामागून पांढऱ्या वाळूत येताना पाहिले.

आणि तो पळाला.

कदाचित मागच्या काही दिवसांतल्या कामक्रीडेने तो त्यांचा सामना करायला थकला असेल. त्याने अजिबात विचार न करता असा काही पळ काढला की, त्याचा भाऊ एकटाच मागे राहिला. मग तोही त्याच्या पाठोपाठ धावला.

ते आमच्या बाजूने पळत गेले. धावताना त्यांचे कान आडवे झाले होते, शेपट्या मागे सळसळत होत्या आणि खांदे जोरात वरखाली होत होते. बीच बॉइज त्यांच्या

मागोमाग आले, थेट आमच्या दिशेने. ते आमच्या दिशेने पळत येतानाचे दृश्य मी माझ्या आत्तापर्यंतच्या आयुष्यात अनुभवलेल्या सर्वांत रोमहर्षक प्रसंगांपैकी एक आहे.

ज्या मादीमुळे हे सगळे भांडण चालू झाले होते, (तिच्या कळपाला यापुढे 'मटाटा कळप' – समस्या करणारा कळप असे यथार्थ नाव मिळाले.) तिने अगदी सुज्ञपणे विरुद्ध दिशेने पळ काढला. मी गाडी वळवून या पळणाऱ्या सिंहांच्या दिशेने घेतली आणि त्या झाडांच्या आखाड्याच्या बाहेर आलो. इकडचा भूभाग हा मोठ्या मैदानासारखा होता आणि त्यात मध्येमध्ये झाडे होती. या मैदानात मध्येच पाण्याचे ओहोळही होते. सिंह त्या ओहोळांवरून पटापट उड्या मारत जात जवळजवळ दिसेनासे झाले होते. उत्तरेकडचे सिंह तर इतक्या जोरात पळत गेले होते की, ते आमच्या दृष्टिपथातून नाहीसे झाले होते. दोन बीच बॉइज जेमतेम ठिपक्याएवढे दिसत होते आणि डॅशहुंड आमच्यापासून सुमारे शंभर मीटर पुढे होता.

आमच्या गाडीने मोठा आवाज करत, जोरात पाणी उडवत आणि खालची झुडपे तुडवत त्याला मागे टाकले. प्रत्येक वेळेला गिअर बदलताना आमच्या गाडीला मोठा हिसका बसत होता. "गाडी जरा नादुरुस्त आहे," मी मागे वळत ओरडून सांगितले. हे खरेतर सत्य नव्हते. कारण माझ्या अतिउत्साहाच्या भरात मी गाडीचा ॲक्सिलरेटर पूर्ण दाबून धरला होता. त्यामुळे प्रत्येक वेळेला गिअर बदलताना आमची गाडी एखाद्या रॉकेटसारखी जोरात पुढे जात होती.

या धक्क्यांनी का होईना, पण आमच्या पाहुण्यांच्या चेहेऱ्यावर एकदाचे स्मित आले होते. मला विजयी झाल्यासारखे वाटले, पण तेव्हाच माझ्या लक्षात आले की, त्यांना वाटणारा उत्साह प्राण्यांबद्दल नसून माझ्या जोरात गाडी हाणण्यामुळे वाटत आहे. कारण प्रत्येक वेळेला मी पाण्यातून जोरात गाडी काढल्यावर ते "व्हूप"सारखा आवाज काढत होते.

एवढे भिजल्यावर इंजीन गुरगुरत होते म्हणून मी गाडीचा वेग तपासला. आम्ही अंदाजे ताशी चाळीस मैलांच्या वेगाने जात होतो, पण ते चिडलेले बीच बॉइज आमच्यापेक्षाही वेगात होते. कसलाही निर्बंध मनात न आणून मी रेडिओमध्ये ओरडलो, "इतर गाइड्सपैकी कोणालाही एक अद्भुत घटना बघायची असेल, तर सुरक्षित वेगाचे नियम धाब्यावर बसवून लवकरात लवकर या बाजूला या." पण सगळे गाइड्स त्यांच्या पाहुण्यांना इतर गोष्टी दाखवण्यात गुंतले होते. त्यामुळे मला कोणी प्रत्युत्तर दिले नाही.

शेवटी सुमारे तीन मैल गेल्यावर मी माझा पराभव मान्य केला. माझी गाडी कितीही जोरात जाऊ शकत असली, तरी ती त्या मत्सराने भरलेल्या सिंहांच्या वेगाची बरोबरी करू शकत नव्हती. आम्ही एव्हाना ओकावांगोतल्या पाणथळ प्रदेशातून बाजूच्या कलाहारीच्या वाळवंटी भागात येऊन पोहोचलो होतो. एका दाट बाभळीच्या

झुडपापाशी मी गाडी थांबवली आणि पाहुण्यांना सुचवले की, एवढे जोरात आल्यामुळे घशात जी काही धूळ जमा झाली असेल ती कॉफीबरोबर गिळून टाकू या.

आम्ही विश्रांती घेत असताना पहिल्या काही मिनिटांत मला माझ्या चेहऱ्यावरचे हसू आवरणे मुश्कील जात होते. इतर कोणी जे काही म्हणत होते त्याकडे माझे फारसे लक्ष नव्हते. पण जेव्हा मी डॅशहुंडला त्याच्या सर्वाधिक वेगात आमच्या दिशेने धावत येताना पाहिले तेव्हा सुरक्षिततेसाठी मी घाईघाईने सगळ्यांना गाडीत चढायला लावले. त्याने एक घरघर करणारी आरोळी ठोकली आणि आपल्या भावांना सांगितले की, तो त्यांची पाठराखण करायला त्यांच्या मागोमाग येत आहे आणि तो त्या काटेरी झुडपात घुसला.

"जा-जा, गाठ त्यांना!" मी म्हणालो.

❖ ❖

कॅम्पवर परत आल्यावर आमच्या कॅम्पवरचा जो कर्मचारी ऐकायला तयार असेल त्याला या पाठलागाची गोष्ट मी पुन:पुन्हा ऐकवली. हे मी आत्तापर्यंत बघितलेले सर्वोत्तम दृश्य होते. मी अतिशय उत्तेजित झालो होतो आणि नाश्त्याच्या टेबलपाशी जाताना जवळजवळ उड्या मारीत जात होतो.

माझ्या पाहुण्यांच्या कुटुंबातील वडील इतर पाहुण्यांशी बोलत होते. मी कल्पना केली की, ते आत्ताच्या अफलातून घटनेबद्दल सांगत असतील आणि म्हणत असतील की, आफ्रिका खरोखरच कशी महान आहे. ते इतर पाहुण्यांशी बोलून माझ्याकडे वळले तेव्हा मी अगदी सुहास्य मुद्रेने त्यांच्याकडे पाहत होतो.

"पॅटर," ते म्हणाले (माझ्या जिभेच्या ऑस्ट्रेलियन वळणामुळे माझ्या नावाबद्दल त्यांचा गैरसमज होऊन ते मला पॅटर म्हणत होते), "बाकीच्यांना तर चित्ते दिसले आणि बिबटेपण!"

माझ्या चेहऱ्यावरचे हास्य जरा मावळले. जंगल सफारीनंतर पाहुण्यांना इतर पाहुण्यांबरोबर बोलण्यास मनाई केली पाहिजे असे मला वाटते. पण आमच्या कॅम्पच्या व्यवस्थापनाचे याबद्दलचे मत होते की, पाहुण्यांभोवती कुंपण बांधणे अशक्य आहे. त्यामुळे माझी ही सूचना कायम धुडकावली जायची. मला त्यांना सांगावेसे वाटले की, तुम्ही जर युरोपात गेलात तर तेथे असलेले प्रत्येक संग्रहालय एका दिवसात पाहू शकत नाही आणि आत्ता त्यांनी अनुभवलेली घटना तर सबंध आयुष्यात एखादे वेळेलाच अनुभवायला मिळते, पण बहुधा मी त्यांना तसे सांगणे अनावश्यक होते. कारण हा असा पाठलाग अनुभवण्याचे भाग्य किती कमी वेळेला मिळते ते त्यांना ठाऊक असेल का नाही, असे मला वाटले.

पण तेव्हा ते म्हणाले, "आपण तर फक्त सिंहच पाहिले."

जगातली सर्वांत वाईट बाथरूम

काही महिने माझी बाथरूम जगातली सर्वांत वाईट बाथरूम होती. माझ्या तंबूचे नूतनीकरण होणार होते. त्यामुळे तो त्याच्या मूळ जागेपासून पन्नास फूट दूर तात्पुरता एका दुसऱ्या जागेत लावला होता. यामुळे एरवी काही विशेष अडचण झाली नसती. पण माझ्या तंबूला जोडलेला बाथरूमचा भाग मागे राहिला होता. माझी नवी कॅनव्हासची खोली त्याला लागून होणार होती, पण ठरलेला बिल्डर महिनाभर उगवलाच नाही आणि शेवटी एकदाचा आला. त्याच आठवड्यात त्याला मलेरिया झाला आणि तो परत गेला. मला बराच काळ मध्यरात्री स्वत:ला मोकळे करण्यासाठी जुन्या तंबूच्या शेजारच्या बाथरूमपर्यंत लांब फेरी मारावी लागत होती.

मला रात्रीचा गुडूप अंधार होईपर्यंत वाट पाहावी लागण्याचे कारण, मी कमोडवर बसल्यावर ज्या बाजूला तोंड करून बसायचो ती बाजू आफ्रिकन हवेला खुली होती! आमच्या कॅम्पवर निवासाच्या तंबूला जोडून स्वच्छतागृहाचा छोटा तंबू असे. आता माझा निवासी तंबू काढून दुसरीकडे नेल्यामुळे त्याला जोडलेल्या स्वच्छतागृहाच्या तंबूला तीनच बाजू राहिल्या होता. माझा तंबू जर शेवटचा असता तर तिकडे दिवसा जाणे एवढे काही विशेष अवघड नव्हते. पण तो आमच्या कर्मचाऱ्यांच्या तंबूंच्या रांगेत पहिलाच तंबू होता आणि प्रत्येक कर्मचारी आणि कॅम्प-चालक आपल्या तंबूकडे जाण्यासाठी माझ्या तंबूवरूनच जायचा.

त्यामुळे प्रत्येक रात्री मी पूर्ण सामसूम होईपर्यंत वाट पाहायचो. सगळे दिवे विझल्यावर मग टॉर्चच्या उजेडात इकडेतिकडे झुडपावर नजर टाकून खातरी करून घ्यायचो की, त्या उजेडात चमकणारे डोळे हे साळिंदर किंवा बुशबेबीसारख्या निरुपद्रवी प्राण्याचे असून सिंह किंवा बिबट्यासारख्या धोकादायक प्राण्याचे नाहीयेत.

जर सगळे ठीकठाक असेल तर मी जोरात पळून माझ्या बाथरूमकडे जायचो. जाताना बहुधा मी अर्ध्या चड्डीवर असायचो आणि पायात सँडल्स घातलेल्या असायच्या. तिकडे पोहोचल्यावर कमोडच्या सीटखाली एखादा विंचू तर नाहीये ना हे बघून त्यावर बसायचो. (तुम्ही केवळ एखाद्या वेळेला विंचू तपासायचे विसरला असाल तर आयुष्यात परत विसरणार नाही.) आणि पुढची क्रिया चालू करायचो.

मला एखाद्या वेळेला जर फार वाट पाहायला लागली असेल किंवा आफ्रिकेत तुम्हाला त्रास देऊ शकणाऱ्या असंख्य पोटाच्या तक्रारींपैकी एखादीने मला गाठले असेल, तर माझा टॉर्चच्या प्रकाशातला शोध अगदीच नाममात्र असायचा. एका रात्री कमोडच्या सीटखाली विंचू नाहीयेत अशी खातरी करून मग मी माझ्या पँटची बटणे सोडून खाली बसल्यावर माझ्या लक्षात आले की, मी कोणत्या मोठ्या गोष्टीची खातरी करायचे विसरून गेलो आहे. मी त्या रात्री इकडेतिकडे मोठ्या प्राण्यांची खातरी करायचे विसरलो होतो. खाली बसल्यावर माझ्यासमोर एक म्हैस आली. ती इतकी जवळ होती की, मी माझा पाय जोरात हवेत हलवला असता तर तिला माझी लाथ बसू शकली असती. (जे करण्याचा माझा काहीही उद्देश नव्हता.) मला काही क्षणांपूर्वी तिच्या तिथल्या अस्तित्वाबद्दल जशी काहीही कल्पना नव्हती, तशीच तिला या क्षणी तिच्यामागे मी बसलो आहे याबद्दल काहीही कल्पना नव्हती. ती नि:शंकपणे तिथे गवत रवंथ करत उभी होती.

काहीही आवाज करण्याचे माझे धारिष्ट्य नव्हते. आपले पूर्वज कधी काळी कोणताही कपडा न घालता वावरायचे, पण कधीतरी नंतर त्यांना भीतीमुळे स्वत:ला प्राण्यांच्या कातडीने किंवा झाडाच्या पानांनी झाकून घ्यावे असे वाटले होते, तसेच आत्ता मला वाटले. त्याच वेळी माझ्या इच्छेविरुद्ध मी एक आवाज काढला. पण त्या अपरिचित आवाजामुळे घाबरून त्या म्हशीने अंधारात पळ काढला, तेव्हा माझ्या आश्चर्याला पारावार राहिला नाही.

प्लूप! प्लूप!

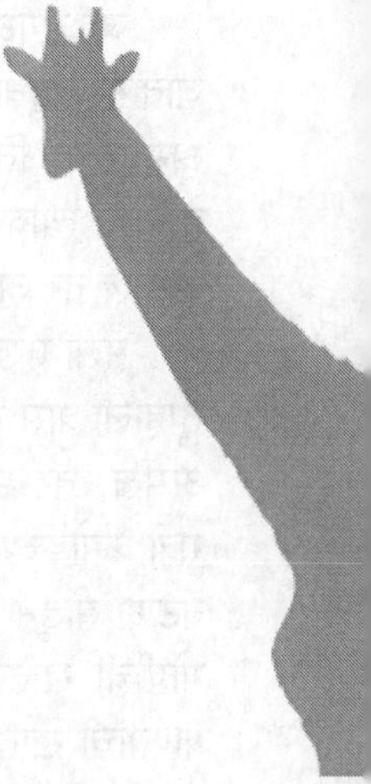

व्रण

"पण रिच, तुझ्या शरीरावर थोडेतरी व्रण असले पाहिजेत," मी आश्चर्याने उद्गारलो. "तसा एकही व्रण नसणे जवळजवळ उद्धटपणाचे आहे." एखादा वीस वर्षे जगूनसुद्धा जर डॉक्टरने त्याच्या शरीरावर कधी टाके घालून शिवायची वेळ आली नसेल, तर ते माझ्या दृष्टीने अतर्क्य होते. या आजच्या व्हिडिओ गेम्सच्या जमान्यात ते मी समजू शकतो. पण आम्ही सायकल आणि स्केटिंगसारखे मैदानी खेळ खेळणाऱ्या पिढीतले आहोत. त्यामुळे आम्हाला सतत जोरात हलणाऱ्या वस्तूवरून पडण्याची आणि आपटण्याची सवय होती. म्हणजे कमीत कमी मलातरी होतीच, कारण माझ्या शरीराच्या अवयवांचे एकमेकांतले संतुलन जरा कमीच आहे. कदाचित रिचर्डच्या चपळ आणि लवचीक शरीरामुळे तो फारसा धडपडत नसेल. आमच्या बसक्या बास्केट बॉलच्या खेळात तो मला नेहमीच हरवत असे. आम्ही स्वयंपाकघराच्या फरशीवर बसून हा बसका बास्केटबॉल खेळत असू. जखम झाल्यावर येणाऱ्या रक्तामुळे उडणारी धांदल आणि गडबड कदाचित रिचला आवडत नसेल. तो तसा फार शांत आणि मृदू स्वभावाचा होता. पण स्वतःच्या शरीरावर कसल्याही जखमेच्या खुणा नसणे हे काही मला बरोबर वाटत नव्हते.

"तू सुदैवी आहेस," तो जरा लाजूनच मला म्हणाला. "मुलींना अंगावर व्रण असलेली मुले फार आवडतात." तो माझी जरा चेष्टा करत होता. त्याला खूप दिवसांपासून रिबेका नावाची एक मुलगी आवडायची. मला आणि त्याच्या बाकी मित्रांना फार आश्चर्य वाटायचे की, तिला विचारायला याला एवढा वेळ का लागत आहे. आम्ही जवळजवळ दोन वर्षे याची वाट पाहत होतो.

आमची तेव्हाची परिस्थिती फारच बरी होती. रिचर्डचे आई-वडील एका

वर्षासाठी परदेशी गेले होते. त्यामुळे त्याच्या हाताशी इतर विद्यार्थ्यांच्या मानाने फारच चांगले घर आले होते. त्याचे कॉलेजचे शेवटचे वर्ष चालू होते आणि मी माझे हायस्कूल संपवायला ऑस्ट्रेलियाला परत आलो होतो. आम्हा दोघांचा एकच उद्देश होता – आफ्रिकेला जाऊन तिथे परत सफारी गाइड म्हणून काम करायचे. रिचर्डचा जन्म आफ्रिकेतला होता आणि त्याने तिथे काही सुट्ट्यांमध्ये स्वयंसेवक म्हणून काम केले होते. गाइड म्हणून मला एका वर्षाचा अनुभव होता, पण मी स्वत:शी ठरवले होते की, मी कधीतरी शाळेचे शिक्षण पूर्ण करीन.

त्यामुळे आम्ही जोडीने अभ्यास करायचो, जेवायला पिझ्झा मागवायचो आणि खेळ म्हणून एका रिंगमधून छोटा बॉल टाकण्याचा बसका बास्केटबॉलचा खेळ खेळायचो. एका शनिवारी फोन वाजला. फोनवर रिचर्ड म्हणाला की, तो हॉस्पिटलमध्ये आहे. वा! आतातरी त्याच्या अंगावर काही व्रण उमटतील, मी विचार केला. नंतर मी त्याची कथा ऐकली.

त्याला नेटबॉल खेळताना एका मुलीने पाडले होते. ज्यांना हा खेळ माहीत नाहीये त्यांना सांगायचे, तर तो खेळ म्हणजे जोरात खेळला जाणारा बास्केटबॉल आणि हळू वेगातले तायक्वांदो यांचे मिश्रण असल्यासारखा खेळ आहे. तुम्ही बॉल फेकू शकता, पण बॉल घेऊन पळू शकत नाही. मुलींच्या शाळांमध्ये हा तसा लोकप्रिय खेळ आहे. कारण त्यात धडपड तशी कमी होते.

ते काहीही असले, तरी या हळू खेळल्या जाणाऱ्या खेळातही रिचर्डने त्याच्या अंगठ्याचे मोठे हाड मोडून घेतले होते आणि धडपडीमध्ये माझ्यावर कुरघोडी केली होती. (कारण आत्तापर्यंत माझ्या शरीरावर शंभराच्या वर टाके पडले असले, तरी माझे हाड कधीच मोडले नव्हते.) आणि त्याचे हाड अशा अवघड ठिकाणी मोडले होते की, त्याला शस्त्रक्रिया करावी लागली आणि शेवटी एकदाचा रिचर्डच्या हातावर एक जांभळा, घट्ट्यासारखा दिसणारा एक व्रण आला. तो व्रण एकदम सहजासहजी नजरेत भरत असे आणि मला त्याच्या भल्यासाठी वाटे की, त्याने त्याच्या त्या व्रणाची गोष्ट चांगली रंगवून सांगितली पाहिजे.

"तू काय वाट्टेल ते झाले तरी याबद्दल खरे सांगू नकोस," मी त्याला म्हणालो. "तुला परत परत बजावतो की, तू असेच सांग की, तुला हा डाग आफ्रिकेत पडला. सगळ्यांना माहीत आहे की, तू तिकडे बराच काळ व्यतीत केला आहेस. लोकांना सांग की, एकदा सिंहाने बोचकारल्यामुळे तुला जखम झाली होती त्याचा हा व्रण आहे. त्या सिंहाचा पंजा तुझ्या हातात रुतला असताना तू तो झटकण्याचा प्रयत्न केलास आणि तू पर्यावरणवादी असल्यामुळे सिंहाला इजा होऊ नये म्हणून तो सिंह शेवटी थकून भागून झोपी जाईपर्यंत तसाच थांबलास आणि मग तिकडून निघून आलास."

"मी असे खोटे बोलू शकत नाही," रिचर्ड म्हणाला.

"तू तसेच सांगितले पाहिजेस."

रिचर्डला बऱ्याच वेळेला या जखमेबद्दल विचारले जात असे आणि त्याने नेटबॉलची गोष्ट सांगताच लोक आपले डोळे मिचमिचे करत आलेले हसू लपवण्याचा प्रयत्न करताना तुम्हाला दिसत असत.

काही वर्षांनी रिचर्ड आणि त्याची वाग्दत्त वधू (हुर्रे!) रिबेका बोट्स्वानामध्ये मी ज्या कंपनीत काम करायचो त्याच कंपनीत काम करत होते. आमचे दोघांचे कॅम्प एकमेकांशी फक्त हवाई मार्गाने जोडलेले होते. त्यामुळे आम्ही एकमेकांना क्वचितच भेटायचो, पण आम्ही रेडिओवर नेहमी एकमेकांशी बोलायचो. त्या आफ्रिकेच्या जंगलात रेडिओ म्हणजे आम्हाला बाहेरील जगाशी जोडणारी नाळ होती. मधूनच आमची आपापल्या सुट्ट्यांवर जाताना किंवा येताना कुठल्यातरी धावपट्टीवर गाठभेट व्हायची. नाहीतर कधीकधी आम्ही एकमेकांच्या कॅम्पवर एखाद-दुसरी रात्र घालवायचो.

एकमेकांच्या संपर्कात असण्याचा हा जरा विचित्र मार्ग आहे, पण बरेच वेळेला मी ऑस्ट्रेलियात सिडनीला राहणाऱ्या माझ्या बहिणीच्या जितका संपर्कात राहू शकायचो तेवढाच रिचर्ड आणि रिबेकाच्या संपर्कात राहू शकायचो.

एकदा रेडिओवर एक निरोप आला, तेव्हा माझी सुट्टी नुकतीच चालू झाली होती. मी झीगेरा नावाच्या एका कॅम्पला भेट देत होतो. तिथे काम करणाऱ्या रॉबिन नावाच्या एका कॅनेडीयन मुलीने मला तो निरोप सांगितला. ती म्हणाली की, रिचर्डवर एका सिंहाने हल्ला केला आहे.

"नाही!" मी म्हणालो, "त्याला नेटबॉलच्या वेळेला लागले होते. पण मी सांगितलेली गोष्ट तो वापरतो आहे हे ऐकून बरे वाटले."

त्याला खरोखरच काहीतरी झाले आहे हे मला पटायला जरा वेळ लागला. पण शेवटी मी ऑफिसच्या तंबूत गेलो. तिकडे नेहमी ऐकू येणारी रेडिओची खरखर ऐकू येत नव्हती. हे जरा नवीनच होते. उत्तर बोट्स्वानामध्ये जवळपास वीस कॅम्प आहेत आणि सगळे एकाच फ्रीक्वेन्सीवर एकमेकांशी आणि मुख्य ऑफिसशी संपर्क साधत असल्यामुळे दिवसाच्या कोणत्याही वेळेला एखादा कॅम्प-चालक काहीतरी निरोप देत असायचाच. ते निरोप विविध प्रकारचे असायचे. अगदी "पुढच्या विमानाने ताबडतोब अंडी पाठवली पाहिजेत." अशा निरोपापासून ते "कॅम्पवरच्या कोणत्यातरी कर्मचाऱ्याचा दात दुखत आहे. त्यामुळे त्याला दंतवैद्याकडे जाण्यासाठी पुढच्या विमानात त्याच्यासाठी एक सीट राखीव ठेवली पाहिजे." किंवा "कॅम्पवरचा गाइड आजारी असल्यामुळे दुसरा पर्यायी गाइड पाहिजे." इथपर्यंत. त्या दिवशी झीगेरा कॅम्पवरचा रेडिओ मधूनच आवाज करत होता आणि "नर्स कुठे आहे?" किंवा "वैद्यकीय आणीबाणी" अशासारखे काही शब्द कानावर

पडत होते. त्यामुळे मी असे ताडले की, रिचर्डबद्दल ऐकले ते खरे असले पाहिजे.

सावुती कॅम्पवर सिंह रात्रभर आवाज करत होते. सिंह असा आवाज करत असत तेव्हा आम्हा गाइडना वाटे की, ते आमच्याविरुद्ध कट करत आहेत. कारण सकाळ होताच सगळे सिंह अतिशय दाट आणि अजिबात आत जाता येणार नाही अशा कोणत्यातरी झुडपात जाऊन बसत. मग पर्यटकांची अतिशय निराशा व्हायची आणि त्यांना असे वाटायचे की, आम्हा गाइडना जंगलाबद्दल काहीही ठाऊक नाहीये.

बहुधा अशा रात्री पर्यटक भीतीने रात्रभर जागे राहत असत, पण एखाद्या वेळी ते थोडे का होईना झोपू शकले असतील, तर तुम्ही सकाळी त्यांना उठवल्यावर कॉफी पिताना ते आम्हाला विचारत, ''तो आवाज सिंहांचा होता ना? थेट माझ्या तंबूबाहेर आले होते!''

✦ ✦

मग दुसरा कोणतातरी पर्यटक म्हणू लागे, ''छे छे, ते सिंह माझ्या तंबूबाहेर होते.'' जर तुम्हाला त्यांची चूक दाखवून द्यायची असेल, तर तुम्ही त्यांना सांगू शकला असता की सिंहाची गर्जना जवळजवळ चारपाच मैल ऐकू जाते आणि काल रात्रीचे सिंह आपल्या कॅम्पपासून कमीत कमी चारपाचशे मीटर अंतरावर होते. पण बहुतेक वेळेला तुम्ही त्यांची मजा आपापसात चालू ठेवू देऊन त्यांना लवकरात लवकर गाडीत चढवण्याचा प्रयत्न केला असता. कारण तुम्हाला कल्पना असते की, त्यांनी या गप्पांत घालवलेल्या प्रत्येक मिनिटामुळे सिंहांना शोधणे अजून-अजून अवघड होणार आहे.

रिचर्डवर हल्ला झाला तेव्हा त्याच्या गाडीत एकच जोडपे होते. ते जोडपे बऱ्याच वेळेला सफारीवर आले होते, तरी सिंह बघण्याबद्दल उत्सुक होते. ते लँडरोव्हरमधून निघाले आणि त्यांनी सिंहिणीच्या पाऊलखुणांचा माग काढण्यास प्रारंभ केला. बरेच वेळेला सिंहिणी गाडीच्या रस्त्यानेच चालत जातात. तुम्ही सिंहाच्या मागोव्यावर निघालात आणि तुम्ही प्राण्यांचा माग काढण्यात कितीही निष्णात असलात आणि जंगलातल्या सगळ्या खाणाखुणांचा तुम्ही अर्थ सांगू शकत असलात, तरी असा सोपा माग काढायला मिळणे एकदम लॉटरी लागल्यासारखे वाटते. जर त्या वेळी सिंहाला वाटले असेल की, फार गरम होते आहे आणि तो उजवीकडे वळून वाळवीच्या वारुळावर येऊन बसला असेल तर तुम्हाला त्याचे अगदी समोरून दर्शन मिळेल. नाहीतर तो कदाचित अगदी दाट झाडीत सावलीत जाऊन बसेल, जिथे कोणतीही गाडी जाऊ शकत नाही आणि चालत जाणे धोक्याचे असेल.

ही सिंहीण रस्त्याने बरेच अंतर चालत गेली होती आणि रिचर्डने तिच्या

पाऊलखुणांचा माग काढत जवळजवळ मैलभर गाडी चालवत नेली. त्यानंतर तिच्या पाऊलखुणा अचानक उंच गवतात वळल्या आणि दाट झाडीत गेल्या. रिचर्ड त्या पावलांवरून सिंहिणीची पुढची दिशा नीट पाहण्यासाठी गवतात खाली उतरला.

त्या पाऊलखुणा तशा ताज्या होत्या. म्हणजे आम्ही गमतीने 'अगदी गरमागरम पाऊलखुणा आहेत,' असे म्हणायचो तशा नव्हत्या. पण ती सिंहीण परत पुढे रस्त्याच्या दिशेला वळली असेल, तर ते त्याला नक्कीच दिसले असते.

तो त्या पाऊलखुणांचा माग जिथे काढत होता ती जागा म्हणजे २० वर्षांपेक्षा जास्त काळ कोरडे पडलेले एका नदीचे पात्र होते. त्यामुळे त्या भागात अनेक झाडाझुडपांच्या मध्ये उंचच उंच वाढणारे गवत मैलोन्‌मैल पसरले होते. त्या गवतात मधूनच एखादे वाळवीचे वारूळ, नाहीतर एखादे झुडूप दिसत होते. रिचर्डने इकडेतिकडे नजर टाकली आणि तो सिंहिणीच्या पावलांच्या मागे काही पावले चालत गेला. तिथून ती सिंहीण थेट अगदी दाट झाडीत गेली होती. खाली बसून तो त्या खुणांचे अधिक जवळून निरीक्षण करत होता. त्याचे डोके खाली असल्यामुळे जेव्हा त्याचे पाहुणे किंचाळून ओरडले तेव्हाच त्याच्या लक्षात आले की, काहीतरी गडबड आहे. सिंहीण येते आहे.

ती सिंहीण पुढे जाऊन रिचर्डच्या समोर असलेल्या वारुळाच्या मागे विश्रांती घेत बसलेली असली पाहिजे. आम्हाला नंतर कळले की, ती सिंहीण त्या वेळेला एकटी होती. कारण तिने नुकताच पिल्लांना जन्म दिला होता. गर्भारशी झाल्यावर सिंहिणी त्यांच्या कळपापासून काही आठवडे वेगळ्या राहतात. ती पहिल्यांदाच आई झाली होती. त्यामुळे तिला तिच्या जबाबदाऱ्यांबद्दल जरा कमी आत्मविश्वास होता आणि रिचर्ड त्याच्या दुर्दैवाने नेमक्या त्याच ठिकाणी खाली उतरला होता जिथे त्या सिंहिणीने आपली पिल्ले लपवली होती. आपल्या पिल्लांना धोका आहे असे वाटणाऱ्या सिंहिणीइतक्या धोकादायक अशा इतर फार कमी गोष्टी जगात आहेत.

रिचर्डने धोक्याची सूचना ऐकताच तो उभा राहिला आणि स्वत:ला जितके मोठे बनवता येईल तितके बनवण्याचा त्याने प्रयत्न केला. त्यासाठी त्याने आपले हात उंच उचलले आणि तो जोरात ओरडला. अशा प्रसंगात त्याची ती वर्तणूक अतिशय योग्य होती आणि बहुतेक वेळा त्याने हेतू साध्य होतो.

पण ही सिंहीण त्यादिवशी कोणतेच नियम पाळणार नव्हती. एखादा सिंह तुमच्यावर लुटूपुटूचे धावून येताना तुमच्यापासून अगदी काही इंच अंतरावर थांबेल, इतका जवळ की तुम्हाला अगदी खातरी वाटेल की, आता तुमचे दिवस भरले. त्यामुळे अशा प्रसंगात करण्याची योग्य गोष्ट म्हणजे तुम्ही त्या प्राण्याचा सामना केल्यासारखे त्याच्याकडे तोंड करून उभे राहायचे. म्हणजे त्याला असे वाटते की,

तुम्ही त्याच्याशी सामना करायला तयार आहात. रिचर्डला शेवटच्या क्षणी लक्षात आले की, ती सिंहीण लुटूपुटूची चाल करून येत नव्हती. ज्याक्षणी हे त्याच्या लक्षात आले, त्याक्षणी तो एकदम गर्रकन वळला. त्यामुळे त्या सिंहिणीने त्याला मागून पकडले. ती सिंहीण तशी तरुण होती त्यामुळे ती साधारण अडीचशे पौंड वजनाची असेल, म्हणजे साधारण मोठ्या धष्टपुष्ट पुरुषाएवढी वजनदार होती. पण तिने त्याच्यावर झेप घेतली तेव्हा ती ऑलिम्पिक विजेत्या धावपटूच्या वेगापेक्षा कमीत कमी दुप्पट तरी वेगाने पळत आली होती. तिच्या झेपेच्या आघाताने त्याचे खांद्याचे हाड जागेवरून निखळले.

तो स्वत:च्या तोंडावर आपटला आणि पडताना शाबूत हातावर आदळला. निखळलेला खांदा आणि हात वरच्या बाजूला राहिले. ती सिंहीण त्याला त्याच्या खांद्यापाशी चावली. ती बहुधा शोधत होती की कुठे चावा घेतल्यामुळे तो गुदमरेल. सिंह मुख्यत्वेकरून चार पायांचे प्राणी खातात. त्यामुळे माणसाच्या शरीरामुळे त्यांना गोंधळल्यासारखे होते. नंतर तिने त्याच्या मानेच्या वरच्या भागाचा चावा घेतला आणि एक छोटा मांसाचा लचका तोडला. ती त्याच्या पाठीवर बसली होती आणि आपल्या एका पंजाने तिने त्याच्या गालापासून तोंडापर्यंत बोचकारले. हे करत असतानाच तिने त्याच्या एका कानाचा चावा घेतला, त्यामुळे तो चावा घेतलेला कान अर्धवट खाली लोंबकळत राहिला.

हे सगळे होत असताना रिचर्डला ही जाणीव होती की, त्याने काहीतरी प्रतिकार केला पाहिजे, पण त्याचा शाबूत हात त्याच्या अंगाखाली अडकला होता आणि सिंहीण त्याच्या अंगावर बसल्यामुळे त्याला तो हात बाहेर काढता येत नव्हता. त्याच्या दुसऱ्या निखळलेल्या हाताने सिंहाला काही करणे तसे अशक्य होते, पण त्याने तरीही प्रयत्न केला. त्याच्या गाडीतले जोडपे नंतर म्हणाले की, जसा तो त्या निखळलेल्या हाताने सिंहिणीला मारायचा प्रयत्न करत होता तशी त्या हाताची पुढे-मागे हालचाल होत होती. आणि त्या हालचालीमुळे ती सिंहीण जेव्हा त्याचा चावा घ्यायला येत होती तसे तिचे लक्ष विचलित होत होते.

त्या गाडीतली स्त्री तिच्या नवऱ्याला ओरडली की, पटकन गाडीच्या चालकाच्या सीटवर जा आणि त्या सिंहिणीच्या दिशेने गाडी ने. बहुतेक त्यामुळेच रिचर्ड वाचला. जेव्हा लँडरोव्हर अंगावर आली तेव्हा सिंहीण रिचर्डच्या अंगावरून उठली आणि मागे गेली. नंतर तिने दबा धरला आणि जणू गाडीला आव्हान दिले की, हिंमत असेल तर या आणि त्याला उचलून घ्या.

पण रिचर्ड स्वत:चा स्वत:च कसाबसा उभा राहिला आणि गाडीत चालकाच्या शेजारच्या सीटवर आत आला. त्याने रेडिओवर मदत मागितली. नंतर कॅम्पवरून दुसरा एक गाइड आला आणि रिचर्ड आणि त्याच्या घाबरलेल्या पाहुण्यांना परत

घेऊन गेला.

रिचर्ड कॅम्पवर परत आल्यावर रिबेकाने त्याच्यावर प्रथमोपचार केला. रिचर्डवर उपाय करणाऱ्या परिचारिकेने नंतर सांगितले की, रिबेकाने प्रथमोपचाराचे खरोखरच विलक्षण काम केले होते. हेलिकॉप्टरने त्याला ताबडतोब रुग्णालयात हलवणे सर्वांत योग्य ठरले असते. पण त्या दिवशी चालक उपलब्ध असलेले एकही चालू हेलिकॉप्टर नव्हते. त्यामुळे रिचर्डला अतिशय खडबडीत रस्त्याने जवळच्या धावपट्टीपर्यंत गाडीतून जावे लागले. तिथून एका विमानाने त्याला गाबोरोनला नेण्यात आले. गाबोरोन बोट्स्वानाची राजधानी आहे.

बोट्स्वानामधली रुग्णालये ही बऱ्याच लोकांना वाटतात त्यापेक्षा खूपच चांगली आहेत. पुढे रिचर्डला प्लॅस्टिक सर्जरीच्या उपचारासाठी जोहान्सबर्गला जावे लागले. जोहान्सबर्गमध्ये गुन्हेगारी आणि भरपूर प्रमाणात उपलब्ध असलेल्या शस्त्रसाठ्यामुळे प्लॅस्टिक सर्जनना तिकडे भरपूर मागणी असते आणि त्यांना अशा कामांचा विपुल अनुभव असतो. पण सगळ्या सर्जनना आपल्या फाइलवर प्राण्याच्या हल्ल्यावर उपचार केलेला लिहायचा असतो. (हो त्यांच्याकडे स्वतःची फाइल असते ज्यात 'आधी' आणि 'नंतर'चे फोटो असतात. त्यांच्या व्यवसायाच्या दृष्टीने ते आकर्षक दिसते. म्हशींचा किंवा गेंड्याचा हल्ला ठीक आहे, सिंहाचा हल्ला हा त्यात हुकमी एक्का आहे.) त्यामुळे रिचर्डवर उपचार करण्यासाठी डॉक्टरांची फौजच्या फौज उपलब्ध होती.

रिचर्डने शेवटी एक सर्जन निवडला आणि त्या सर्जनने खरोखरच अविश्वसनीय काम केले. काही वर्षांनी जेव्हा रिचर्ड आणि रिबेकाचे लग्न झाले तेव्हापर्यंत रिचर्ड पूर्ण बरा झाला होता. त्याचा कान पुन्हा शिवला होता आणि त्याच्या डोक्याच्या मागच्या भागात जिथे त्वचेचा पट्टा लावला होता तिकडे केस परत वाढले होते. त्याच्या गालावर एक पांढरी रेष दिसत होती, पण ती फार पुसट होती. जर त्याने शर्ट काढला असता तरच कोणाला कळले असते की, त्याला काही मोठा अपघात झाला आहे.

जेव्हा रिचर्डला लोक पुरेसे ओळखू लागतात तेव्हा त्याला ते विचारतात, "अरे तुझ्या हातावर तो व्रण कसला आहे?"

त्याचे उत्तर अजूनही तेच आहे, "नेटबॉल!"

खामा : एक प्रेमकथा

संध्याकाळी शेकोटीभोवती बसून एकमेकांना गोष्टी सांगणे ही सफारीवरची एक फार जुनी प्रथा आहे. शेकोटीभोवती बसल्यावर एखादा पर्यटक आम्हा गाइडपैकी एकाला विचारे, ''तू सामना केलेला सर्वांत धोकादायक प्राणी कोणता आहे?'' आणि त्यानेच मग अशा गोष्टींची सुरुवात होई.

अशा शेकोटीभोवतीच्या गोष्टी ऐकायला मनोरंजक आणि सुरस असतात आणि त्या ऐकून पर्यटक अवाक् होऊन जातात. पण माझी सर्वांत आवडती गोष्ट ही अशा एका व्यक्तीबद्दल आहे, ज्याने बोट्स्वाना राष्ट्र घडवले आणि गंमत म्हणजे ही गोष्ट म्हणजे एखादा इतिहासाचा पाठ किंवा राजकारणाची गोष्ट नाहीये. ती एक प्रेमकथा आहे.

◆ ◆

सर सेरेत्से खामांचा जन्म सेरोवे गावात झाला होता. पाश्चात्त्य देशांतल्या गावांच्या मानाने बघायचे तर सेरोवे तसे छोटे खेडेच आहे. त्यांचा जन्म झाला तेव्हा त्यांना 'सर'ची उपाधी नव्हती ती नंतर मिळाली, पण ही 'सर'ची उपाधी त्यांना ब्रिटिशांनी दिली ही गोष्ट आश्चर्यकारकच आहे. कारण अनेक वर्षे ब्रिटिश असा प्रयत्न करत होते की, काहीही करून खामांचे महत्त्व वाढू नये.

वडील वारणे ही कोणत्याही मनुष्याच्या आयुष्यातली अत्यंत परिणामकारक घटना आहे. सेरेत्से खामांचे वडील वारले तेव्हा ते चार वर्षांचे होते आणि इतर कोणाहीपेक्षा त्यांच्या दृष्टीने या गोष्टीचे महत्त्व जरा जास्तच होते, कारण त्यांचे वडील 'क्गोसी' म्हणजे बटावाना जमातीचे राजे होते. बोट्स्वानामध्ये अनेक

जमातींचे लोक राहतात. त्यापैकी खामांची ही जमात मुख्य जमात होती. त्या काळी हा प्रदेश ब्रिटिशांच्या आमदानीत होता आणि त्याचे नाव बेच्वानालँड असे होते.

तेव्हा असे ठरवले गेले की, सेरेत्से राज्यकारभार बघण्यास अजून लहान आहे. त्याचे काका शेकेडी यांनी सेरेत्से वयात येईपर्यंत राज्यकारभार बघण्यास सुरुवात केली. तरुण सेरेत्सेला शिक्षण पूर्ण करण्यासाठी दक्षिण आफ्रिकेला पाठवले गेले. शाळेतले शिक्षण पूर्ण झाल्यावर सेरेत्से इंग्लंडला गेला. इंग्लंडमध्ये त्याने ऑक्स्फर्ड विद्यापीठात शिकण्यास सुरुवात केली. १९४७ साली लंडन मिशनरी सोसायटीने आयोजित केलेल्या एका नृत्याच्या कार्यक्रमात तो रुथ विल्यम्स नावाच्या एका इंग्लिश तरुणीला भेटला. तसे बघायला गेले तर या भेटीत विशेष असे काही घडले नाही आणि त्यामुळे पुढे त्या दोघांचे काय होणार आहे याचे भाकीत कोणीही करू शकले नसते. फार तर एवढे म्हणता येईल की, जॅझ संगीत दोघांनाही आवडत असे.

त्याच्या तोपर्यंतच्या भटक्या आयुष्यात कसे कोणास ठाऊक; पण सेरेत्सेने हुशारी, चलाखी आणि त्याच वेळी आत्यंतिक सचोटीचे गुण संपादित केले होते. कदाचित याच गुणांकडे रुथ आकर्षित झाली असेल. एका वर्षाच्या आत त्याने तिला लग्नाबद्दल विचारले आणि तिने त्याला होकार दिला.

तो सुज्ञ सेरेत्से किंवा लंडनवासी रुथ या दोघांनीही कल्पना केली नसेल असे वादळ यामुळे उभे राहिले. सेरेत्सेने जेव्हा त्याच्या काकांना सांगितले की, तो केवळ त्याच्या जातीबाहेरच नाही तर एका गोऱ्या इंग्लिश मुलीशी लग्न करणार आहे, त्या वेळी त्याचे काका शेकेडी प्रचंड संतापले.

शेकेडींचे फोटो तुम्ही पाहिलेत तर तुम्हाला ते इतर चारचौघांसारखेच दिसतील, पण खऱ्या आयुष्यात ते अगदी निर्दय आणि धूर्त व्यक्ती होते. अशा व्यक्ती तुम्हाला अरेबियन नाइट्ससारख्या पुस्तकात सापडतात. त्यांनी सेरेत्सेला सांगितले की, तू त्या इंग्लिश मुलीला घातलेली मागणी मागे घे. सेरेत्सेनी या गोष्टीला नकार दिला, एवढेच नाही तर लग्नाची तारीख थोडी अलीकडेच ओढली. न जाणो शेकेडीकाकांनी आयत्या वेळेला लग्नात काहीतरी समस्या उभी करायला नको. लग्नाची तारीख सरकवणे ही गोष्ट जरा हुशारीचीच होती असे म्हटले पाहिजे, कारण ज्या सोसायटीने तो नृत्याचा कार्यक्रम आयोजित केला होता, त्यांना शेकेडींनी तार करून सेरेत्सेंचे लग्न थांबवण्याची विनंती केली. आपल्यामुळे हे लफडे निर्माण झाले का काय, असे वाटून त्या सोसायटीने त्यांच्या अखत्यारीत जेवढा दबाव टाकता येईल तेवढा लग्नाविरोधात दबाव आणला. त्यांनी काही शक्तिशाली लोकांची आणि संस्थांची मदत घेतली.

पण फक्त शेकेडीकाका आणि सोसायटी यांचाच त्या लग्नाला विरोध होता

असे नाही. ब्रिटिश सरकारला असे वाटले की, या लग्नसंबंधामुळे तेसुद्धा अडचणीत येऊ शकतात. दुसऱ्या महायुद्धामुळे ब्रिटिश सरकारचे बरेच आर्थिक आणि इतरही नुकसान झाले होते. त्यांना युरेनियम आणि सोन्याची तातडीची गरज होती. त्याचा बहुतेक पुरवठा दक्षिण आफ्रिकेतून होत असे. दक्षिण आफ्रिकेत तो वर्णभेदाचा काळ होता आणि ब्रिटिश सरकारला सांगितले गेले होते की, जर का त्यांनी एका काळ्या राजाला गोऱ्या स्त्रीबरोबर विवाह करू दिला, तर त्यांना व्यापारात अडचणी येऊ शकतील. (ही धमकी तशी विसंवादी होती. कारण त्यावेळेला कित्येक राष्ट्रे ब्रिटिशांबरोबर व्यापार करण्यास जरा नाराजच होती.) इंग्लंडमध्ये एक असा अहवालही प्रसिद्ध केला गेला – सेरेत्से त्याच्या लोकांचे नेतृत्व करायला नालायक आहे. पण त्यावेळेच्या सरकारच्या दुर्दैवाने तेव्हाच्या न्यायाधीशांनी असा निकाल दिला की, सेरेत्से इतर कोणाही इतकाच त्याच्या लोकांचा राजा बनायला लायक आहे. त्यामुळे तो अहवाल कोणत्यातरी कोनाड्यात एका ड्रॉवरमध्ये धूळ खात पडला आणि पुढची तीस वर्षे तिथेच राहिला.

या सगळ्यामध्ये त्या दोन प्रेमिकांचे लग्न व्हायचे अजूनही बाकी होते. ठरलेल्या मुहूर्तावर जेव्हा ते दोघे खरोखरच लग्नासाठी गेले तेव्हा पाद्र्याने दबावाखाली झुकून त्यांचे लग्न लावून देण्यास नकार दिला. प्रेमात पडलेले, दुर्दम्य इच्छाशक्तीने आणि एका निश्चयाने भारित असे ते दोघे जण लंडनच्या बिशपकडे लग्न लावण्यासाठी गेले. त्यानेसुद्धा त्यांचे लग्न लावण्यास नकार दिला.

या दरम्यान त्यांच्याबाबतीत सामान्य जनतेमध्ये खूपच उत्सुकता निर्माण झाली होती आणि त्यांच्याबाबतीत सरकारवर लोकमताचा दबाव येऊ लागला. सरकार ही टीका सहन करत असतानाच एक गुप्तहेर सेरेत्सेकडे पाठवला गेला. त्या गुप्तहेराने सेरेत्सेचे कान भरायला सुरुवात केली की, रुथ ही खरेतर एक कम्युनिस्ट हेर आहे. सेरेत्सेने सुज्ञपणे या मूर्खपणाकडे दुर्लक्ष केले आणि रुथशी लग्न करण्याचा कोणतातरी मार्ग शोधण्याचा प्रयत्न चालूच ठेवला.

सुदैवाने विवाह-नोंदणी कार्यालयाकडे त्यांच्या विवाहाची नोंदणी न करण्याचे काहीच कारण नव्हते. कारण आफ्रिकन राजकुमार आणि इंग्लिश सुकन्येचा विवाह लावू नये असा कोणताच कायदा नव्हता. शेवटी त्यांचे लग्न १९४८ साली पार पडले आणि आपल्या पत्नीसहित सेरेत्से बोट्स्वानाला परत आला. हे त्यांचे स्वगृही परतणे म्हणजे काही फार आनंददायक प्रसंग नव्हता. कारण तो परतताच त्याच्या काकांनी त्याला गोटालासाठी बोलावले.

गोटाला ही त्यांच्या समाजामध्ये घेतली जाणारी पारंपारिक सभा असते. ही सभा साधारणत: एका वेळूच्या इमारतीत घेतली जाते. समाजासमोरील कोणत्याही समस्येवर उपाय शोधण्याचा हा लोकशाही मार्ग होता. तिथे प्रत्येकाला आपले मत

मांडण्याची संधी दिली जात असे. (आणि म्हणे प्रत्येकालाच बोलायचे असायचे, जरी आपल्या शेजारच्याने तेच सांगितले असेल तरीही.) शेकेडीकाकांनी असा दावा केला की, सेरेत्सेने गोऱ्या स्त्रीशी लग्न करून आपल्या परंपरेचा अपमान केला आहे. संपूर्ण तयारीनिशी त्यांनी अगदी आखून-रेखून ठरवलेले भाषण केले आणि सेरेत्सेला त्याच्या राजपदापासून पदच्युत केले.

त्यांची ती गोटाला सभा बरेच दिवस चालू होती. (ते लोक या सभेच्या वेळेला खरोखरच खूप बोलत असत.) कसे ते ठाऊक नाही, पण सेरेत्सेने सगळ्या लोकांना असे कबूल करायला भाग पडले की, अजून एक गोटाला सभा आयोजित केली पाहिजे. दुसऱ्या गोटालाच्या वेळेला सेरेत्से आपल्या मतावर ठाम होता की, तो आपल्या बायकोला सोडणार नाही आणि तरीही तो आपल्या लोकांच्याप्रती निष्ठावान राहील. तरीही लोक शेकेडींच्या बाजूनेच उभे राहिले. मग सेरेत्सेने तिसरी सभा बोलावली आणि लोकांच्या लक्षात आले की, काहीही करून शेकेडींना सेरेत्सेचा काटा काढायचा आहे, म्हणून मग त्यांनी आपले मत बदलले.

शेकेडींनी सगळ्या समाजाला आव्हान दिले की, सगळ्यांनी त्यांचे ऐकले पाहिजे. कारण ते इतकी वर्षे राजपदावर राहिले आहेत. शेकेडींनी अशी धमकी दिली की, जर का लोकांनी सेरेत्सेचे पद त्याला परत दिले तर ते कायमचे आफ्रिका सोडून निघून जातील. तीस वर्षे राज्य केल्यावर त्यांना असे वाटले होते की, आता लोक आपल्याप्रती निष्ठावान बनले असतील. पण सेरेत्सेंची लोकप्रियता अभूतपूर्व होती आणि त्यांना सर्वानुमते राजपदावर बसवण्यात आले. शेकेडी देश सोडून निघून गेले आणि ते गेल्यावर सेरेत्से आपले राहिलेले शिक्षण पूर्ण करण्यासाठी इंग्लंडला परत आले.

थोड्याच दिवसांत रुथ गर्भार राहिली आणि सेरेत्सेंच्या आनंदाला पारावार राहिला नाही. त्यांनी ब्रिटिशांचा विरोध मोडून काढला होता, आपल्या काकांचा उद्देश असफल केला होता आणि आपले शिक्षण पूर्ण करून बोट्स्वानावर राज्य करायला ते आता तयार झाले होते. नंतर ते बोट्स्वानाला परत आल्यावर काही दिवसांत त्यांना आपल्या लोकांचा प्रतिनिधी म्हणून ब्रिटनला परत बोलावले गेले. त्यांना शंका होती की, असे बोलावण्यामागे काही दुष्ट हेतू आहे, पण त्यांनी उदार मनाने ते आमंत्रण स्वीकारले. एकदा इंग्लंडला पोहोचल्यावर सरकारी अधिकाऱ्यांनी त्यांना सांगितले की, त्यांना बोट्स्वानामध्ये परत जाता येणार नाही. त्यांनी स्वतःला हद्दपार समजले पाहिजे. रुथ अजूनही बोट्स्वानामध्येच होती. तिच्यासाठी तो प्रांत नवीन होता आणि ती गर्भार असूनही एकटीच तेथे राहत होती. त्यांना आणि त्यांच्या पत्नीला जसे वागवले जात होते ते पाहून ब्रिटनमधील त्यांचे काही मित्र आश्चर्याने थक्क होऊन संतापले होते. तशा साहाय्यकारी मित्रांच्या मदतीने (ज्यांमध्ये

विन्स्टन चर्चिल यांचा समावेश होता. चर्चिल यांना आधी सेरेत्सेंचे लग्न ही एक नको असलेली समस्या वाटायची, पण नंतर त्यांचे मत बदलले) आणि आपले सर्व राजकीय कौशल्य पणाला लावून आपल्या मुलीच्या जन्माच्या वेळेला सेरेत्सेंना आपल्या मातृभूमीला परत येण्यात यश मिळाले. रुथने एका सुंदर मुलीला जन्म दिला आणि त्या मुलीचे नाव जॅकलिन तेबोगो खामा असे ठेवले गेले. नंतर सरकारने सगळ्या कुटुंबाला इंग्लंडला हलवले आणि त्यांना सांगितले की, त्यांनी तेथेच राहिले पाहिजे.

या वेळी त्यांना दिल्या जाण्याऱ्या वागणुकीमुळे जनमत अजूनच बिघडले होते. सरकारच्या वागणुकीला वर्णद्वेषाची किनार होती. तरीही १९५२ साली असे जाहीर केले गेले की, त्यांची हद्दपारी ही कायमची आहे आणि सेरेत्सेंना, रुथला आणि त्यांच्या कुटुंबाला आपल्या देशात कधीच परत जाता येणार नाही.

चार वर्षे आंतरराष्ट्रीय दबावाखाली काढल्यावर ब्रिटनने खामा कुटुंबाला बोट्स्वानाला परत जाण्याची परवानगी दिली. पण यामध्ये एक अट होती की, त्यांनी परत गेल्यावर सर्वसामान्य जनतेसारखे राहायचे आणि राजपदावरचा आपला हक्क सोडून द्यायचा.

त्या वेळी बरेच आफ्रिकन देश युरोपियन देशांच्या सत्तेविरुद्ध आपल्या स्वातंत्र्यासाठी धडपडत होते आणि काही देश तर उघडपणे उठाव करत होते. सेरेत्से हा ब्रिटिशांच्या मार्गातला मोठा काटा होता आणि दक्षिण आफ्रिकन सरकारला त्यांच्याबद्दल फार राग होता. दक्षिण आफ्रिकन सरकारची बहुधा अशी अपेक्षा होती की, मायदेशी परतल्यावर सेरेत्से ब्रिटिशविरोधात काही उठाव करतील आणि मग त्यांना पकडून तुरुंगात टाकणे सोपे जाईल. त्यानंतर त्यांचा कायमचाच काटा काढला जाईल, पण त्यांच्या या योजनेला यश मिळू नये म्हणून सेरेत्सेंनी परत आल्यावर शांतपणे गो-पालनाच्या व्यवसायाला सुरुवात केली. हे एक असे काम होते ज्यात सेरेत्सेंना अजिबातच गती नव्हती.

बरेच वर्षे पैसे आणि गोधन दोन्ही गमावल्यावर (कोणत्याही आफ्रिकन माणसाची संपत्ती त्याच्याकडील गोसंपदेद्वारेच मोजली जाते. जरी एखादा सेरेत्सेंसारखा ऑक्स्फर्डला शिकलेला उच्चविद्याविभूषित असला तरी पैसे आणि गोधन यांमध्ये त्यांच्या दृष्टीने काहीच फरक नाही) त्यांनी आपला गोपालनाचा व्यवसाय बंद केला आणि १९६२ मध्ये बेच्वानालँड लोकशाही पक्षाची स्थापना केली. एव्हाना त्यांना आणि रुथला इयान नावाच्या एका मुलाचा आणि नंतर जुळ्या मुलांचा लाभ झाला होता. जुळ्यांपैकी एकाचे नाव अँथनी ठेवले गेले आणि दुसऱ्याचे नाव शेकेडी. दुसऱ्या मुलाला आपल्या काकाचे नाव ठेवण्यात सेरेत्सेंचे क्षमाशील हृदय दिसून येते.

त्याकाळी बोट्स्वाना देश संपूर्ण स्वतंत्र नव्हता. त्याची राजकीय स्थिती ब्रिटिशांकडून संरक्षित अशी गणली जात असे. सेरेत्सेंनी आपल्या देशाची संरक्षित स्थितीपासून सुटका होण्यासाठी शांततापूर्ण प्रयत्न केले. त्यांनी सहनशीलता आणि सर्ववर्णांप्रती भेदभावरहित मार्ग देशाच्या प्रगतीसाठी निवडला. त्यांनी विभागीय नेत्यांचा विश्वास संपादन केला आणि ब्रिटनने त्यांना बोट्स्वानाचा पंतप्रधान म्हणून घोषित केले. पण पंतप्रधान असूनही सेरेत्से आपल्या देशाच्या राजधानीस जाऊ शकत नसल्यामुळे त्यांचे पद तसे विचित्रच होते. असे असण्याचे कारण त्या बोट्स्वाना राष्ट्राची परिस्थितीच तशी विचित्र होती. बोट्स्वानाची राजधानी त्या देशाच्या सीमारेषेच्या आत नव्हती. स्वत:च्या सोयीसाठी ब्रिटिश बोट्स्वानावर दक्षिण आफ्रिकेतल्या मफेकिंग नावाच्या एका गावातून राज्य करायचे. सेरेत्सेंना असे सांगितले गेले होते की, त्यांनी तेथे जाण्याचा प्रयत्न केला, तर एका गोऱ्या स्त्रीबरोबर विवाह केल्याच्या गुन्ह्यामुळे त्यांना दक्षिण आफ्रिकन सरकार ताबडतोब अटक करेल.

गाबोरोन नावाची नवी राजधानी तेव्हा घाईघाईने स्थापन करून बांधण्यास सुरुवात केली गेली. तिची जागा मफेकिंगपासून एकदम जवळ होती, पण या वेळी होती बोट्स्वानाच्या सरहद्दीत. बऱ्याच आफ्रिकन देशांत वसाहतवादाच्या विरोधात चळवळ चालू झाल्यामुळे कित्येक देशांत ब्रिटिशांविरोधात हिंसक उठाव झाले होते. त्यामुळे आता ब्रिटिश सेरेत्सेंकडे वेगळ्या नजरेने पाहू लागले. सेरेत्से एक असे नेते होते ज्यांनी कायमच वर्णद्वेषाविरोधात मत व्यक्त केले होते आणि एकजुटीने काम करणे हाच देशाच्या प्रगतीचा मार्ग आहे असे ते मानत होते. त्यामुळे आपल्या आधीच्या वागण्याशी संपूर्ण विसंगतपणे ब्रिटिशांनी गाबोरोनमध्ये सेरेत्सेंचे स्वागत केले आणि १९६६मध्ये त्यांना 'सर' अशी उपाधी एलिझाबेथ राणीकडून बहाल केली गेली. रुथ एकेकाळी साधी क्लार्क होती. तिला आता 'लेडी मोहुमागडी मा क्गोसी रुथ खामा' असे संबोधण्यात येऊ लागले. हे राजपदास साजेसे सालंकृत असे नाव होते आणि ती अगदी थोड्या काळासाठी का होईना बोट्स्वानाची राणी झाली होती, पण नंतर आदराने तिचे नाव 'लेडी के' असे रूढ झाले.

युरोपियन राष्ट्रे तेव्हा आपल्या अधिकारातील अनेक देशांना स्वातंत्र्य बहाल करत होती. अपवाद फक्त अशा देशांचा होता ज्यांपासून युरोपियन देशांना भरपूर आर्थिक लाभ होत होता. बोट्स्वानाचे स्थान हे फक्त 'संरक्षित' असे होते आणि बोट्स्वाना हा जगातील सर्वांत गरीब देशांपैकी एक होता. त्यामुळे स्वातंत्र्य मिळालेल्या देशांमध्ये बोट्स्वानाचा क्रमांक पहिल्या काही देशांपैकी एक होता. ब्रिटिशांनी बोट्स्वानावर राज्य करण्याचे एकमेव कारण जर्मन लोकांनी तेथे येऊन

सत्ता हाती घेऊ नये हे होते आणि आता ब्रिटिशांनी लगेचच आपला अधिकार सोडला.

त्या काळातली एक गोष्ट आहे. ती बऱ्याचदा बोट्स्वानातले लोक सांगतात. एवढे सगळे होऊनसुद्धा सेरेत्सेंची एक मिश्कील बाजू होती जी अजूनही शाबूत होती. त्यांचा त्या काळी ब्रिटिशांनी अनेक वेळेला अपमान केला होता. त्यामुळे तशा परिस्थितीतही आपली विनोदबुद्धी शाबूत ठेवणे खरोखरच कौतुकास्पद होते. त्या सत्तांतराच्या वेळेला काहीही योजनेबाहेर झाल्यास ब्रिटिशांची प्रवृत्ती असायची की, त्या 'लाकडांच्या ढिगाऱ्यात बसलेल्या' निग्रोला दोष द्यायचा. सेरेत्सेंनी हे सगळे सहन केले. जेव्हा त्यांची स्वतंत्र बोट्स्वानाचे पहिले राष्ट्रपती म्हणून ३० सप्टेंबर, १९६६ रोजी निवड झाली तेव्हा वार्ताहरांनी त्यांना वाटेल तसे आडवे-तिडवे प्रश्न विचारले. त्यांना एक प्रश्न विचारला गेला, "जे आता त्यांचे निवासस्थान होणार होते तो आत्तापर्यंत ब्रिटिश गव्हर्नरचा बंगला होता, तर ते त्याचे नाव बदलणार आहेत का?" "हो," ते उत्तरले. "मी आता त्याला लाकडाचा ढिगारा म्हणणार आहे!"

सेरेत्सेंनी लगेचच बोट्स्वानाची आर्थिक प्रगती व्हावी म्हणून प्रयत्न चालू केले. त्यांनी युरोपातील गोमांस व्यावसायिकांशी करार केले आणि गोमांसाच्या व्यापारातून होणारे फायदे बोट्स्वानातील जनतेसाठी वापरले जातील असे जाहीर केले. या धंद्यातून येणारा पैसा खरोखरच जनतेसाठी वापरला जावा आणि कोणा राजकारण्यांच्या खिशात जाऊ नये म्हणून त्यांनी वेगवेगळ्या ट्रस्ट्सची स्थापना केली. हे ट्रस्ट आपल्याला मिळणारा फायद्याचा पैसा आरोग्य, शिक्षण आणि मूलभूत सोयींच्या उभारणीमध्ये लावायचे. खामांनी एक अशी गोष्ट केली, त्यामुळे आफ्रिकेतील इतर नेत्यांपेक्षा त्यांचे वेगळेपण दिसून आले. त्यांनी अतिशय दक्ष भ्रष्टाचारविरोधी यंत्रणा उभारली. अजूनही बोट्स्वाना आफ्रिकेतल्या अशा मोजक्या राष्ट्रांपैकी एक आहे जिथे कोणत्याही समस्या सोडवण्याचा उपाय लाच देणे हा नाहीये.

रुथसुद्धा तितक्याच व्यस्त होत्या. त्यांनी बोट्स्वानात कित्येक स्वयंसेवी संस्थांच्या शाखा उघडल्या, ज्यांपैकी रेडक्रॉस हीसुद्धा एक होती. असे म्हटले जाते की, रुथ सेरेत्सेंच्या राजकीय कारकिर्दीपासून दूर राहिल्या, पण हे मात्र सत्य होते की त्या दोघांची विचारसरणी एकच होती. त्या दोघांनाही आपल्या कर्मभूमीची प्रगती आणि उन्नती करायची होती.

स्वातंत्र्य मिळाल्यानंतर काही महिन्यांतच सेरेत्सेंना एक विलक्षण बातमी कळली. ओरापा नावाच्या एका जागी हिऱ्यांच्या खाणींचा शोध लागला. तेथे हिऱ्याचे मोठे साठे सापडले. काही महिन्यांतच बोट्स्वाना जगातील हिऱ्यांच्या

अग्रगण्य उत्पादकांतील एक देश झाला आणि इतर हिरे-उत्पादक देशांप्रमाणे या खाणी कोणत्याही फौजेची मदत घेऊन चालवल्या जात नसत. त्यामुळे इथल्या हिऱ्यांना खरोखरच 'शुद्ध, पवित्र' म्हणून मान्यता मिळाली. सेरेत्सेंनी घालून दिलेल्या आर्थिक घडीमुळे बोट्स्वाना वेगाने प्रगती करू लागला.

१९६६पासून १९८०पर्यंत बोट्स्वानाची अर्थव्यवस्था जगातील सर्वांत वेगाने प्रगती करणारी अर्थव्यवस्था होती. हिऱ्यांमुळे खरोखरच खूप फरक पडला. आफ्रिकेत पहिल्यांदाच हिऱ्यांपासून येणारा पैसा मोफत सामाजिक आरोग्य आणि शिक्षणासाठी वापरला गेला. आरोग्य विमा जवळजवळ फुकट होता आणि आयकर शून्याजवळ होता.

इकडे त्यांच्या नेतृत्वाखाली देश वेगाने प्रगती करत असताना सेरेत्से व्याधींनी त्रस्त होते. १९७०च्या दशकात त्यांच्या हृदयात पेसमेकर बसवला गेला, पण तरीही त्यांच्या वैद्यकीय समस्या संपल्या नाहीत. १९८०मध्ये ऱ्होडेशियाच्या स्वातंत्र्यासाठी आणि दक्षिण आफ्रिकन विकास परिषदेसाठी प्रयत्न करत असताना सेरेत्सेंना कर्करोगाने गाठले. त्यांच्या मृत्यूनंतर अख्खा देश दुःखात बुडाला. लोकांचा असा भावनावेग एखाद्या राष्ट्रप्रमुखाच्या किंवा राजाच्या मृत्यूनंतर क्वचितच दिसतो. सेरेत्से अशा मोजक्याच असामींपैकी एक होते ज्यांनी दोन्ही पदे अनुभवली होती.

बहुतेक लोकांना वाटले की, सेरेत्सेंच्या मृत्यूनंतर लेडी के इंग्लंडला परत जातील, पण त्या आणि त्यांची मुले आत्तापर्यंत मोत्स्वाना (बोट्स्वानाच्या नागरिकांना मोत्स्वाना म्हणतात) बनली होती. त्या बोट्स्वानातच राहिल्या. त्यांचे आणि सेरेत्सेंचे एकमेकांवर जितके प्रेम होते तितकेच त्यांचे आणि सेरेत्सेंचे बोट्स्वानावर ही होते. २००२ साली त्यांनी देह ठेवला आणि त्या सेरेत्सेंकडे निघून गेल्या. बहुधा आता ते दोघे एकत्र जॅझ संगीताचा सराव करत असतील.

मोनालिसा

प्रत्येक वर्षी पियरी सफारीसाठी एक गट घेऊन यायचा. पियरीचे नाव जरी फ्रेंच असले, तरी तो दक्षिण आफ्रिकेत जन्मला आणि वाढला होता. वर्णद्वेषाच्या काळात इतर कित्येक लोकांप्रमाणेच तो आपल्या प्रिय मातृभूमीपासून दूर गेला होता. पुढे तो अमेरिकेत बऱ्यापैकी यशस्वी झाला होता. आपला जन्म ज्या खंडात झाला त्याप्रती काहीतरी परतफेड करावी म्हणून आपल्या काही मित्रांना दर वर्षी तो सफारीसाठी घेऊन यायचा आणि त्यातून मिळणारा फायदा आफ्रिकेतील कोणत्यातरी समाजसेवी संस्थेला देणगी स्वरूपात द्यायचा.

मी त्याच्या गटाबरोबर सफारीवर जायची संधी सोडायचो नाही. त्याच्याबरोबर येणाऱ्या बहुतेक सगळ्यांना वन्यजीव संवर्धनाबद्दल आत्मीयता वाटायची. त्यामुळे त्यांच्याबरोबर सफारीवर गाइड म्हणून जाताना मलासुद्धा खूप बरे वाटायचे. लिन्याटी नदीकाठी वसलेल्या आमच्या कॅम्पवर तो एका गटाला यावर्षी घेऊन आला होता. मी माझ्या गाइडच्या कामातून थोडीशी सुट्टी घेऊन काही दिवसांपुरता त्या कॅम्पवर मॅनेजर म्हणून काम करत होतो. या कॅम्पच्या बाजूने वाहणारी लिन्याटी नदी बोट्स्वाना आणि नामिबियाच्या सरहद्दीवर आहे. ही नदी अनेक वळणे आणि मुरके घेत फार रम्य परिसरातून वाहत जाते. या नदीत ठिकठिकाणी पाणघोडे आणि मगरी सापडतात.

या वेळी पियरीचा गट जेव्हा कॅम्पमध्ये आला, त्याच वेळी मला एक संभवनीय समस्या लक्षात आली. त्या गटातील एका स्त्रीने सफारीसाठी 'पोशाख' केला होता! तिच्या हातातल्या पिशवीवर कोणत्यातरी इटालियन कंपनीचे नाव छापलेले होते आणि तिने अंगात घातलेले जाकीट बहुधा कोणत्यातरी नामशेष

होण्याच्या मार्गावर असलेल्या प्राण्याच्या कातडीपासून बनवलेले असावे. इतक्या तासांच्या प्रवासानंतरही तिच्या कपड्यांवर एकसुद्धा चुणी नव्हती. ते सगळे जण येताना एका अतिशय छोट्या विमानात दाटीवाटीने बसून आलेले होते. त्यामुळे ही गोष्ट तर अविश्वसनीयच म्हटली पाहिजे. तिने अंगावर घातलेला प्रत्येक कपडा हा साध्यासुध्या खाकी किंवा तपकिरी रंगाचा जरी असला तरी तिच्या अंगावरच्या कपड्यांची एकूण किंमत ही ती बसून आलेल्या लँडरोव्हर गाडीच्या किमतीपेक्षा जास्त असल्याचे दिसत होते. तिने डोळ्यांवर चढवलेल्या गॉगलसाठी मोजलेले पैसे एखाद्या आफ्रिकन खेड्यावर छत चढवायला पुरेसे ठरले असते.

आम्ही कॅम्पच्या मुख्य भागात प्रवेश करते झालो तेव्हा तिने एक नि:श्वास टाकला. तिला इथे येणे काही फार पसंत पडलेले दिसत नव्हते. ते काहीही असले तरीसुद्धा तिने आजूबाजूच्या निसर्गाकडे बघून "वा! फारच सुंदर!" अशा अर्थाचे काहीतरी शब्द उच्चारले.

मी त्यांच्या तिथल्या निवासात तिच्यावर जरा लक्ष ठेवून होतो. मला खातरी करून घ्यायची होती की, तिला इथे फार कंटाळवाणे होत नाहीये ना. मी तिला असा सल्ला दिला की, आमच्या इथल्या कपडे धुवायच्या ठिकाणी स्वत:चा एकही नाजूक कपडा देऊ नकोस. आमच्या इथे कपडे धुवायला ज्या धट्टयाकट्ट्या स्त्रिया होत्या त्यांना असे वाटायचे की, कपड्यावरचा कोणताही डाग म्हणजे त्यांनाच काळीमा आहे आणि त्या डागासकट कपडा परत देण्यापेक्षा तो कपडा आपटून-धोपटून छिन्नविच्छिन्न होऊन परत देणे त्यांनी पसंत केले असते.

या माझ्या सल्ल्याने तिला माझ्याबद्दल आपुलकी वाटू लागली होती. जेवायच्या वेळेला ती कधीकधी माझ्या जवळ बसायची. मला वाटले नव्हते, पण तिच्याबरोबर गप्पा मारताना मलासुद्धा मजा यायची. तिने मला सांगितले की, ती काही फारशी वन्यजीवप्रेमी नव्हती. म्हणजे तिला प्राण्यांबद्दल काही तिरस्कार नव्हता, पण त्यांच्याबद्दल तिला विशेष आपुलकीही नव्हती. माझ्यासाठी हे जरा विचित्रच होते. कारण, जर एखादा मोकळा रानटी हत्ती बघण्यात कोणाला थरार वाटत नसेल, तर ते माझ्या दृष्टीने अनाकलनीय होते, आधी अगदी हजारो वेळेला पाहिलेला असेल तरीही!

तिने मला सांगितले होते की, तिला या प्रवासास येण्यात काहीही स्वारस्य नव्हते; पण तिचा नवरा पियरीचा मित्र होता आणि त्याला प्राण्यांबद्दल आपुलकी वाटायची. त्यामुळे ती त्याच्याबरोबर आली होती. यावर्षी स्वत:च्या चेहऱ्यावर स्मित ठेवून आफ्रिका सहन करण्याच्या मोबदल्यात ती आणि तिचा नवरा पुढच्या वर्षी युरोपच्या दौऱ्यावर जाणार होते आणि तिथली वस्तुसंग्रहालये आणि प्रदर्शने

नदीकाठी वाढणाऱ्या पामच्या बुटक्या झाडांमध्ये कोण लपले असेल ते
तुम्हाला सांगता यायचे नाही.

टायस मांत्रिक होण्याचे प्रशिक्षण घेत होता. तो वेगवेगळ्या विषांचा आणि जादुई द्रव्यांचा अभ्यास करत असे. नंतर त्याला प्रयोग करण्याची मुभा देणाऱ्या माझ्यासारख्या मूर्ख माणसांवर त्यांचा प्रयोग करत असे. अनेक वेळेला अशी मिश्रणे पिऊन झालेल्या भयानक परिणामांमुळे, सफारीला निघण्याआधी मला भास होतील किंवा घाईने बाथरूमला जावे लागेल, असे तो मला काही पाजणार नाही, याचे मला त्याच्याकडून वचन घ्यावे लागे.

मला असे वाटत असे की, गाइड लोक म्हशींना इतके घाबरतात त्याचे कारण,
एखाद्या भारदस्त गाईसमान प्राण्याकडून मारले जाण्यामध्ये त्यांना शरम वाटत असावी.
पण मग एक म्हैस माझ्यामागे लागली, नंतर अजून एक आणि मग अजून एक,
त्यानंतर माझ्या लक्षात आले की, त्या खरोखरच भीतिदायक असतात.

चालण्याच्या सफारींचे (कमीत कमी मी नेलेल्या) ध्येय असायचे की, मोठे प्राणी टाळून झाडांवर आणि प्राण्यांच्या पाऊलखुणांवर लक्ष केंद्रित करायचे. मोम्बोत मात्र हे अशक्य झाले. कारण पहिल्या काही वेळा मी अशा सफारीवर गाइड म्हणून गेलेलो असताना आम्हाला जंगली कुत्रे, सिंह, झेब्रे आणि एक चिडलेला रेडा दिसला. त्या रेड्याने मला पटवून दिले की, मी सफारी गाइडपेक्षा एवाद्या कारकुंड्याचे काम हाती घेतले पाहिजे!

वॉर्टहॉग दिवसभर मोम्बो कॅम्पच्या आजूबाजूच्या लॉनमध्ये चरायचे आणि माणसांजवळ अगदी शांत असायचे. मी त्याच्या मैत्रिणीचा फोटो काढायला गेलो असताना या सभ्य प्राण्याने मात्र तो स्वत:चा अपमान मानून घेतला. मी एका झाडावर चढेपर्यंत माझा पाठलाग केला. माझ्या सहकाऱ्यांना हा प्रसंग फारच मजेदार वाटला, मला मात्र नाही.

आमच्या दोन्ही बाजूंना जेव्हा पाणघोडे दिसत होते तेव्हा खरेतर मला समजायला पाहिजे होते की, मी पाण्यात फार आत गेलो आहे.

या दोन सिंहिणी आपल्या आईचा शोध घेत असताना ती आई मात्र मोम्बोच्या उत्तर
भागातल्या एका नर सिंहाबरोबर माझ्या तंबूमागे शय्यासोबत करत होती.
या असल्या निष्काळजीपणामुळे तिला आदर्श मातेचे बक्षीस मिळाले नसते,
पण खरी समस्या यामुळे झाली की, तिने बेजाबदारपणे सोबती निवडल्याने
उत्तर आणि दक्षिण भागात राज्य करणाऱ्या सिंहांच्या दोन कळपांत युद्ध सुरू झाले.
त्यात जो पाठलाग अनुभवण्यास मिळाला तसा प्रसंग आयुष्यात क्वचितच
अनुभवायला मिळतो.

मनातून मी कितीही विरोध केला तरी (वरच्या लीलॅक ब्रेस्टेड रोलरसारख्या) ओकावांगोतील
पक्ष्यांच्या अप्रतिम सौंदर्याने आणि विविधतेने माझे मन मोहून टाकले. मला लक्षात
येण्याच्या आतच मी दिसलेला प्रत्येक पक्षी ओळखू लागलो आणि यादीवरच्या पक्ष्यांच्या
नावांवर खुणा करू लागलो. मग मला स्वत:शीच कबूल करावे लागले की,
मी पण 'त्या तसल्या' लोकांपैकीच एक झालो होतो – एक पक्षिवेडा!

शिकारी प्राण्यांना पाहण्यासाठी इकडेतिकडे लक्ष ठेवून किंवा उड्या मारून पाहायचा प्रयत्न करून विशेष उपयोग होत नाही, कारण ते लपून बसण्यात पटाईत असतात. कुडूसारख्या चरणाऱ्या प्राण्यांच्या तीक्ष्ण संवेदनेवर विसंबणे हा त्यांना शोधण्याचा सर्वांत सोपा मार्ग होता. हरणांचा अख्खा कळप एकाच दिशेने पाहत असेल तर त्यांना काळजी वाटण्यासारखे त्यांनी काहीतरी पाहिले असण्याचे ते लक्षण असते. (जसे या फोटोच्या वेळी ते एका दूरच्या सिंहाकडे पाहत होते.)

क्लिफी, पॉल आणि मी, तिघेही अनुभवी सफारी गाइड असल्यामुळे आम्ही खरेतर ओकावांगो डेल्टातल्या असंख्य जलवाहिन्यांच्या जंजाळातून आणि गुंत्यातून मार्ग काढायला पाहिजे होता. त्याऐवजी आम्ही चार दिवस अशा घनदाट जंगलात फिरलो जिकडे कोणी कधीच गेले नव्हते. त्या चार दिवसांत आम्ही आमच्या आयुष्यातले सर्वांत चांगले साहस अनुभवले - कोणतीही योजना न केलेले.

आदरणीय रानटाँग रानटाँगने मला लेहुतुतु (जमिनीवरचा धनेश पक्षी) हे टोपणनाव दिले. माझ्या अंगावरच्या विचित्र आणि जरा विनोदी दिसणाऱ्या सूर्यदाहाच्या पट्ट्यांमुळे त्याने ते नाव मला दिले होते. जरा माझ्या अपेक्षेविरुद्धच, पण ते नाव मला आवडू लागले.

मकाडीकाडीच्या रणात या ऑरिक्ससारखे फार थोडे प्राणी तग धरू शकतात. पण ज्या एका रात्री मी तिथे अडकलो होतो त्या रात्री यांच्यापेक्षा जास्त धोकादायक प्राण्यांनी (म्हणजे अधाशी डास आणि वाट सोडून भटकणारी गाढवे) मला तिथे त्रास दिला.

दोन फोटोग्राफर, बाकीचे गाइड आणि मी चित्त्यांच्या एका कुटुंबाच्या आसपास भरपूर वेळ घालवला होता. जेणेकरून आम्ही त्यांच्या जवळ गेलो तरी ते शांत राहतील. तरीही निकने हे फोटो लँडरोव्हरमध्येच बसून काढणे पसंत केले. हे फोटो काढताना चित्ते मला खाऊन टाकतील अशी त्याची खातरी होती.

'स्पीलबर्ग' असे फोटो काढायला उत्सुक होता. त्याच्या दुर्दैवाने जिराफ आणि आपला पार्श्वभाग दाखवण्यास उत्सुक असणारे झेब्रे हे त्याच्या दिग्दर्शनाच्या सूचना विशेष समजू शकले नाहीत.

हत्तींच्या एका कळपामध्ये पोहोल्यामुळे मला त्यांचे वेगळ्याच दृष्टिकोनातून फोटो काढता आले. पण तरीही मी केलेल्या सर्वांत मूर्खपणाच्या गोष्टींमध्येच या कृत्याचा समावेश होतो. माझ्या सुदैवाने हा साल्वाडोरचे नेतृत्व असलेला कळप होता आणि साल्वाडोर एक शानदार, पण क्षमाशील हत्तीण होती!

तेरा

अजगर जरी आवळून भक्ष्याला मारत असले तरी त्याचे अणकुचीदार दात आणि त्याच्या शौचाची दुर्गंधीदेखील तितकीच वाईट असू शकते – मी एका अजगराला उचलायचा प्रयत्न केला तेव्हा मी शिकलेला हा धडा होता.

ओकावांगोत विविध प्रकारचे भौगोलिक भाग आहेत. जसे पाणथळ प्रदेश, कोरडी मैदाने, बाभळीचे जंगल, नदीकाठचे दाट जंगल आणि या फोटोत दाखवल्यासारखे लवलवते लाल गवत असलेला प्रदेश. या भागाला आम्ही 'गव्हाचे शेत' म्हणत असू. मला इकडे गाडी चालवायला फार आवडत असे. वाळक्या गवताचा गाडीला घासून 'हिस्सऽहिस्स' आवाज होत असे आणि मधूनच बटनक्वेलसारखे पक्षी गवतातून बाहेर येत असत. आपल्या आखूड पंखांनी आवाज करत दुसरीकडे पळून जात असत.

जेव्हा हत्ती तुमच्यावर हल्ला करतो तेव्हा त्याच्या सोंडेकडे लक्ष दिले पाहिजे. जर हल्ला लुटुपुटीचा असेल, तर हत्तीची सोंड खाली मोकळी सोडलेली असते, गुंडाळून वर धरलेली नसते. फोटोतला हा हत्ती लुटुपुटीचा हल्ला करतो आहे. हे जरी तुम्हाला समजत असले तरी दहा हजार पौंडांच्या हत्तीचे चिडलेले धूड तुमच्या अंगावर धावून येत असेल तर ते कमी भीतिदायक वाटत नाही.

मला सगळेच वन्यप्राणी आवडतात, त्यात हत्ती सर्वांत
जास्त आवडतात. चित्त्याचा क्रमांक दुसरा लागतो. या
प्राण्यामध्ये काहीतरी आकर्षक आहे. हा इतर सर्व प्राण्यांपेक्षा
वेगात धावू शकतो, पण कासवासारख्या अगदी निरुपद्रवी
प्राण्यापासूनही स्वत:चे संरक्षण करू शकत नाही.
शिकारी असूनही ते फार सौम्य असतात आणि माझे
सर्वांत आनंदाचे काही क्षण त्यांच्याच
संगतीत गेले आहेत.

पालथी घालणार होते.

"तुला माहीत आहे ना की, या सहलीतून येणारा पैसा पियरी कोणत्यातरी गेंड्यांच्या संवर्धनाच्या कामाला देणगी म्हणून देणार आहे?" तिने मला विचारले.

मी तिला हो म्हणून सांगितले. तेव्हा तिने मला अजून एक प्रश्न विचारला. "जर का गेंडे खरोखरच नामशेष झाले तर काय फरक पडतो? त्यांना वाचवणे खरोखरच महत्त्वाचे आहे का?" या प्रश्नाने इतर वेळी मला एकदम संताप आला असता आणि मी काहीतरी उलट उत्तर दिले असते. पण मला तिच्याकडे बघताना स्टारट्रेकमधल्या डॉक्टर स्पोकची आठवण व्हायची. जणू ती एक भावनाशून्य, केवळ तर्कशास्त्राच्या आधाराने जाणारी व्यक्ती असावी, म्हणजे कमीत कमी प्राण्यांच्या बाबतीत तरी. तिने तो प्रश्न मला कोणतेही भावनिक संदर्भ न ठेवता केवळ तर्कशास्त्राच्या अनुषंगाने विचारला होता. पण माझ्या लक्षात आले होते की, तिला प्राण्यांच्या बाबतीत कोणतीही आपुलकी वाटत नसली तरी सगळ्या बाबतींत तिचे तसे नव्हते. तिला आत्मीयता वाटणाऱ्या अशा एक दोन गोष्टी होत्या की त्याबद्दल तिला बोलले तर तिच्या मनाला भिडले असते. त्यामुळे मी तिला प्रामाणिक उत्तर दिले. "जर गेंडे नामशेष झाले तर कदाचित गेंड्यांच्या घाणीत जगणारा कोणतातरी किडा वाचणार नाही. त्या किड्यांना खाऊन जगणारा एखादा पक्षीसुद्धा लोप पावेल आणि जर तो पक्षी निसर्गात कोळ्यांच्या संख्येवर नियंत्रण ठेवणारा असेल तर त्यामुळे निसर्गातली कोळ्यांची संख्या अपरंपार वाढेल." तर या सगळ्या उत्तरामुळे तिच्या चेहेऱ्यावरचा भाव किंचितही बदलला नव्हता. पण हुकमी एक्का अजूनही माझ्याजवळ होता. "नाही, खरेतर गेंडे नामशेष झाले तर काहीच फरक पडणार नाही. कोणत्याही अर्थव्यवस्थेला काही फरक पडणार नाही, कोणीही उपाशी राहणार नाही, कोणतेही साथीचे रोग पसरणार नाहीत. पण तरीही आपण जे गमावले त्याच्या मूल्याची आपण कधीही कल्पना करू शकणार नाही. आपल्या पुढच्या पिढीतली मुले गेंड्याची चित्रे आणि फोटो पाहतील आणि विचार करतील की, आपण त्यांना इतक्या सहजासहजी नामशेष कसे होऊन दिले. हे म्हणजे लुव्र संग्रहालयात आग लावून मोनालिसाचे चित्र जळताना पाहण्यासारखे आहे. बहुतेक लोक हळहळून विचार करतील 'काय हा दैवदुर्विलास पाहा!' आणि सोडून देतील. पण त्यातल्या काही जणांनाच जे गमावले त्याचे मूल्य कळले असेल आणि त्यांच्या डोळ्यात दु:खाने आसवे आलेली असतील."

माझ्या या स्वगत बडबडीवर तिने मंदस्मित केले आणि मला म्हणाली, "मी येथून निघेन तेव्हा एकतर मी तुला काही बक्षिसी देऊ शकते किंवा गेंड्यांच्या संवर्धनाच्या निधीत त्या रकमेची भर घालू शकते. तुझ्यामते काय करावे?" या

प्रश्नाने तिने मला पेचात टाकले होते. माझा पगार नगण्य होता आणि मी मला मिळणाऱ्या बक्षिशीवर बराचसा अवलंबून असायचो. पण माझा दावा असायचा की, मी माझी नोकरी केवळ पैशासाठी करत नव्हतो आणि प्रामाणिकपणे सांगायचे तर एखादा मूर्खच तसे करत असेल.

तिला उत्तर म्हणून मी परत स्मित केले आणि म्हणालो, ''मोनाला वाचव!''

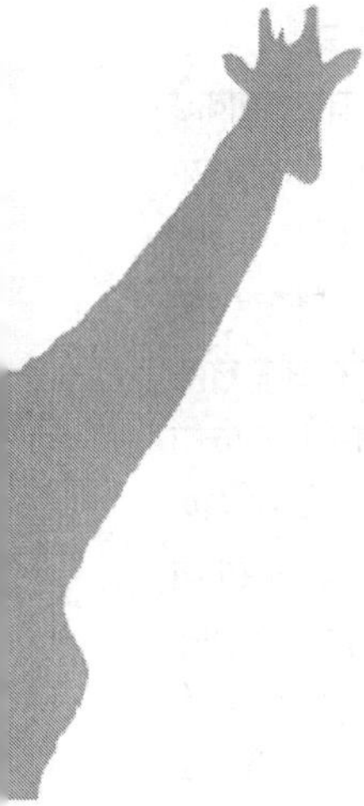

पक्षिवेडे

मी एकोणीस वर्षांचा असताना पहिल्यांदा आफ्रिकेत जाण्याच्या दृष्टीने तयारी केली होती. माझा एक मित्र – रिचर्ड आफ्रिकेत सफारीला जाऊन आलेला होता. त्याला मी भेटलो. तो मला तेथील गोष्टींबद्दल पूर्वकल्पना देत होता. त्याने मला सांगितले की, चित्त्याचे शरीर लांबसडक आणि चपळ असते. त्यामुळे त्याला फार वेगात पळता येते आणि बिबट्या त्यामानाने थोडा धष्टपुष्ट आणि अधिक ताकदवान असतो. नंतर तो म्हणाला की, पांढऱ्या गेंड्याचे तोंड चौकोनी असते. त्यामुळे त्याला गवत चरता येते आणि काळ्या गेंड्याला धारदार जीभ असते त्यामुळे तो जास्त पाने तोडून खातो.

नंतर रिचर्डने एक जाडजूड ग्रंथ काढला. तो ग्रंथ इतका वजनदार होता की, पायावर पडला असता तर पाय मोडला असता. त्या ग्रंथात अशी चित्रे होती की, मी अगदी थक्क होऊन गेलो. एका पानावर तपकिरी रंगाच्या सारख्याच दिसणाऱ्या पक्ष्यांची चित्रे होती. एखाद्याचे लक्ष वेधून घ्यावे असे त्या चित्रांत काही असेल असे मला तरी वाटले नाही. कोण असा वेडा असेल ज्याला या चित्रांबद्दल आकर्षण वाटेल असा मी मनाशी विचार करत होतो. रिचर्ड मला सांगत होता की, हे पक्षी जरी सारखेच वाटत असले, तरी त्या विषयातला एखादा जाणकार त्या पक्ष्यांच्या आवाजातला फरक समजावून सांगू शकला असता किंवा त्यांच्या भरारीतला फरक बघून त्यांना ओळखू शकला असता. रिचर्ड बोलत असताना मी त्याच्या बोलण्याकडे अर्धवट लक्ष देत होतो आणि स्वतःच्याच विचारात हरवलो होतो. मला पक्ष्यांच्या विषयात काहीही स्वारस्य नव्हते. विषय बदलण्यासाठी मी माझ्या डोळ्यांत काहीतरी गेल्याचा आव आणला. माझ्याकडे बघून बोलत असताना रिचर्ड मध्येच

थांबला आणि त्याने मला विचारले की, माझे डोळे तर ठीक आहेत ना?

"लवकर आलेला मोतीबिंदू," मी थाप मारली. माझे त्याच्या बोलण्याकडे लक्ष नसल्यामुळे त्याचा अपमान होऊ नये यासाठी माझा प्रयत्न होता. "आमच्या कुटुंबातील बहुतेकांना हीच समस्या आहे."

मी आफ्रिकेत प्राणी पाहायला जाणार होतो. माझे पक्षिनिरीक्षक लोकांबद्दलचे मत अतिशय वाईट होते. त्याकाळी माझा असा समज होता की, पक्षिनिरीक्षक लोक चित्रविचित्र कपडे करतात आणि त्यांना स्वच्छतेची अजिबात आवड नसते. त्यांच्या अंगभूत दाढ्यांमध्ये (अगदी स्त्रियांच्याही) खरकटे अडकलेले असते. पक्षिनिरीक्षण हा पोस्टाची तिकिटे गोळा करणे किंवा क्रोशाचे उशांचे अभ्रे विणणे या असल्या छंदांचा चुलतभाऊ आहे असे मला वाटायचे. तसे माझे निसर्गातल्या प्रत्येक गोष्टीवर प्रेम होते आणि मी माझ्या परसदारच्या अंगणात येणाऱ्या पोपटांना नेहमी खायला घालायचो. पण मला जर कोणी पक्षिप्रेमी म्हणाले असते तर मी त्या गोष्टीला कडाडून विरोध केला असता. जे लोक गाडी चालवणे किंवा सिनेमा पाहण्यासारख्या साध्या गोष्टीसुद्धा करू शकत नसतील तेच या पक्षिनिरीक्षणासारख्या गोष्टींच्या मागे लागत असतील. मी फार लहानपणापासून पोपटांना खायला घालत होतो आणि माझा विश्वास होता की कधी ना कधी मला एखादी मैत्रीण मिळेल, पण मी पक्षिनिरीक्षक बनलो तर मात्र मी कायम एकटाच राहिलो असतो आणि कोणी मुलगी माझ्या जवळपाससुद्धा फिरकली नसती याची मला खातरी होती.

मी नंतर दक्षिण आफ्रिकेला गेलो आणि तिकडे सफारी उद्योगात नोकरी मिळवली. माझ्या सुदैवाने तेव्हा माझ्या लक्षात आले की, सफारीला येणारे बहुतेक लोक असे प्राणी पाहायला येतात. मनात आले तर पर्यटकांना फाडून खाऊ शकतील असे प्राणी पाहण्यातच पर्यटकांना जास्त रस असतो. पण त्याबरोबरच ही आशा असते की, तसे खरोखरच घडणार नाही. आलेले पर्यटक जेव्हा त्यांना पाहायच्या असलेल्या प्राण्यांची यादी करायचे तेव्हा ती यादी काहीशी अशी असायची : 'सिंह. सिंह दिसायलाच पाहिजेत आणि ते शक्यतो शिकार करताना पाहायचे आहेत. दुसरे कोणतेही शिकारी प्राणी दिसले तर चांगलेच आणि नंतर थोडे हत्ती आणि गेंडे. नंतर मुखशुद्धीसाठी एखादा झेब्रा किंवा जिराफ पण चालेल.'

या यादीमध्ये क्वचितच पक्ष्यांचा समावेश व्हायचा. आणि जरी उल्लेख झालाच तर तो जाता जाता ओझरता व्हायचा, 'आणि हां! बघा हं! येता-जाता थोडे पक्षी बघता आले तर माझी काही हरकत नाही. म्हणजे तशी इतरांची काही हरकत नसेल तर!'

काही गाइडना त्यांच्या पक्ष्यांबद्दलच्या ज्ञानाचा सार्थ अभिमान असायचा आणि ते एखाद्या हत्तीइतकीच दुभागलेल्या शेपटीच्या कोतवाल पक्ष्याचीही माहिती देऊ

शकायचे. मला त्यांच्या ज्ञानामुळे असे वाटायचे की, ते माझ्यापेक्षा श्रेष्ठ गाइड आहेत. त्यामुळे मीसुद्धा बाहेर पडायचो तेव्हा मला माहीत असलेल्या मोजक्या पक्ष्यांकडे बरोबरच्या पर्यटकांचे लक्ष वेधायचो. दक्षिण अफ्रिकेच्या जंगलात ९००च्या वर पक्षी आढळतात. माझ्या पक्ष्यांच्या यादीत शक्यतो भडक रंगांचे असे मोजके पक्षी असायचे, ज्यांना ओळखणे फार काही अवघड नसायचे. मधूनच माझ्या ज्ञानाचे प्रदर्शन करण्यासाठी मी ओरडायचो, 'शहामृग!' आणि मग त्याबद्दल थोडक्यात माहिती द्यायचो. मग मी स्वत:चे समाधान करून घ्यायचो की, मी एक ज्ञानी गाइड आहे आणि माझ्या ज्ञानाची मर्यादा केवळ सस्तन प्राण्यांपर्यंतच मर्यादित नाहीये.

दोन वर्षे दक्षिण आफ्रिकेत घालवल्यावर मी बोट्स्वानामध्ये ओकावांगो डेल्टाच्या प्रदेशात गेलो. ओकावांगो डेल्टा पृथ्वीतलावरील सर्वांत अप्रतिम परिसरांपैकी एक आहे. मैलोगणती सपाट पसरलेला प्रदेश आणि सगळीकडे मुक्त वन्यजीवन पसरलेले. पण येथेसुद्धा या थक्क करून टाकणाऱ्या वेगवेगळ्या प्रकारच्या हरणांच्यात आणि शिकारी प्राण्यांच्यात पक्षी आपला आब राखून होते. पक्षीच इतक्या विविध प्रकारचे, विविध रंगांचे आणि संख्येने विपुल होते की, त्यांना पूर्णपणे बाजूला सारणे मुश्कील होते.

मी माझे पुस्तक चाळू लागलो.

नंतर मी पुस्तकातल्या काही चित्रांच्या शेजारी खुणा केल्या.

तरीही मी त्या तसल्या लोकांपैकी एक होणार नाहीये, मी मनाशी ठरवले होते.

काही दिवसांतच मी एक अख्खी दुपार उथळ पाण्यात काही रटाळ पक्ष्यांच्या मागे फिरत घालवली. ते पक्षी वूड सँडपायपर आहेत का कॉमन सँडपायपर हे ओळखण्यासाठी मी एवढा वेळ भटकत होतो. ते पक्षी बदामी रंगाचे होते आणि तसे विशेष आकर्षक तर अजिबातच नव्हते. पण ते नक्की कोणत्या जातीचे आहेत हे ओळखणे अवघड होते आणि मला त्या कोड्याचेच जास्त आकर्षण वाटत होते. त्यांच्या खांद्यावरचा पांढरा पट्टा किती मागपर्यंत आला आहे किंवा त्यांची पाठ पट्टेदार आहे का ठिपक्यांची आहे या असल्या गोष्टींचा छडा लावण्यात का कोणास ठाऊक, पण मला फार मजा आली. शेवटी ते पक्षी नक्की कोणत्या प्रकारचे आहेत याचा पूर्णपणे पत्ता लावल्यावर जे मानसिक समाधान वाटले, ते मला एखाद्या झेब्रा आणि जिराफमधला फरक ओळखल्याने कधीच वाटले नाहीये.

मी या नव्या छंदाकडे खेचला गेलो होतो आणि केवळ पक्षिनिरीक्षणासाठी एका नवीन ठिकाणी जाण्यास मला फार दिवस लागले नाहीत. एका वर्षाच्या आतच, "पीटरला विचार, त्याला पक्षी ओळखता येतात," हे वाक्य कोणीतरी ओरडून सांगताना माझ्या कानी आले.

‘नाही! मला ओळखता येत नाहीत!’ मला म्हणावेसे वाटले. मुलींनी माझ्याकडे आकर्षित होण्यासारखे माझ्यात जे काही थोडेसे बाकी असेल ते टिकवून ठेवावे असे मला वाटत होते. पण त्याऐवजी प्रश्न विचारणाऱ्या गरीब बिचाऱ्या पर्यटकाला मी त्या पक्ष्याचे वैशिष्ट्य समजावून सांगू लागलो. तो पर्यटक बिचारा काहीतरी बोलायचे म्हणून त्या पक्ष्याबद्दल विचारत होता. त्या पर्यटकाच्या डोळ्यांतही काहीतरी अचानक गेल्यासारखे झाल्यावर मग मी माझे बोलणे थांबवले.

हळूहळू मी घेऊन गेलेल्या सफारीमध्ये मी प्राण्यांइतकीच पक्ष्यांचीही माहिती देऊ लागलो. माझ्या लक्षात आले की, जर कोणत्या पक्ष्याची वेगळीच खुबी किंवा त्याचा वेगळाच गुण सांगितला तर बरोबरचे पर्यटक औत्सुक्य दाखवतात किंवा कदाचित ते नुसतेच माझा अवमान होऊ नये म्हणून माना डोलवत असतील. ते काहीही असले तरी माझी आता खातरी पटली होती की, मी एक पक्षिवेडा झालो होतो, ‘त्या’ लोकांपैकी एक.

जर कोणत्या पर्यटकांच्या गटाने त्यांना पक्ष्यांबद्दल रुची आहे असे लिहिले असेल, तर तो गट मी मुद्दाम मागून घेऊ लागलो. आमच्या कॅम्पकडे येणारे बहुतेक सर्व पर्यटक आमच्या आजूबाजूला विपुल संख्येने आढळणारे मोठे प्राणी बघायला यायचे. त्यामुळे पक्ष्यांबद्दल आवड असणारे गट तसे कमी असायचे आणि तसे पक्षी इतर कोठेही दिसतातच. पण मधूनच कधीतरी आमच्याकडे येणाऱ्या आरक्षणामध्ये एक टीप जोडलेली असायची – ‘पक्ष्यांबद्दल रुची आहे’. कधीकधी काही पक्षिनिरीक्षक आमच्या कॅम्पच्या दरात सवलत मिळवण्यासाठी मोठ्या संख्येचा गट करून एकत्र यायचे आणि आमच्या कॅम्पचे आरक्षण करायचे. आमच्या कॅम्पच्या भागात उन्हाळ्याच्या दिवसांत पक्षी जरा जास्त संख्येने दिसायचे आणि तेव्हा जरा पावसाची शक्यता असल्यामुळे केवळ प्राणी पाहायला येणारे पर्यटक तसे विशेष नसायचे. त्याच काळात पक्षिनिरीक्षकांचे गट जास्त असायचे.

एक गट एका पक्षिवैज्ञानिकाबरोबर आला होता. (एका पक्षिवेड्याबरोबर म्हणा ना!) त्याने सफारीवर निघायच्या आधी जोशात छोटे भाषण केले. ‘‘जगात दोन प्रकारचे लोक पक्षी पाहायला जातात. पहिले ज्यांना निसर्गाबद्दल खरोखरच प्रेम वाटते आणि निसर्गात दिसणारी प्रत्येक गोष्ट आपण पाहावी असे त्यांना वाटते. आणि दुसरे असे लोक ज्यांना याद्या करायला आवडतात आणि आपल्याकडची यादी सर्वांत मोठी असावी असे त्यांना वाटते. तुम्ही सगळे जण पक्षी तर पाहाच पण मध्ये-मध्ये हत्ती आणि कीटकांसारख्या निसर्गातील इतर वस्तूंच्या निरीक्षणातली मजा चाखण्यासही विसरू नका.’’

या गटातले लोक कदाचित पक्षिवेडे असतीलही, पण ते तसे इतर सर्वसामान्य माणसांसारखेच वागत होते. त्यांपैकी काही जणांना तर कधी एखादी मैत्रीणदेखील

मिळाली असेल अशी शंका घेण्यास वाव होता. पुढच्या तीन दिवसांत आम्ही दोनशेपेक्षा जास्त प्रकारचे पक्षी पहिले. त्यातले आयरे इगल आणि गुलाबी मानेचा लाँगक्लॉ यांसारखे काही पक्षी तर मीसुद्धा प्रथमच पाहत होतो. हे सगळे बघत असताना आम्ही इतर अप्रतिम वन्यजीवनही पाहिले. यात विरोधाभास असा आहे की, पक्षिनिरीक्षकांना नेहमीच सर्वांत जास्त वन्यजीवनही पाहायला मिळते. त्याचे काय आहे, त्यांना कोणतीही छोटी हलणारी गोष्ट दिसली तर लगेच तिकडे लक्ष द्यायची सवय असते, त्यामुळे बिबट्याची शेपटी वर-खाली झाली किंवा दाट झाडीत हत्तीच्या कान हलवण्यामुळे हालचाल झाली तर त्यांच्या पटकन ध्यानात येते. जर आमच्या समोरच्या जंगलात छोटे वा मोठे, नेहमी दिसणारे किंवा दुर्मीळ, पिसांचे किंवा आयाळीचे असे काहीही दिसले तर लगेच आमच्या गटात उत्तेजित आणि दाद दिल्यासारखी कुजबुज ऐकू यायची. मी या लोकांपैकीच एक आहे असा मी मनाशी विचार केला आणि मला ती काही इतकी वाईट गोष्ट आहे असे वाटलेच नाही.

पण येणारे सगळेच गट इतके सहजासहजी संतुष्ट व्हायचे नाहीत आणि प्रत्येक गटाचा सहवास इतका सुखद नसायचा. कोणताही पर्यटक आमच्या कॅम्पवर यायच्या आधी आम्हाला केवळ त्यांचे नाव आणि त्यांचे आरक्षण करणाऱ्या प्रवासी कंपनीचे नाव इतकीच त्यांच्याबद्दल माहिती असायची. मधूनच त्याखाली एखादी टीप असायची की, 'शेलफिश, दाणे, फळ, दुग्धजन्य पदार्थ आणि प्राणवायू चालत नाही'. असे काही वाचले की, आमच्या स्वयंपाकाचे काम पाहणारी कर्मचारी स्त्री दोन-चार शिव्या उच्चारायची.

एका उन्हाळ्यात इंग्लंडहून एक चार जणांचा गट येणार होता. त्यांच्या आरक्षणाच्या पावतीवर लिहिले होते की, ते केवळ पक्षी पाहायला येथे येणार आहेत. माझी सुट्टी एकदम जवळ आली होती. गेले तीन महिने मी सतत गाइडचे काम करत होतो. येणारा प्रत्येक पर्यटक हा प्रत्येक वळणावर एखादा सिंह शिकार करताना सापडेल अशी अपेक्षा करून येतो आणि त्यांचा अपेक्षाभंग झाला तर मग थोडी कटुता त्यांच्या वागण्यात उतरतेच. अशा पर्यटकांच्या कटकटीतून थोडे दिवस का होईना, पण मला जरा शांती हवी होती. या पर्यटकांना केवळ पक्षीच पाहायचे असल्यामुळे त्यांच्याबरोबर जरा शांत संथ तीन दिवस घालवायची मला उत्सुकता होती. मी त्यांची वाट पाहत धावपट्टीवर बसलेलो असताना वेगवेगळे आवाज काढून आजूबाजूचे पक्षी काही उत्तर देतात का ते बघत होतो. मला एका ठिपकेदार घुबडाकडून, एका ग्राउंडस्क्रेपर थ्रशकडून आणि ज्यूलियस नावाच्या एका गाइडकडून प्रत्युत्तर मिळाले. एका झाडाखाली बसून ज्यूलियस माझी थट्टा करत होता. मी जे काही चालवले होते तो त्याच्या दृष्टीने कामाचा भाग होता. माझ्याबरोबर

एकही पर्यटक नसताना मी पक्ष्यांचे लक्ष वेधून घेण्याचा प्रयत्न का करतो आहे ते त्याला कळत नव्हते.

शेवटी एकदा मोठा धुरळा उडवत विमान खाली उतरले. विमानाच्या खिडकीतून डोकावून पाहणारे सगळे जण मला एका ठरावीक साच्यातलेच वाटत होते. इतर नेहमीच्या पक्षिवेड्यांपेक्षा हे जरा जास्तीच कट्टर दिसत होते. प्रत्येकाच्या निस्तेज चेहऱ्याच्या बाजूला एक लोंबणारी टोपी आणि डोळ्यावर घामाची वाफ जमलेला गॉगल दिसत होता. प्रत्येकाने तपकिरी रंगाच्या वेगळ्या छटेचा रेनकोट घातला होता. त्यातल्या एकाने तर आपल्या कोटाच्या खालच्या भागाला खरकटे हात पुसलेले दिसत होते. त्यातल्या कोणीही आपल्यापेक्षा भिन्न लिंगाच्या कोणाशी कधी जवळीक केली असेल असे मला तरी वाटले नाही.

"एलोऽऽऽ! मी जिल," विमानातून बाहेर पडणारी पहिली स्त्री मला म्हणाली, "आणि तो जेमी आहे." विमानातून बाहेर पडतानाच आपली दुर्बीण डोळ्याला लावणाऱ्या तिच्या मागच्या माणसाकडे बोट दाखवून तिने सांगितले. विमानाच्या दारातून बाहेर आल्यावर तुम्हाला पायऱ्या उतरून खाली यावे लागते आणि पायऱ्या उतरताना दुर्बिणीतून कोठेतरी पाहणे हा मूर्खपणा आहे. काही क्षणांतच जेमी खालच्या चिखलाच्या डबक्यात पसरलेला दिसला आणि गंमत म्हणजे आपले असे धडपडणे आपल्याला शोभून दिसेल का नाही याच्याशी त्याला काही घेणेदेणे नव्हते. त्याला काळजी एवढीच होती की, या धडपडण्यामुळे आपल्या दुर्बिणीला तर काही इजा झाली नाही ना. दुर्बिणीला काही झाले नसल्याचे पाहून मग त्याने इतर दोघांशी माझी ओळख करून दिली. त्यांची नावे आता माझ्या नक्की लक्षात नाहीत, पण बेसिल आणि रोझमेरीसारखी ती अगदी पक्की ब्रिटिश नावे असावीत.

"आम्ही अगदी वेड्यासारखे उत्तेजित झालेलो आहोत," जिल म्हणाली. "आमची पहिलीच वेळ आहे." मग तिने आपली मान अशी फिरवली की, मला वाटले ती गुदमरते आहे का काय? मग आपल्या दुर्बिणीच्या पट्ट्याचा फास सोडवताना "ओह! माय गॉड" असे ती पुटपुटली. "तो फ्रँकोलीन आहे! जेमी आपण पाहिलेला पहिला फ्रँकोलीन." फ्रँकोलीन हा कोंबडीच्या आकाराचा एक जरासा गुबगुबीत पक्षी आहे. या फ्रँकोलीनने एका डोळ्याने त्यांच्याकडे पहिले मग थोडासा चिखल उडवून मागे घाण टाकली. आमच्या गटातल्या सगळ्यांनी आनंदाने उडीच मारायची बाकी ठेवली होती.

मी त्यांच्याकडे एकवार नजर टाकली आणि विचार केला, 'हे माझे लोक आहेत. मी त्यांच्यापैकीच एक आहे.'

मग मी त्यांना सांगितले की, मीसुद्धा एक पट्टीचा पक्षिनिरीक्षक आहे आणि त्यांच्याबरोबर पुढचे काही दिवस भरपूर पक्षी पाहायची मजा लुटणार आहे. 'हम्फ'

सारखा काहीसा छद्मी उद्गार गाडीच्या मागच्या भागातून माझ्या कानावर पडला, पण मी त्याकडे दुर्लक्ष केले आणि गाडी चालू केली.

कॅम्पपर्यंतचा प्रवास हा भयंकर वेदनादायक होता. साधारणत: त्या अंतराला दहा मिनिटे लागायची. पण आफ्रिकेला पहिल्यांदा येणारे प्रवासी कशानेही उत्तेजित होतात. त्यामुळे साधे इम्पाला हरीण जरी दिसले तरी त्यांना थांबावेसे वाटते. त्यातच एखादा जिराफ आपल्या दिमाखदार चालीने तुमच्या बाजूने जाताना दिसला तर काय? मजाच! कधीकधी काही पर्यटक खूपच भाग्यवान असतात आणि पहिल्या फेरीतच त्यांना एखादा हत्ती किंवा सिंह नजरेस पडतो.

या गटाने दिसलेल्या प्रत्येक पक्ष्यापाशी मला थांबवले.

प्र... त्ये... क.

ओकावांगो डेल्टामध्ये तुम्हाला असे एकही झाड (झाडे तर सगळीकडेच आहेत) किंवा झुडूप (संख्येने भरपूर) किंवा जमिनीचा पट्टा (सर्वदूर) सापडणार नाही ज्याच्यात, ज्याच्यावर किंवा ज्याखाली एखादातरी पक्षी आढळणार नाही. मला इतर वेळी याचे काही वाटले नसते, पण हे लोक म्हणजे पक्षिनिरीक्षकांमधील अतिरेक्यांसारखे होते. काहीही झाले तरी मी त्यांना एखादा पक्षी ओळखायला मदत केलेली त्यांना आवडत नसे. त्यांची स्मरणशक्ती अगदी अल्पजीवी होती. प्रत्येक पक्ष्यापाशी ते सुमारे दहा मिनिटे थांबून त्याचे वैशिष्ट्य टिपून घ्यायचे, तो नक्की कोणत्या प्रकारचा पक्षी आहे याची खातरी करून घ्यायचे आणि मग पुढच्या झुडपापाशी थांबून त्याच प्रकारच्या दुसऱ्या पक्ष्यापाशी या सगळा उपद्व्याप परत करायचे. एकूणात सगळे फारच तापदायक होत होते. जेमी आणि जिल प्रत्येक वेळेला जोरजोरात ओरडायचे, ''ओह माय, टीटबॅबलर, किती मजा!'' बेसिल आणि रोझमेरी मात्र प्रत्येक नवा पक्षी दिसला की, अतिशय गंभीरपणे आपल्या यादीत खुणा करायचे. मला वाटत होते की, जितके जास्त पक्षी पाहू तसे एखाद्या लढाईत विजय मिळवल्यासारखी फार काहीतरी मोठी गोष्ट मिळवल्यासारखे त्यांना वाटत असावे.

आम्ही शेवटी एकदाचे कॅम्पला पोहोचलो तेव्हा माझ्या चारही पाहुण्यांच्या डोळ्यांभोवती दुर्बिण टेकवून काळी वर्तुळे झाली होती. त्यांना स्थिरस्थावर होण्यासाठी मी मोकळे केले आणि मग दुपारी चारपर्यंत मला मोकळा वेळ होता. चार वाजता आमच्या पहिल्या अधिकृत सफारीसाठी आम्ही निघणार होतो.

कोणत्याही सफारीवर पहिल्यांदा जाण्याआधी प्रत्येक गाइड सुरक्षेच्या सूचना देतो. मी त्या सूचना देत असताना जेमी आणि जिल एकाग्रपणे, पण चेहऱ्यावर स्मित ठेवून ऐकत होते. मागे बेसिल आणि रोझमेरी मात्र आठ्या घालून बसले होते. शेवटी मी धोकादायक प्राण्यांची यादी वाचून त्याबद्दल सूचना देत होतो तेव्हा त्यांना

पहिल्यांदा हसू आले. जणू त्यांचे काहीतरी गुपित मी उघड केले असावे.

माझे भाषण देऊन झाल्यावर मी गाडी पहिल्या गिअरमध्ये टाकली आणि तेव्हाच बेसिल, "थांब, थांब!" असे ओरडला. मला जरा शंका होती की, बेसिलला कमी ऐकू येते. 'पक्षी' त्याने उगाचच टिपणी जोडली. त्याच्या डरावल्यासारख्या आवाजामुळे पक्षी आणि इतर सर्व जिवंत वस्तू आमच्यापासून वेगाने लांब पळत होत्या. मला खातरी होती की, त्याचा आवाज ऐकून जमिनीतील गांडुळेसुद्धा अजून खोल जात असावीत. पहिला तास आम्ही आमच्या कॅम्पपासून फर्लांगभर अंतरातच घालवला. बहुतेक वेळ गाडी बंद होती आणि आजूबाजूच्या उडणाऱ्या गोष्टींची नोंद होत होती. शेवटी मी एकदा सुचवून पाहिले की, रेडिओवर मला संदेश मिळाला आहे, आपण आहोत तेथून जवळच दुसऱ्या गाइडना बरेच काही छान पाहायला मिळाले आहे, तर ते पाहण्यासाठी आपण जरा पुढे जाऊ या. मी हेही सांगितले की, तिथे पोचायला फार तर दहा मिनिटे न थांबता गाडी चालवत जावे लागेल. जर आधी न दिसलेले कोणते पक्षी वाटेत दिसले तर मी गाडी नक्की थांबवेन.

"त्या बाकी गाइडना काय दिसले आहे?" जिलने विचारले.

"सिंहांनी एका रेड्याची शिकार केली आहे आणि ते तिकडे त्याच्यावर ताव मारत आहेत," इतर वेळी आम्ही गाइड शिकारीच्या स्थानापर्यंत पोहोचेपर्यंत काय दिसणार आहे त्याची पूर्वकल्पना देत नाही. आम्हाला पर्यटकांना अनपेक्षित धक्का द्यायला आवडते. या वेळी मात्र अशा अनपेक्षित गोष्टींचा काही उपयोग नव्हता.

गाडीच्या मागच्या भागातून मला ठसका ऐकू आला. मला आता शंका येऊ लागली होती की, रोझमेरी मुकी आहे. त्यामुळे तो आवाज नक्कीच बेसिलचा असणार. "तुम्हाला सगळ्यांना थोडे सिंह पाहायला आवडतील का?"

जेमी आणि जिल एकदम म्हणाले, "हो हो नक्की." त्यांच्या चेहऱ्यावर जरा अपराधी भाव होता.

"आपण येथे पक्षी पाहायला आलो आहोत," बेसिल गुरगुरला.

"ठरलं तर मग," मी म्हणालो. मी गाडीचे गार पडलेले इंजीन चालू केले आणि गरजेपेक्षा जरा जोरातच गाडी पुढे नेली. गाडीच्या आवाजात मागून येणाऱ्या कोणत्याही उद्‌गाराकडे मी दुर्लक्ष केले. आम्ही आधी पाहून नोंद केलेले बरेच पक्षी वाटेत मला परत दिसले, पण त्यासाठीही मी थांबलो नाही. आम्ही जसे सिंहांच्या जवळ पोहोचलो तसे मी मागे वळून बेसिलकडे पहिले. त्याच्या चेहेऱ्यावर नापसंतीचा भाव होता. त्याला मी म्हणालो, "पण तेथे गिधाडे नक्की असतील." आपल्याला एकदम फुटलेले हसू त्याने वेळेत आवरले आणि आपल्या चेहेऱ्यावरील गंभीर भावात लपवून टाकले.

आम्ही त्या सिंहांच्या जवळ अंधार होईपर्यंत बसलो. सिंहांबरोबर आम्ही गिधाडे

आणि त्यांच्याभोवतीच्या माश्या खाणारे इतर पक्षीसुद्धा भरपूर पाहिले. जेव्हा अजून काहीही पाहू शकणार नाही एवढा अंधार पडला तेव्हा मी गाडी जोरात कॅम्पकडे नेली. अंधार पडल्यावर जंगलात गाडी चालवायला बंदी असते आणि मला जरा उशीरच झाला होता.

"खूपच मजा आली, खूप खूप धन्यवाद," जिल आणि जेमी म्हणाले.

"हम्फ," बेसिल म्हणाला. त्याच्या उद्गाराचा अर्थ काहीही असू शकला असता. रोझमेरीने मात्र चेहेऱ्यावर क्षीण हास्य आणले.

पुढचे दोन दिवस जवळजवळ असेच गेले. आम्ही कॅम्पच्या आसपासच भटकत राहिलो. मोम्बोमध्ये इतक्या सुंदर सुंदर जागा आहेत, पाणघोड्यांनी भरलेली तळी आहेत, मैलोगणती पसरलेली मैदाने आहेत. मला त्यांना कोठेही नेता आले नाही. पक्षी मात्र आम्ही भरपूर पाहिले. आम्ही एखादा पक्षी फॅन टेल्ड सिस्टीकोला आहे का ब्लॅक बॅक्ड सिस्टीकोला आहे हे ठरवत असताना, मध्येच एखादा प्राणी आमच्या समोरच्या चित्रात परवानगी न विचारता घुसल्यासारखा येत असे आणि मंद चालीने इकडून तिकडे जात असे. बेसिल त्यावर 'हम्फ'चा उद्गार काढत असे, पण जेमी आणि जिल मात्र चोरून छुप्या आनंदाने त्या प्राण्याकडे पाहत असत. माझी खातरी पटली होती की, त्यांचे निसर्गप्रेम कूपमंडूक प्रकारचे आहे आणि मला वाटे की, त्यांना अजून थोडे प्राणी दाखवावे, पण मी बेसिलच्या दरडावणीला घाबरत असे.

जेवायच्या वेळेला कोणताही पाहुणा एकदाच आमच्या गटाच्या बाजूला बसत असे. त्यावेळेला बेसिल म्हणे, "तुमची रानटी जनावरे ठीक आहेत, पण आम्ही मात्र इथे पक्षी पाहायला आलेलो आहोत." त्यानंतर शक्यतो तो पाहुणा परत जवळ फिरकायचा नाही. मी जमेल तेव्हा त्यांना शेवटच्या टेबलवर बसवू लागलो आणि त्यांच्या आणि इतर पाहुण्यांमध्ये उभयरोधी म्हणून स्वतः बसू लागलो. अजून एका गाइडलाही बसायला सांगायचो. त्यांच्याबद्दल इतर लोकांचे मत वाईट होऊ नये, यासाठी माझा हा प्रयत्न असायचा. मी विचार केला की, शेवटी मीसुद्धा या लोकांपैकीच एक आहे.

✦✦

आमच्या शेवटच्या फेरीवर आम्ही अगदी मंदगतीने प्रगती करत होतो. आमच्या आजूबाजूला ओकावांगोमध्ये नेहमी दिसणारे दृश्य होते. आम्ही एका सपाट मोकळ्या मैदानात होतो, एका बाजूला पामच्या झाडांचे पुंजके होते आणि दुसऱ्या बाजूला नदीकाठचे दाट जंगल होते. हा भाग म्हणजे सर्वप्रकारचे जीवन फुलवणारे नंदनवन आहे. मला काहीतरी दिसले म्हणून मी जोरात ब्रेक दाबले. आम्ही इतक्या हळू

गतीने जात होतो की, माझ्या ब्रेक दाबण्याने त्यात विशेष फरक पडला नाही.

"का थांबलास?" जेमीने गंभीर प्रश्न विचारला. मला काही उत्तर देता आले नाही.

"हम्फ," बेसिल.

मी मला बोलण्याचे निमंत्रण दिल्यासारखा एकदम बोलू लागलो. "तुम्ही आत्तापर्यंत बर्चेल स्टारलिंग बरेच वेळेला पाहिलात आणि थोड्या वेळेला लाँग टेल्ड स्टारलिंगसुद्धा पाहिलात?" त्यांनी मान डोलावली. "आणि नंतर आपल्या सुदैवाने आपण एक लाल रंगाचा नर स्टारलिंग त्याच्या प्रजननाच्या काळातल्या पिसाऱ्यासकट पाहिला. नंतर आपण एक ग्रेटर ब्लू इयर्ड स्टारलिंगसुद्धा पाहिला. पण माझ्या आठवणीप्रमाणे एकही वॅटल्ड स्टारलिंग बघितला नाही. बरोबर?' माझ्या प्रश्नानंतर लगेच त्यांच्या याद्या तपासल्या गेल्या. मला सकाळी नाश्त्याला काय खाल्ले ते बरेच वेळेला आठवत नसले तरी मी पर्यटकांबरोबर काय बघितले ते कधीच विसरत नाही. त्यामुळे मला माहीत होते की मी बरोबर आहे.

"खरोखरच," जेमी म्हणाला. त्यापुढे बेसिलकडून त्याचा अपेक्षित 'हम्फ'चा उद्गार आला, तेव्हा मी पुढे बोलू लागलो. "आपल्या बरोबर समोरच्या दाट झाडीत एक पिवळ्या खोडाचे झाड आहे. त्याचे नाव सायकोमोर फिग. बहुधा तुम्हाला त्यात काही स्वारस्य नसणार, पण तुम्ही त्याच्या मुख्य खोडावर नजर ठेवून वर बघितलेत, तर तुम्हाला दिसेल की, त्याला डाव्या बाजूला एक फांदी आहे आणि पुढे एक उजवीकडे फांदी आहे. पुढे अजून एक फांदी डावीकडे आहे ज्याला दोन फाटे फुटतात, एक वर जातो आहे आणि एक खाली. खालच्या फांदीवर एक बिबट्या बसला आहे. आणि त्या बिबट्याच्या पाठीवरून तुम्ही पलीकडे बघितलेत तर तुम्हाला तो न बघितलेला वॅटल्ड स्टारलिंग दिसेल."

आपल्या दुर्बिणीतून बघताना त्यांनी माझ्या सूचनांचा पुनरुच्चार केला. "मुख्य खोड... डावीकडची फांदी... उजवीकडची फांदी... मग परत डावीकडची... ओह, माय गॉड! तेथे खरोखरच एक बिबट्या आहे!" मला माहीत नसलेला एक आवाज ऐकू आला. माझ्या लक्षात आले की, तो रोझमेरीचा होता.

"हो गं, पण त्या स्टारलिंगकडे लक्ष ठेव आणि हा येडा काय सांगतो आहे ते बरोबर आहे का याची खातरी करून घे." बेसिलने फर्मान सोडले आणि तो आपल्या वहीत नोंद करू लागला.

मी स्वत:चा काहीही अपमान करून घेतला नाही आणि जेमी आणि जिल आपली दुर्बीण थोडी खाली करून त्या सुंदर बिबट्याचे निरीक्षण करताना मी त्यांच्याकडे आनंदाने पाहत होतो. कित्येक लोक आफ्रिकेला परत परत येऊनसुद्धा त्यांना बिबट्या दिसत नाही, त्यामुळे तो स्टारलिंग उडून गेला तरीही गाडी सुरू करायच्या आधी मी अजून थोडा वेळ वाट बघितली.

धावपट्टीवर त्यांना परत घेऊन जाणारे सेसना विमान उतरत असताना आम्ही पाहत होतो. ''खूप खूप धन्यवाद,'' जिल म्हणाली, ''आम्हाला खरोखरच फार मजा आली,'' तिने परत परत सांगितले. जेव्हा विमानाचा प्रोपेलर थांबून त्यांनी विमानाकडे जायची वेळ आली तेव्हा त्यांनी मला टीप देण्याचा तो अडनिडा क्षण आला. माझ्या पाहण्यात केवळ इंग्लिश लोकांनाच टीप देताना इतके अवघडल्यासारखे होते. अमेरिकन तुमच्याशी हस्तांदोलन करतात, तुमच्या पाठीवर एक थाप मारतात आणि सांगतात की, कधी आयडाहोला आलास तर आमच्याकडे नक्की ये. आणि मग तुम्ही खाली नजर टाकता तेव्हा तुमच्या समोर डॉलरच्या हिरव्या नोटा तुम्हाला सापडतात. इंग्लिश मात्र एकूण पैसे या संकल्पनेबद्दलच इतके अवघडलेले असतात की, एकतर ते तुम्हाला सांगतात की, त्यांनी कॅम्प मॅनेजरजवळ तुमच्यासाठी काहीतरी ठेवले आहे किंवा प्रत्येक जण औपचारिकरीत्या आभाराचे भाषण करू लागतो. या वेळी जेमी आणि जिल या दोघांनीही त्यांचे आभारप्रदर्शन चालू ठेवले आणि माझ्या हातात एक पाकीट ठेवत मला ''थोडेसे काहीतरी आमच्याकडून,'' असे सांगितले. आणि पुढे म्हणाले की मी जे सगळे त्यांना दाखवले होते त्याबद्दल त्यांना काहीतरी द्यायचे होते. आणि ''तो बिबट्या खरोखरच फार सही होता ना? आणि पक्षी तर लाजवाब होते, त्यामुळे परत थँक्यू.''

बेसिलनेसुद्धा माझ्या हातात एक पाकीट दिले. ''भव्य,'' तो म्हणाला. तो इथल्या अनुभवाबद्दल न बोलता त्या पाकिटात त्याने ठेवलेल्या रकमेबद्दल बोलत असेल तर बरे होईल असे मला वाटून गेले. पण मला खातरी होती की तसे नसणार आहे.

''हम्फ'' एवढेच मी बोलू शकलो.

का ते माहीत नाही, पण मला असे नेहमीच वाटते की, पाहुण्यांचे विमान नजरेआड होईपर्यंत मिळालेल्या टीप मोजू नयेत. म्हणून मी कॅम्पकडे परत आलो. वाटेत मला आवडतात ती झाडे, प्राणी आणि पक्षी दिसले तेव्हा थांबलो. नंतर मग मी पाकिटे उघडली. जेमी आणि जिलने जेवढी साधारण पद्धत आहे तितपत टीप दिलेली होती. बेसिलच्या पाकिटात एक इंग्लिश पौंड होता.

कदाचित त्याला फार जास्त पक्षी दिसतील अशी अपेक्षा असेल आणि त्याचा दोष त्याने मला दिला असेल. असे कधीकधी होते. कदाचित त्याला मी पसंत पडलो नसेन. कदाचित त्याने त्याच्या पहिल्या 'हम्फ'ने सुचवले होते त्याप्रमाणे मी त्याला ढोंगी वाटलो असेन. त्याच्या एक गोष्ट लगेचच लक्षात आली होती आणि आता ती माझ्याही लक्षात आली. मी निसर्गप्रेमी आहेच आणि कदाचित पक्षिवेडाही असेन, पण मी या लोकांपैकी एक नक्कीच नव्हतो.

साप आणि एक मूर्ख

पॉलला सापांबद्दल बरीच माहिती होती. काही लोकांचे असे असते की, त्यांना इतर कोणाशी खरी मैत्री करता आली नाही तर मग ते सरपटणारे प्राणी किंवा इतर कोणतेही वन्यजीव आवडल्याचा आव आणतात. पॉलचे तसे नव्हते. आम्हा सफारी गाइडबद्दल लोकांचा उगाचच असा गैरसमज असतो की, आमची सतत नव्या-नव्या स्त्रियांशी ओळख होत असल्याने आम्हाला सतत वेगवेगळ्या स्त्रियांचा सहवास मिळतो. पॉल अशा मोजक्या गाइड्सपैकी एक होता, ज्याच्या बाबतीत हे विधान खरे होते असे म्हणता येईल. पॉल तसा बिनधास्त प्राणी होता. मला त्याचा बरेचदा हेवा वाटत असे आणि मी त्याचे अनुकरण करण्याचा प्रयत्न करत असे. पण त्याचे अनुकरण करू लागल्यावर काही दिवसांनी मला लोक विचारू लागले की, मी असा तुटकपणाने आणि जरा बेचैन असल्यासारखा का वागत आहे. त्यानंतर मी त्याचे अनुकरण करणे थांबवले. बिनधास्त भाव सगळ्यांनाच शोभून दिसत नाही.

त्या वेळी आमचे नेहमीचे बरेच गाइड आजारी होते, त्यामुळे पॉल आम्हाला मदत करण्यासाठी आला होता. त्याच्याबरोबर युजिन नावाचा एक गाइडसुद्धा आला होता. एरवी युजिन कोणत्याही एका कॅम्पमध्ये स्थायिक न होता पर्यटकांना घेऊन वेगवेगळ्या ठिकाणी फिरत असे. पॉलचा भाव एकदम बिनधास्त आणि आत्मविश्वासाचा असला, तरी युजिन मात्र तसा नव्हता. त्याच्याबरोबर तुम्ही काही काळ घालवलात, तर तुम्हाला फार अस्वस्थ झाल्यासारखे वाटत असे आणि असे वाटण्याचे स्पष्टीकरण तुम्हाला देता येत नसे. तो थोडासा धुंदीत असल्यासारखा वागे आणि बोलताना नेहमी शोभणार नाहीत असे काही मोठे आणि अवजड शब्द वापरत असे.

एका रात्री पॉल आणि मी एक पार्टी ठरवली होती. त्यासाठी आम्ही बारमधून दारूची खोकी घेत होतो. आमच्या कॅम्पपासून साधारण एका मैलाच्या अंतरावर एक तळे होते. त्या तळ्याकाठी पार्टीची जागा ठरवली होती. असे कॅम्पपासून थोडे दूर जाण्याचे प्रयोजन असे होते की, पार्टीमध्ये कितीही दंगा केला तरी कॅम्पमधल्या पाहुण्यांना त्याचा त्रास होऊ नये. कॅम्पवरचे आयुष्य एकदमच एकाकी असते आणि अशा पार्ट्यांसारखे चार लोकांमध्ये मिसळण्याचे प्रसंग क्वचितच येतात. (या पार्टीनंतर मला माझ्या शहरातल्या मित्रांना सांगता आले असते, 'आमच्या कॅम्पवर नुकतीच एक पार्टी झाली. फार मजा आली, आम्ही सहा-सात जण होतो.') पॉल आणि मी तेव्हापर्यंत बिअरच्या एक-दोन बाटल्या रित्या केल्या होत्या. त्यामुळे आम्हाला सगळ्याच गोष्टी हलक्याफुलक्या आणि मजेशीर वाटत होत्या.

युजिन त्याच्या पाहुण्यांना त्यांच्या तंबूपर्यंत पोहोचवायला गेला होता. तो परत येत असताना त्याच्या टॉर्चचा प्रकाशझोत काहीतरी वर-खाली होत असलेलं आम्हाला दिसत होतं. नंतर आम्हाला दिसले की, त्याने टॉर्चचा झोत जमिनीवरील कशावरतरी रोखला आहे. मग तो ओरडला, "अरे पॉल! हा कोणता वेगळ्याच प्रकारचा साप आहे पाहा!"

आणि मग "ऐर्रघ!"

पॉल आणि मला त्या आवाजामुळे खुदकन हसू फुटले. तसे हसू येणे काही योग्य नव्हते. आलेले हसू लगेचच आवरून आम्ही युजिनच्या शोधात धाव घेतली. युजिनचे टोपण नाव 'जिनियस' असे पडले होते. हे नाव जरा उपरोधानेच पडले होते. तो आपल्या हाताचा अंगठा घट्ट पकडून पडला होता. पकडलेल्या अंगठ्यावर रक्ताचा थेंब आलेला दिसत होता.

"तुला काय चावले? तो अॅडर होता का? का माम्बा? का नाग?" पॉलने पटापट प्रश्नांची फैरी झाडली.

"माहीत नाही," जिनियस कळवळून ओरडला. त्याच्या ओरडण्यामुळे क्षणभर शांतता पसरली. केवळ त्याचे कण्हणे ऐकू येत होते.

"मग मूर्खा! तो साप उचलायला जायची काय गरज होती?"

त्याने काहीच उत्तर दिले नाही. त्याने सापाचे वर्णन करून सांगितले. पॉलला अशी खातरी वाटली की, तो साप कोणत्यातरी प्रकारचा अॅडर होता. हे ऐकून तर युजिन अजूनच जोरात कण्हू लागला. आम्ही पुस्तकात त्या सापाबद्दल माहिती काढून वाचली. त्या चाव्यामुळे त्याच्या बोटाचे गँग्रीन होण्याची शक्यता कमी होती. जर त्याला पफ अॅडर चावला असता, तर त्याचे बोटच कापावे लागले असते. हे ऐकल्यावर तर युजिन अजूनच ओरडू लागला. आम्ही त्याला दोन महिला कर्मचाऱ्यांबरोबर तंबूकडे पाठवून दिले. त्या दोघीही त्याच्या सर्पदंशामुळे जरा प्रभावित झाल्यासारख्या

वाटत होत्या.

"पार्टी आता रद्द," मी पॉलला म्हणालो. "मॉनच्या ऑफिसला कळवू या." जर जिनियसला झालेली जखम खरोखरच गंभीर असती, तर मला पार्टी रद्द करण्याचे काही वाटले नसते. जर तो आमच्या इथे येणाऱ्या पर्यटकांपैकी एक असता, तरी त्याच्या मूर्खपणाचे काही वाटले नसते. पण त्याचा सर्पदंश फक्त यातनाकारक होता त्यापेक्षा गंभीर नव्हता आणि युजिन कॅम्पच्या कर्मचाऱ्यांपैकी एक होता. अशा प्रसंगात कसे वागावे हे त्याला माहीत असणे अपेक्षित होते. आमच्या कचऱ्याच्या डब्यात शिरता आले नाही, तर तिथल्या साळिंदरांची जशी धुसफूस होत असे तशी माझी जिनियसच्या जखमेमुळे होत होती.

पॉलने सुस्कारा टाकला. माझ्या लक्षात आले की, माझ्यासारखीच त्याचीही मन:स्थिती झाली आहे.

स्वत:ला आवरून मी आणि पॉलने मॉनच्या ऑफिसच्या अतिदक्षता वाहिनीवर कळवले. आतासारख्या घटनांसाठी आमच्या तिथल्या कार्यालयाचा प्रमुख, झोपताना जवळ रेडिओ घेऊन झोपायचा. त्याशिवाय तिथे एक परिचारिका असायची. तिच्याशी गरज पडेल तर रात्रीच्या कोणत्याही वेळी संपर्क होऊ शकायचा. आम्ही त्यांना सांगितले की, आमच्या कॅम्पवर एक सर्पदंशाची घटना घडली आहे.

"पाहुणा का कर्मचारी," आमच्या तिथल्या प्रमुखाने, ॲलनने आम्हाला विचारले. आम्ही जर त्याला पाहुणा असे उत्तर दिले असते, तर तो पण वैतागला असता. आम्ही त्याला सांगितले की कर्मचारी.

"कोण?" परिचारिकेने विचारले.

"जिनियस."

"महामूर्ख. त्याच्या पायावर दंश केला का?" इति ॲलन.

"नाही. हातावर. जिनियसने सापाला उचलले."

ॲलनने शिव्यांची लाखोली वाहिली. ज्या कोणालाही सापांना हाताळता येते त्यांना माहीत असते की, सापाला उचलायच्या दोन पद्धती आहेत. एकतर तुम्ही सापाच्या तोंडाच्या वर आणि खाली एकदम बोट ठेवून उचलायचे असते किंवा एकदम सापाच्या मानेपाशी दोन्ही बाजूंनी पकडावे लागते. ज्या कोणाला ही एवढी साधी माहिती आहे त्यांना कळते की, सापांना उचलायची ही पद्धत जगातल्या प्रत्येक सापाला लागू पडते, फक्त आफ्रिकेतले बीळ करून राहणारे ॲडर सोडले तर. इथल्या ॲडरचा जबडा एखाद्या बिजागरीसारखा जोडलेला असतो. त्यामुळे त्यांना तो डाव्या आणि उजव्या बाजूला हलवता येतो. तुम्ही त्यांना कसेही पकडले असले तरी ते आपला जबडा बरोबर वळवून तुम्हाला चावू शकतात. हाताळायची कोणतीही सुरक्षित पद्धत नसलेले ॲडर हे जगातले एकमेव साप आहेत. शहाणी

माणसे उगाचच उत्सुकता म्हणून त्यांना उचलून पाहत नाहीत.

"जिनियसला सांगा की, आम्ही सकाळी पाठवू. विमानाचा खर्च स्वत:च्या पगारातून भर," ॲलन पुटपुटला. मध्येच ती परिचारिका रेडिओवर आली आणि म्हणाली की, रात्रभर जिनियसवर लक्ष ठेवले पाहिजे. मग पॉलने आणि मी एक योजना बनवली.

आम्ही तरीही पार्टी तशीच चालू ठेवणार होतो! आम्हाला तसेही जागायचे होते. मग पार्टी युजिनच्या बिछान्याशेजारीच ठेवू. मस्त! आम्ही त्याच्या तंबूमध्ये जिन, व्हिस्की आणि बिअर नेऊन एका कूलरमध्ये ठेवून दिली. नंतर इकडूनतिकडून थोड्या खुर्च्या गोळा केल्या. मग एका स्पीकरवर जरा जोरात संगीत चालू केले जेणेकरून युजिनचे कण्हणे ऐकू येऊ नये. पण गाणी जास्त जोरात लावूनही चालणार नव्हते, नाहीतर बाकीच्या पाहुण्यांना त्रास झाला असता.

युजिन मधूनच कधीतरी अचानक कण्हत होता. मग माझ्या लक्षात आले की, त्याच्या त्या दोन 'नर्स'पैकी एखादी त्याच्यापासून लांब गेली तर त्याचे विव्हळणे वाढत होते. तो वेदनेत होता यात शंकाच नाही. पण त्या दोघींनी ओल्या कपड्याने त्याचे कपाळ पुसणे थांबवले तर लगेच त्याला धाप लागे आणि त्याच्या वेदना फार वाढत असत. या त्याच्या वागण्याचे स्पष्टीकरण देणे अवघड होते. पॉल आणि मी तशा परिस्थितीतही पार्टीची मजा घेण्याचा प्रयत्न करत होतो, पण त्या दोघी आपले सगळे लक्ष केवळ युजिनवरच केंद्रित करत होत्या. त्यामुळे आम्हालासुद्धा मनातल्या मनात युजिनचा हेवा वाटत होता.

नंतर मध्यरात्री पॉलच्या आविर्भावात थोडा मऊपणा आला. तोपर्यंत दारूमुळे त्याचा झोक जात होता. झोक जात असतानाच तो युजिनच्या बिछान्यावर बसला. तो बसल्यावर युजिनने एकदम गळा काढला. अनेक तास केवळ त्याचे कण्हणे ऐकल्यामुळे हा रडण्याचा आवाजसुद्धा एकदम ताजातवाना वाटला.

"युजिनला तू आवडत नाहीयेस," मी पॉलला म्हणालो.

"काऽऽऽऽऽय झाले?" पॉलने विचारले, "तुझा हात दुखतो आहे का?"

"होऽऽऽऽ" युजिन ओरडला. मग पुढे म्हणाला, "तू माझ्या हातावर बसला आहेस."

काही वेळातच हळूहळू सगळे झोपायला परतू लागले. काही जण जिथे पडले तिथेच झोपी गेले. सकाळच्या पहिल्या किरणांबरोबर कॅम्पवर नेहमीप्रमाणे हालचाल चालू झाली. रात्रीच्या एवढ्या जागरणाचा त्यावर काही फरक पडणार नव्हता. युजिनच्या हातावर काही विलक्षण रंगांची रंगपंचमी दिसत होती आणि त्याची बोटे सुजली होती. एवढी एक गोष्ट सोडली तर तो बाकी उत्तम होता. तो विव्हळत असताना आम्ही त्याची थट्टा केली म्हणून आम्हाला काही त्याची माफी मागावीशी

वाटली नाही. त्यानेही कसला पश्चात्ताप दर्शविला नाही.

त्या सकाळी जिनियसला मुख्य कॅम्पकडे विमानाने परत पाठवले. काही पाहुणे परत गेले आणि काही नवे पाहुणे कॅम्पमध्ये आले. मी नेहमीच्या जोशात संध्याकाळची सफारी फेरी केली. रात्रीच्या जेवणाच्या वेळेला मला फार झोप येत होती. जेवणानंतर पॉल आणि मी आमच्या पाहुण्यांना त्यांच्या तंबूपर्यंत पोहोचवले, तेव्हा मी त्याला एक प्रश्न विचारला.

''एक ड्रिंक घ्यायचे का?''

''नको,'' आजूबाजूला वाऱ्याने झुडुपे हलत होती. ''का? तुला घ्यायचे आहे का?''

''नाही,'' मी आजूबाजूला टॉर्चचा प्रकाशझोत पाडून पहिले. केवळ एक कोळी त्या प्रकाशात चमकताना दिसला. ''तुला काय वाटते? जिनियस ठीक असेल?''

''माहीत नाही,'' पॉल म्हणाला. ''कसाही असला तरी मला काय करायचे आहे?'' आम्ही जेवणाच्या चौथऱ्यावर पोहोचलो होतो. चौथऱ्यापाशी राहिलेल्या अन्नाच्या वासाने एक तरस आले होते. आमची चाहूल लागून त्या तरसाने पळ काढला.

मी हसलो, पण काहीच बोललो नाही. मला जिनियसची काळजी वाटत होती. जिनियस एक मूर्ख होता, पण ही नोकरी सर्वसामान्य लोकांसाठी नव्हतीच. त्या रात्री काहीही घडू शकले असते. कोणाच्याही वाटेत हत्ती येऊ शकला असता, रोज धोके पत्करणाऱ्या इतर गाइडपैकी कोणालाही काही होऊ शकले असते. एखादेवेळेस पॉलला काहीतरी चावू शकले असते. पुढे मी ऐकले की, युजिनने राजीनामा दिला आहे आणि तो परत कधीच येणार नाही. तेव्हा फक्त मी स्वतःला थोडासा दोष दिला.

बेपत्ता

कदाचित अलचा निष्काळजीपणा असेल नाहीतर तो दारूच्या नशेत असेल किंवा दोन्ही असेल, पण एका रात्री तो आपली बोट बांधायची विसरून गेला.

दोन वर्षे त्याची बोट ओकावांगोच्या संथ पाण्यात तरंगत, भरकटत राहिली. हिवाळ्यात जेव्हा पुराने पाणी वाढायचे आणि मैदाने पाण्याखाली जायची तेव्हा ती बोट तरंगत अजून लांब जायची. उन्हाळ्यात जेव्हा सगळीकडे पाण्याची पातळी कमी व्हायची तेव्हा ती कोठेतरी चिखलात रुतून बसायची. मला वाटे की, आमच्या कॅम्पवर लोकांना पोहोचवण्यासाठी येणाऱ्या छोट्या विमानातून जर ती बोट कोणाला दिसली असेल, तर फार विचित्र दृश्य दिसले असेल की, ही मनुष्यविरहित बोट एखाद्या निर्मनुष्य ठिकाणी अडकलेली आहे किंवा पाणघोडे आणि मगरींमध्ये एखाद्या खाजणात एकटीच तरंगते आहे.

बोट्स्वानातील वनाधिकारी बेकायदा शिकार करणाऱ्यांना पकडण्यासाठी ठिकठिकाणी गस्त घालत असत. अशाच एका गस्तीच्या वेळेला त्यांना ही बोट दिसली. त्या बोटीवर नोंदणी क्रमांकाची पट्टी अजूनही शाबूत होती. त्यामुळे ती बोट सापडल्याचे अलला कळवण्यात आले. वनाधिकाऱ्यांनी ती बोट झाझाबा नावाच्या ठिकाणी बांधून ठेवली होती. अलने मला आणि क्लिफीला विचारले की, आम्ही ती बोट त्याच्याकडे घेऊन येऊ शकतो का?

''नक्की!'' क्लिफी म्हणाला

''नक्की!'' मीसुद्धा म्हणालो. फक्त मी त्यापुढे विचारले. ''ती बोट घेऊन कुठे जायचे आहे?''

''ड्युबाला!'' तो म्हणाला. तो ड्युबाच्या कॅम्पच्या भागीदारांपैकी एक होता.

खरेतर तेव्हा मी क्लिफीला विचारायला पाहिजे होते की, 'तुला रस्ता माहीत आहे का?' त्याला हा प्रश्न विचारणे तसे सयुक्तिक होते. कारण याआधी ज्या दोन प्रसंगांत क्लिफी आणि मी एकत्र बोटीवर होतो त्या दोन्ही वेळेला आम्ही रस्ता चुकलो होतो. तरी त्या दोन्ही वेळेस आम्ही आमच्या ओळखीच्या प्रदेशात होतो. पण या वेळी त्याच्या चेहऱ्यावर तसा बराच आत्मविश्वास दिसत होता. त्यामुळे मी काही विचारले नाही. वन्यजीव विभागाच्या अधिकाऱ्यांनी आम्हाला कळवले होते की, त्या बोटीची मोटार चोरीला गेली आहे. मी अजून जास्त काही विचार करायच्या आधीच त्या बोटीसाठी एक मोटार भाड्याने घेऊन आम्ही निघालो.

निघताना आम्ही ती मोटार आणि एक पोचे आलेले स्वयंपाकाचे भांडे आमच्या एका गृहस्थ मित्राकडून मागून बरोबर घेतले. त्याशिवाय दोन मिनिटांत तयार होणाऱ्या नूडलची भरपूर पाकिटे, थोडी बिअर, व्होडका आणि प्रथमोपचाराची पेटी एवढे सामान बरोबर घेतले. प्रथमोपचाराची पेटी घेण्याचा उद्देश दारूच्या नशेत नूडल तयार करताना कोणता अपघात घडला तर काही उपचार करता यावा हा होता!

ती मोटार आम्ही आमच्या जीपमध्ये चढवत असताना, आमच्या कंपनीने बांधलेल्या निवासस्थानातून पॉल नावाचा एक गाइड बाहेर आला. क्लिफी हा इतर गाइडचे प्रशिक्षण करत असे आणि मी मात्र एकाच कॅम्पवर राहून, येणाऱ्या गटांना सफारीसाठी घेऊन जात असे. पॉल पर्यटकांना बरोबर घेऊन वेगवेगळ्या कॅम्पमधून जीपने फिरत असे. त्याचे प्रवास एका वेळेला कित्येक आठवडे चालत असत. अशा दोन प्रवासांच्या मध्ये तो आम्हाला भेटला होता.

"हे पॉल!" क्लिफी ओरडला, "आम्ही झाझाबाला जाऊन अलची बोट घेणार आहोत. तिथून आम्ही झिगेराला जाऊन मग पुढे ड्युबाला जाणार आहोत. वाटेत रात्रीचा मुक्काम कोणत्यातरी बेटावर करायचा विचार आहे. तुला यायचे आहे?"

"माझ्याकडे एक पर्यटकांचा गट तीन दिवसांत येणार आहे," पॉल उत्तरला. "अफसोस! तुमच्या सहलीत बरोबर यायला नक्कीच मजा आली असती."

क्लिफीने त्याला सांगितले की, आमचा प्रवास जास्तीत जास्त दोन रात्रींचा असणार आहे. त्याला वाटले तर तो झिगेराहून विमान पकडून परत येऊ शकतो आणि प्रवास वेळेत पूर्ण झाला तर मग तर त्याला ड्युबाहूनच परत येता येईल.

"चालेल," पॉल म्हणाला. "तुला खातरी असेल की, तीन दिवसांत आपण परत येऊ तर मग काहीच हरकत नाही."

"नक्की."

आमच्या कॅम्पवरून झाझाबाला जाताना कित्येक तास पूर्ण वाळूचा रस्ता होता. तिकडे आम्हाला एका ड्रायव्हरने सोडले. ती बोट आम्ही तिथे पहिल्यांदा

पाहिली. ती इतकी विचित्र होती की, बोट बनवणारा प्रतिभाशून्य होता असे म्हणणे म्हणजेही त्याचा अपमान केल्यासारखे होते! त्या बोटीला काही आकारच नव्हता. ती बोट म्हणजे एका चौकोनी आकाराच्या पत्र्याच्या तुकड्याला चार बाजूने चार पत्रे जोडलेला दहा फूट लांब आणि पाच फूट रुंद आकाराचा एक चौकोनी ट्रे होता. त्या चौकोनाच्या एका छोट्या बाजूला एक तावदान जोडून मोटार बसवण्याची जागा केली होती. एवढे सोडले तर बाकी त्या बोटीत काहीच नव्हते.

आम्हाला तिघांनाही बोटीची बांधणी आणि धाटणी यांबद्दल यथातथाच माहिती होती. त्यामुळे ती पाहिल्यावर आम्ही तिघेही मोठ्या उमेदीच्या थाटात म्हणालो, "मस्त." मग आम्ही आणलेली मोटार त्या बोटीला जोडली. तोपर्यंत अंधार पडत आला होता. आम्ही वन्यजीव विभागाच्या कॅम्पबाहेरच मच्छरदाण्या लावल्या. येताना आम्ही तंबू आणले नव्हते, त्यामुळे मी माझी मच्छरदाणी क्लिफी आणि पॉलच्या मधोमध लावली. मी विचार केला की, एखादा भुकेलेला सिंह आला तर पहिल्यांदा त्या दोघांपैकी एकाला खाईल आणि माझ्यापर्यंत पोहोचेपर्यंत त्याचे पोट भरलेले असेल. माझ्या योजनेबद्दल त्या दोघांपैकी कोणाच्याही लक्षात आले असले तरी ते काही बोलले नाहीत.

सकाळच्या उजेडाने जाग आल्यावर माझ्या लक्षात आले की, मी भरपूर अंग खाजवत होतो. मच्छरदाणी ही डासांना आत येण्यास जितका चांगला प्रतिबंध करते तितकाच आत अडकलेल्या डासांना बाहेर जाण्यासही प्रतिबंध करते. त्या कॅम्पवरच्या कर्मचाऱ्यांच्या डोळ्यांतली पिवळी झाक पाहिल्यावर माझ्या ध्यानात आले की, इकडे मलेरियाची साथ चालू असणार. मी मनातल्या मनात प्रार्थना केली की, त्या रात्रीत मला मलेरियाची बाधा झालेली नसू देत. मी मलेरिया प्रतिबंधक गोळ्या घेऊन कित्येक वर्षे झाली असली, तरी मला मलेरियाची शेवटची बाधा याआधी काही महिन्यांपूर्वी झाली होती. मलेरियाचा एक चांगला परिणाम हा असतो की तुमचे वजन पटापट घटते. पण मला त्यापुढचे दोन दिवस कोणत्याही मनुष्याचा वावर न झालेल्या खऱ्याखुऱ्या निबिड वनप्रदेशातून प्रवास करायचा होता. जरी मी जंगलातल्या कॅम्पवर कित्येक वर्षे घालवली असली तरी मी अशा साहसासाठी उत्सुक होतो. आमचा कॅम्प हा जरी जंगलात उभारलेल्या तंबूंचा असला तरी मी निर्मनुष्य जंगलात कधीच राहिलो नव्हतो.

कॅम्पपासून निघाल्यावर आम्ही ती मोटार चालू केली. बोट काही फार वेगात अंतर कापत नव्हती, पण आम्हाला त्याची फिकीर नव्हती. आम्ही पाळीपाळीने सुकाणूवर बसत होतो. एका छोट्या सफारी-कॅम्पवर आम्ही पोहोचलो. तिथे आम्ही पुढील प्रवासासाठी मार्ग विचारला.

कॅम्पचा सर्वांत म्हातारा गाइड आमच्या मदतीला आला. तो स्थानिक बयेयी

जमातीचा एक भारदस्त दिसणारा माणूस होता. आम्ही चहा बनवला आणि त्याला विचारले की, ओकावांगोमध्ये त्याने किती वर्षे काम केले आहे? त्याने एक खोलवर हुंकार दिला आणि आपल्या म्हातारपणामुळे बोळक्या झालेल्या तोंडाने म्हणाला की, तो कायमच तिथे राहिलेला आहे. त्याच्या पूर्वजांच्या कित्येक पिढ्या दक्षिण आफ्रिकेत जोहान्सबर्गला खाणींमध्ये काम करत होत्या. पण त्याला कायम पाण्याबद्दल आकर्षण होते आणि त्याला एकतर कोळी म्हणून, नाहीतर ओकावांगोमध्ये गाइड म्हणून काम करायचे होते. त्याला ओकावांगोमधल्या पाणवाटांची स्वतःच्या तळहातावरील रेषांसारखी माहिती होती. कोणत्याही कागदावरील छापील नकाशापेक्षा मूल्यवान असा तो जिताजागता नकाशा होता. ओकावांगोमध्ये सतत वाहत्या पाण्याची दिशा बदलत राहते. जुन्या जलवाहिन्या वाळतात आणि नव्या तयार होतात. त्याच्यासारख्या आपले अख्खे आयुष्य तिथे घालवलेल्या अनुभवी माणसालाच सांगता येते की, बोट रुतून न बसता जाता येईल असे खोल पाणी कोणत्या मार्गाने सापडेल.

आम्ही त्याला सांगितले की, आम्हाला झिगेराला जायचे आहे आणि त्याने आपली मान डोलावली. तो बोलताना गवताची एक काडी चोखत बसला होता.

"केव्हा?" त्याने विचारले.

आम्ही एकमेकांकडे बघितले आणि त्याला सांगितले, "आज."

त्याने एक भुवई उंचावून गवत चोखणे चालूच ठेवले. आपल्या चहात जोरात फुंकर मारून त्याने फुरफुर करत एक घोट घेतला. आपली मान नकारार्थी हलवत तो म्हणाला की, पुराच्या पाण्याची पातळी खाली जात असल्याने आम्हाला वेगात जायला पाहिजे. तरीही बहुधा आम्ही पोहोचणार नाहीच.

"मोटार किती ताकदीची आहे?"

"पंचवीस," आम्हाला कल्पना होती की, मोटारीची अश्वशक्ती पुरेशी नाहीये. त्याने आता दुसरी भुवईसुद्धा उंचावली आणि मग कपाळावर आठी घातली. "तुमची बोट, टोकदार आहे का पुढच्या बाजूला?" नंतर आपले हात त्याने नमस्कारासारखे जोडले आणि त्रिकोणाच्या एका कोनासारखे टोकदार करून दाखवले. त्याच्या हाताचे टोक आमच्या बोटीच्या कोणत्याही कोपऱ्यापेक्षा अणकुचीदार होते.

"अर्, नाही," हे ऐकल्यावर तो तोंडातली गवताची काडी थुंकला आणि त्याने आमच्यावर तुच्छतापूर्ण नजर टाकली.

"ही बोट, तिचा तळ सपाट आहे का?"

"हो!" शेवटी एकदाचे काहीतरी त्याला पसंत पडेल असे एक उत्तर देता आल्यामुळे आम्ही तिघेही एकदम जोरात ओरडलो. त्याच्या चेहऱ्यावरचा तुच्छतेचा भाव बदलून सहानुभूतीचा झाला. आपल्या मुलाला जगाच्या पाठीवर अनुभवातून

काहीतरी शिकायला मिळेल म्हणून एखादा बाप कसा त्याला अवघड प्रसंगाचा सामना करायला पाठवतो तशी त्याने आमची पाठवणी केली. तसेही आम्हाला कोणतीही दिशादर्शक सूचना देणे हे त्या ओकावांगोतल्या जलवाहिन्यांच्या आणि खाजणांच्या जंजाळात निरर्थकच होते.

आमची अशी योजना होती की, ओकावांगोतील महत्त्वाची बोरो नावाची नदी शोधायची. बोरो नदीकाठी झिगेरा कॅम्प होता. झिगेराला पोहोचल्यावर आम्हाला काहीतरी खायला मिळेल आणि कदाचित अंघोळसुद्धा करता येईल आणि मग तेथून तसेच ड्युबापर्यंत पुढे जायचे. आता फक्त बोरो नदी शोधणे बाकी होते. तो प्रवास चौकोनी आकाराच्या, अपुर्‍या शक्तीच्या बोटीने, पाण्याची पातळी कमी होत चाललेली असूनसुद्धा करून दाखवायचा आम्ही निश्चय केला.

त्या गाइडचा निरोप घेऊन निघाल्यावर पहिल्या फाट्याच्या ठिकाणीच दिशेबद्दल आमचा मतभेद झाला.

''डावीकडे,'' क्लिफी आत्मविश्वासाने म्हणाला, ''डावीकडची बोरो नदी आहे.'' मग त्याने उजवीकडे पहिले आणि एक सूक्ष्म आठी घालून पुष्टी जोडली, ''बहुधा!''

''राइट!'' पॉल म्हणाला. मला वाटले तो कुठल्या बाजूला वळावे याबद्दल आपले मत प्रदर्शित करतो आहे. ''जरा विचार करून मग निर्णय घेऊ या. नाणे कोणाकडे आहे?''

''थांबा. त्या पपायरसच्या झाडाकडे पाहा,'' माझे अनुमान सांगताना माझी छाती जरा आत्मविश्वासाने फुगून आली होती. ''बोरो नदी वर्षभर वाहते. पपायरस उजवीकडच्या प्रवाहाकाठी वाढतो आहे, डावीकडे नाही. त्यामुळे उजवीकडच्या वाहिनीत वर्षभर पपायरससाठी पाणी असणार. त्यामुळे बोरो उजवीकडची असणार. आपण उजवीकडे जाऊ.''

त्या दोघांनी माझ्या अनुमानावर मान डोलावली आणि आम्ही उजवीकडे गेलो. आम्ही एका गोष्टीचा विचार केला नव्हता की, डावीकडचा प्रवाह कदाचित इतक्या जोरात वाहत असेल की आपल्या काठावरचे पपायरस त्याने प्रवाहाच्या ओघात वाहून नेले असतील. आम्ही घेतलेला मार्ग बोरो नदीचा नव्हता. तो ओकावांगोतील असंख्य निनावी जलमार्गांपैकी एक होता आणि आमची चौकोनी बोट आम्ही त्या जलमार्गात घुसवताक्षणीच आम्ही आमच्या मार्गापासून हरवलो आणि बेपत्ता झालो.

❖ ❖

पहिल्या रात्रीपर्यंत आम्हाला वाटत होते की, आम्ही बरोबर मार्गावर आहोत. वाटेत आम्हाला एक छोटे बेट लागले त्यावर आम्ही मुक्काम केला. ते बेट सुमारे पन्नास

यार्ड व्यासाचे आणि ओकावांगोतील अनेक बेटांप्रमाणे बरोबर वर्तुळाकार आकाराचे होते. बेटामध्ये समुद्रकिनाऱ्यासारखी वाळू होती. त्या वाळूतून गवताची धारदार पाती वर आली होती. इतकी धारदार की, त्यावरून चालत गेले तर बऱ्याच ठिकाणी कापून पाय रक्तबंबाळ होईल. वाळूच्या कडेने पामच्या झाडांचे पुंजके वाढले होते. त्या बेटाच्या किनाऱ्यावर मँगोस्टीन (कोकम) आणि वॉटरबेरीसारखी फळझाडे वाढलेली होती. त्या झाडांच्या खालच्या फांद्यांना आम्ही मच्छरदाण्या बांधल्या. कोणता शिकारी प्राणी आमच्याकडे आकर्षित होऊन बेटावर पोहत येऊ नये म्हणून आम्ही एक छोटी शेकोटी पेटवली. आफ्रिकेतील इतर भागांत सिंहांवर संशोधन करणारे संशोधक हे अमान्य करतील की, सिंह पोहू शकतात. पण ओकावांगोमध्ये काम करणाऱ्यांना ठाऊक असते की, कित्येक वेळेला मोठमोठाले सिंह अगदी छोट्या-छोट्या बेटांवर सापडतात. आम्ही दक्ष राहायचे ठरवले होते. तंबू बरोबर न आणल्याने बहुधा आम्ही शौर्य आणि मूर्खपणा यांतली पुसट रेषा ओलांडलीच होती!

आम्हाला जरी भीती वाटत असली, तरी आम्ही पुष्कळ लवकर झोपी गेलो. कदाचित त्या निसर्गरम्य ठिकाणच्या शुद्ध हवेचा हा परिणाम असेल. शिवाय झोपायच्या आधी आमच्या जवळची बिअरची शेवटची बाटली आम्ही रिती केली होतो. आणलेली दारू आमच्या अपेक्षेपेक्षा फार लवकर संपली होती. थोड्याच वेळात मला कशाच्यातरी श्वासोच्छ्वासाच्या आवाजाने जाग आली. तो प्राणी बऱ्यापैकी आकाराचा असला पाहिजे. श्वासोच्छ्वासाच्या आवाजाबरोबर एका तालात काहीतरी वाजवल्यासारखा आवाज येत होता. आफ्रिकेत कित्येक वर्षे घालवल्यावर या वेळी मला प्रथमच टारझनच्या सिमेनात गेल्यासारखे वाटत होते.

एक पापणी उघडून कोण आवाज करत होते ते मी पाहिले. समोरचा प्राणी आमच्याकडे पाहून फुसकारत आपले पाय जमिनीवर आपटत होता. या अशा बेटांवर बरेच वेळेला जीर्ण वृक्ष सडून खाली पडतात. त्यामुळे मोकळा भाग तयार होतो. आमच्या समोरचा प्राणी अशा एका मोकळ्या भागात नाच केल्यासारखा पाय आपटत होता, नंतर पळून आमच्या डोक्याच्या बाजूला जाऊन तिथल्या पामच्या झाडात तेच नृत्य परत करत होता. त्याच्या या नृत्यामुळे आम्हाला चांगलाच वैताग आला.

तो प्राणी म्हणजे बऱ्यापैकी मोठ्या आकाराचे एक साळिंदर होते. आफ्रिकेतील साळिंदर कित्येक वेळेला साठ पौंड वजनापर्यंत वाढते आणि त्याने आपल्या अंगावरील काटे उभारले तर चांगले तीन फुटांपर्यंत उंच दिसते. आमच्या समोरील साळिंदरानेसुद्धा आपले काटे उभारले होते. ते आमच्या भोवती एखाद्या पिंजऱ्यातल्या प्राण्याप्रमाणे प्रदक्षिणा घालत होते. रात्रभर ते तसेच पळत राहिले, त्यामुळे परत

झोप लागणे अशक्य होते. मी रात्रभर स्वत:शीच त्याच्या वागण्याची कारणमीमांसा करत पडलो होतो. माझा शीण जसजसा वाढत होता तसे त्याच्या वागण्याबद्दल माझे विचार अधिकाधिक तिरसट होत चालले होते. शेवटी माझ्या लक्षात आले की, पुराचे पाणी वाढल्यामुळे बहुधा तो या बेटावर अडकला असावा. ओकावांगोतील फार थोड्या प्राण्यांना पोहता येत नाही, त्यांपैकी साळिंदर एक आहे. त्याची अवस्था बेटावर अडकलेल्या रॉबिन्सन क्रुसोसारखी झाली होती. ते कदाचित आम्हाला त्याच्या बेटावरील राज्यातून हाकलून देण्याचा प्रयत्न करत असावे किंवा आमच्याशी मैत्री करण्याचा प्रयत्न करत असावे.

पहाटेच्या उजेडाने आकाश आधी राखाडी रंगाचे झाले आणि मग गुलाबी. तेव्हा या साळ्याने त्याची शेवटची फेरी संपवली आणि कोणत्यातरी पामच्या खालच्या आपल्या बिळात तो नाहीसा झाला. आम्ही आळोखेपिळोखे देत उठलो आणि अंग खाजवत आमच्या शेकोटीवर थोड्या नूडल शिजवल्या आणि पुढे निघालो.

आम्ही जात होतो तो जलप्रवाह तसा रुंद होता. सकाळच्या वेळेत पाणीसुद्धा तसे संथ होते. आमची खटारा बोट बऱ्या वेगात अंतर कापत होती. क्लिफीला खातरी होती की, आम्ही झिगेरापासून लांब नसू. मी झिगेरा भागात फारच कमी वेळा गेलो होतो, त्यामुळे क्लिफी म्हणेल ते ऐकायची माझी तयारी होती आणि आम्ही आमच्या ईप्सित स्थळी लवकरच पोहोचू असे ऐकायला मला बरे वाटत होते.

"आता हा प्रवाह पुढे वळेल आणि मग आपण अशा भागात येऊ जेथे प्रवाहाच्या दोन्ही बाजूला मैदाने आहेत. तिथून कॅम्प पाच मिनिटांच्या अंतरावर आहे. जरा उशिरा का होईना; पण आपण तिथेच नाश्ता करू शकतो."

दोन दिवस दोन-मिनिट्स नूडल्स खाल्यावर आम्लेट खाण्याच्या कल्पनेनेच मी खूश झालो. त्याच आनंदात मी आमची बोट प्रवाहाबरोबर वळवली. तिकडे प्रवाहाच्या आजूबाजूला मैदान तर मुळीच नव्हते. त्याऐवजी तो प्रवाह अजूनच चिंचोळा झाला आणि आजूबाजूचे वेल आणि पपायरस बोटीच्या बाजूंना अडकू लागले.

पुढे तो प्रवाह आणखी आणखीच चिंचोळा होत चालला. त्या म्हाताऱ्या गाइडने सांगितल्याप्रमाणे पुढे टोक असलेल्या निमुळत्या बोटीची का आवश्यकता होती ते आम्हाला आता समजले. आमच्या बोटीचा पुढचा चौकोनी भाग वेलींमध्ये अडकू लागला आणि बोट पुढे न्यायला मोटारीची शक्ती कमी पडू लागली.

आम्ही एकत्र चर्चा करू लागलो. क्लिफीला अजूनही वाटत होते की, आम्ही जवळच आहोत, फक्त हा त्याला वाटलेला पाण्याचा प्रवाह नाहीये. त्याच्या म्हणण्याला पॉलनेसुद्धा होकार भरला म्हणून मी पण म्हणालो, "ठीक आहे."

आमच्यापैकी एकाने कोयत्याने पुढचे वेल तोडून वाट मोकळी करायची आणि दुसऱ्याने मागून बोट ढकलायची असे ठरले.

मी मागून बोट ढकलायला खाली उतरलो. त्या कोयत्याचे प्लॅस्टिकचे हँडल जोरजोरात फिरवल्याने हाताला फोड येऊ शकतील असे मला वाटले. जर बोट ढकलायचे काम केले तर ते फोड तरी येणार नाहीत, पण पहिल्या पावलातच माझ्या लक्षात आले की, माझे काम सगळ्यात वेदनादायी ठरणार आहे. एका धारदार पाणगवताच्या पातेऱ्याने माझ्या पायाला वेढा मारला. त्यातून माझा पाय सोडवण्यासाठी उचलल्यावर त्या गवताचा वेढा अजूनच करकचून बांधला गेला आणि दुसऱ्या पायालाही फास बसला. एखादा ऑक्टोपस माझ्या पायांना मिठी मारून बसला आहे आणि पावलागणिक त्याची मिठी अजूनच घट्ट होते आहे असे मला वाटू लागले. त्या गवताच्या पात्याला छोटी धारदार टोके होती. त्यामुळे माझ्या पायाला हजार ठिकाणी बारीक बारीक कापून माझा पाय पूर्ण रक्तबंबाळ झाला होता. हे करत असताना मी बोट ढकलायचा प्रयत्न करत होतो आणि त्या बोटीच्या पंख्याची पाण्यातली पाती माझ्यापासून काही इंचांवर पाणी कापत होती.

"तू आत ये," पॉल मला म्हणाला.

"काय?" माझा प्रश्न पूर्ण व्हायच्या आतच पॉल पुढे वाकला आणि त्याने मला ओढून बोटीत खेचले.

आम्ही तो चिंचोळा भाग पार केला होता आणि एका रुंद खाजणात आलो होतो. अशा खाजणात एखादीतरी मोठी मगर नक्कीच असते, पण मगरींमुळे काही पॉलने मला बोटीत ओढले नव्हते. त्या खाजणात पोहोचताक्षणी कोणीतरी जोरजोरात पाणी ढवळून आणि हवेत फवारे उडवून आमचे स्वागत केले. त्याच्यापाठोपाठ काही अवजड धुडं पाण्यात बुडाली. आम्ही तरंगत पाणघोड्यांच्या कळपाच्या मधोमध पोहोचलो होतो. आमच्या बोटीचा पंखा गवताने पूर्ण वेढला जाऊन कुचकामी ठरला होता. एका नर पाणघोड्याने आपले तोंड उघडून स्वतःचा संपूर्ण जबडा आम्हाला दाखवला. त्याचे तोंड आमच्या तिघांच्या खांद्यांपेक्षाही रुंद होते. तोंडात त्याचे अणकुचीदार सुळे दिसत होते. तो पाणघोडा आमच्या बोटीवर चाल करून आला.

"पाय मारा," क्लिफी ओरडला. पॉल आणि मी आपल्या हातातल्या कोयत्याने जितकी जमेल तितकी बोट वल्हवण्याचा प्रयत्न केला. क्लिफी मागे बोटीचा पंखा जमेल तितका साफ करण्याचा प्रयत्न करत होता. तेवढ्यात आमच्या बोटीला जोरदार हिसका बसला आणि एका बाजूने बोट उचलली गेली, पण आमच्या सुदैवाने कलंडली नाही. जर का कलंडली असती तर आम्ही तिघेही फार वेळ जिवंत राहिलो नसतो. आपल्या पूर्ण ताकदीनिशी प्रयत्न करून आम्ही तिघांनी ती

बोट कशीबशी त्या खाजणातून बाहेर काढली आणि त्यापुढच्या प्रवाहात पोहोचवली.

आता आमच्या दोन्ही बाजूंना मैदान दिसत होते, पण क्लिफीने मान्य केले की, आम्ही नक्की कुठे आहोत याबद्दल त्याला काहीही कल्पना नव्हती. पॉललासुद्धा काहीच अंदाज नव्हता आणि मी तर पूर्णपणे अज्ञानी होतो.

''बहुतेक सुरुवातीलाच आपण चुकीचे वळण घेतले,'' मी आपली चूक शांतपणे मान्य केली. बाकीचे काहीच बोलले नाहीत. त्यामुळे ते माझ्याशी सहमत असावेत. ''आपण परत जाऊन दुसऱ्या बाजूने जाण्याचा प्रयत्न करू या का?'' पॉलच्या एका कटाक्षात अनेक उत्तरे एकत्रित झालेली होती. आम्ही आत्ताच ज्या पाणघोड्यांपासून वाचून आलो होतो त्या दिशेला पहिले. त्याच्या एका नजरेतच आमचा निर्णय ठरला. आम्ही तसेच पुढे निघालो. आम्ही असा समज करून घेतला की, आमचा आत्ताचा प्रवाह कुठे ना कुठे बोरो नदीला मिळत असला पाहिजे. आमचा निर्णय किती हास्यास्पद होता हे जेव्हा नंतर आम्ही त्या भागाचा हवाई नकाशा पाहिला तेव्हा लक्षात आले. कोणत्याही नाव असलेल्या जागेपासून, कोणत्याही खेड्यापासून, कोणत्याही सफारी-कॅम्पपासून आणि जर आम्हाला कशाची मदत लागली असती तर त्या मदतीपासून आम्ही कित्येक मैल दूर होतो.

आम्ही तसेच पुढे जात राहिलो आणि पाण्याचा प्रवाह अजूनच चिंचोळा व उथळ होत राहिला. एकदा तर आम्हाला बोट चिखलातून खेचून घ्यावी लागली. आम्ही ज्या प्रवाहात होतो ते बोरो नदीचे पात्र नव्हते यात शंकाच नव्हती. आम्ही असे ठरवले की, पॉल बोटीच्या पुढे उतरून बोट खेचून पुढे नेईल. क्लिफी डाव्या बाजूच्या मैदानात पुढे जाऊन कुठे नदीचे मोठे पात्र मिळते का ते शोधेल आणि तेच मी उजव्या बाजूला जाऊन करेन.

माझ्या बाजूला हिरवेगच्च कुरण होते. झेब्रा आणि रानम्हशींनी चरून सगळे गवत एका उंचीचे कापले होते. थोड्या अंतरावर इम्पालांनी धोक्याचा इशारा देऊन पळ काढला. लेच्वे नावाची दुसऱ्या एका प्रकारची हरणे उथळ पाण्यातून दुसरीकडे गेली. समोरचे दृश्य मनोहारी होते आणि मी क्षणभर थबकून सगळीकडे पाहत राहिलो. त्या मैदानात एकच झाड होते त्यावर चढून सगळ्या बाजूंना पाहायचा माझा इरादा होता.

झाडावर चढताना एखादा साप तर दिसत नाहीये याकडे मी लक्ष देत होतो आणि मधमाश्यासुद्धा बघाव्या लागत होत्या. पण त्यांपैकी काहीच दिसले नाही. मला काही अंतरावर एक पाण्याचा प्रवाह दिसला, पण तो बराच दूर होता आणि आम्हाला आमची बोट ओढत तिथपर्यंत पोहोचता आले नसते. मी आजूबाजूचे अप्रतिम दृश्य पाहत अजून काही क्षण घालवले. जवळ एका तळ्यात करकोचांचा एक थवा मासे पकडत होता. मी मागे वळून पाहिले तर पॉल कशीबशी कष्टाने

आमची बोट ओढत पुढे नेत होता. मी खाली उतरलो. उतरताना माझ्या गुडघ्यावर भरपूर खरचटले.

बोटीपाशी परत आल्यावर क्लिफी म्हणाला की, त्याला एक प्रवाह सापडला होता आणि तिथपर्यंत आमच्या प्रवाहापासून सलग उथळ पाणी होते. आम्ही सगळे बोटीतून उतरल्यावर बोट हलकी होऊन वर आली असती आणि आम्ही तिला त्या उथळ पाण्यातून वाहून नेऊ शकलो असतो. मग आम्ही बोट घेऊन त्या दिशेला निघालो. दूरवर झाडांची एक रांग दिसत होती तिकडे खोल पाणी असावे. वाटेत गुडघ्याच्या उंचीचे पाणी होते. आम्ही गप्पा मारत चाललो होतो. तिघांनीही मान्य केले की, आपण वाट चुकलो असलो, तरी आत्तापर्यंत प्रत्येकाने अनुभवलेल्यापैकी हे सर्वोत्तम साहस होते. पॉल म्हणाला की, इथे कितीही मजा येत असली तरी त्याला दुसऱ्या दिवशी काहीही करून मॉनला पोहोचायलाच हवे होते, कारण तिथे सफारीसाठी पर्यटकांचा गट येऊन त्याची वाट पाहणार होता. म्हणून आम्ही जमेल तितक्या वेगाने पुढे निघालो.

शेवटचा एक जोर लावून आम्ही त्या खोल पाण्याच्या प्रवाहापाशी पोहोचलो. कित्येक तासांनंतर आम्हाला इकडे वेगाने पुढे जाता आले. बोटीचा पंखा सगळ्या फासांतून मोकळा केला होता आणि पाण्यातसुद्धा कोणता अडथळा नव्हता. आम्ही घाई करत होतो, पण मनात स्वच्छंदीपणाची भावना होती. आम्ही आनंदाने ओरडत होतो, व्होडका तिथल्या खालच्या पाण्यात मिसळून पीत होतो आणि प्रथमोपचाराच्या पेटीतली फळांच्या स्वादाची इलेक्ट्रॉलची पूड जिभेवर ठेवून खात होतो.

आम्ही एका वळणापाशी आलो तिथे दोन्ही बाजूंना एकदम उतरता किनारा होता. पॉल त्या वेळी सुकाणूवर होता. त्याने एकदम मोटार बंद केली आणि आपली एक भुवई उंचावून आम्हाला खूण केली. क्लिफी आणि मला त्याची खूण समजली आणि आम्ही लगेच खाली वाकलो. बोटीत फक्त डिझेलचा ड्रम वर दिसत होता. पॉलने आपल्या बोटाने एका दिशेला खूण केली. तिकडे पाहिले तर चित्ता पाणी पिण्यासाठी खाली उतरला होता. तो अगदी एकाग्रपणे आजूबाजूला मगरींसाठी पाहत होता. आम्ही इतके जवळ होतो की, त्याने टाकलेला सुस्कारा आम्हाला स्पष्ट ऐकू आला. नंतर त्याच्या एकदम लक्षात आले की, आमची बोट लपक-लपक आवाज करत त्याच्या दिशेने येत आहे.

त्याने एकदम उडी मारली आणि हवेतच तो पूर्ण उलट वळला. नंतर आमची पापणी लवायच्या आतच प्रचंड वेगाने समोरच्या मैदानात पळून गेला. एकतर त्या चित्त्याचा माणसांबरोबरचा अनुभव चांगला नसावा नाहीतर तो माणसांच्या संपर्कात याआधी कधीच आलेला नसावा.

पॉलने मोटार परत चालू केली आणि आम्ही परत पुढे निघालो. आमच्या

बोटीची पुढची बाजू सपाट असल्यामुळे आजूबाजूला पाण्याचा फवारा उडत होता. पॉलच्या चेहऱ्यावर एक घायकुतीला आलेला भाव दिसत होता. जणू तो आम्हाला म्हणत होता, "आता गमजा पुरे झाल्या, लवकर झिगेराला पोहोचू या, म्हणजे मला लवकरात लवकर विमान पकडून कामावर परत रुजू होता येईल." क्लिफी आणि मी सुट्टीवर होतो, त्यामुळे आम्हाला अशी कोणती घाई नव्हती. पण पॉल इकडे हरवल्यामुळे मॉनच्या विमानतळावर आठ पर्यटक गाइडची वाट पाहत तसेच बसून राहिले असते, तर पॉलइतकेच आमच्या कंपनीने आम्हाला दोघांनासुद्धा जबाबदार धरले असते हे नक्की.

मी आमच्या ओढ्याच्या किनाऱ्याकडे पाहिले. चित्त्याच्या वेळेपेक्षा किनारा आता अजून जवळ वाटत होता. पाणीसुद्धा अधिक उथळ होते. याचा अर्थ मला माहीत होता. पॉलकडे पाहिले तर माझ्या लक्षात आले की, त्यालासुद्धा ते कळले आहे. थोड्याच वेळात पाणी इतके उथळ झाले की, पॉल आणि क्लिफी उतरून बाजूला जाऊन परत खोल पाणी कुठे दिसते का ते शोधू लागले. मी बोटीतून उतरून बोट पुढे ओढायचा प्रयत्न करू लागलो. क्लिफी पूर्वेला गेला, पॉल उत्तरेला गेला आणि मी सरळ जात राहिलो.

क्रूसावरच्या येशू ख्रिस्तासारखे दोन्ही हात पसरून मी बोट ओढायचा प्रयत्न करत होतो. त्या प्रवाहाची रुंदी जेमतेम बोटीच्या रुंदीइतकी होती, तरी पाणी कमरेएवढे खोल होते. मधूनच आमची बोट बाजूच्या किनाऱ्यावर घासत होती आणि मला तशीच ओढावी लागत होती. माझे पाय पुढे जाताना मधूनच खालच्या वाळूत खोल रुतत होते. कितीही कष्ट पडत असले तरी मला फार मजा वाटत होती. मला खातरी होती की, ही अशी जागा आहे जिथे कोणत्याही मानवाने कधी पाऊल टाकले नाहीये.

मी आकाशाकडे बघून स्मित करत होतो, आजूबाजूच्या अथांग गवताळ मैदानाकडे बघून हसत होतो. थोडा लांबवर एक झेब्रा शिट्टी मारून हवेत लाथ मारत होता, त्याच्याकडे बघूनही हसत होतो. जवळच एक खंड्या पक्षी घिरट्या घालत मासे पकडण्यासाठी पाण्यात झेप घेत होता, त्याच्याकडेही पाहून मी स्मित करत होतो. चालताना मध्येच पाण्यातल्या एका ओंडक्याला माझा पाय अडकला आणि मला अडखळून एकदम पुढे पडल्यासारखे झाले, माझ्या अडखळण्यामुळे आमची बोट मागून माझ्या डोक्याला आपटली तरी माझ्या चेहऱ्यावरचा आनंद जात नव्हता.

मी नीट उभा राहिलो आणि पुढे एक पाऊल टाकले आणि नंतर माझ्या डोक्यात लख्ख प्रकाश पडला. या ठिकाणचे सौंदर्य इथल्या वृक्षविरहित अथांग पसरलेल्या गवताळ मैदानामुळे अधिकच खुलून दिसत होते. जर आजूबाजूला लांबपर्यंत वृक्षच नाहीयेत तर खाली पाण्यात ओंडका नसला पाहिजे.

तो ओंडका हलला आणि त्याने पुढे पाऊल टाकले! माझ्या पोटात भीतीचा गोळा आला. मी एका मगरीच्या मागून तिच्या शेपटीला धडकून मगरीच्या पूर्ण लांबीइतके चालत आलो होतो. माझा डावा पाय त्या मगरीच्या दोन खांद्यांमध्ये होता. त्या मगरीने विचार केला असेल, ''वेल, तू जर थेट माझ्या तोंडात चालत येण्याइतका मूर्ख असलास तर....''

स्वत:लाही आश्चर्य वाटेल अशा चपळाईने मी बोटीची पुढची बाजू खाली दाबली आणि त्यावर स्वत:ला झोकून दिले. मी रोमनरिंगवरील जिम्नास्टिकपटूसारखी चपळाई दाखवली असली पाहिजे. बोटीच्या बाजूच्या पत्र्यावर मी माझे बूड टेकवले आणि आत झेप घेण्याच्या धावपळीत बोटीच्या तळावर माझे डोके जाऊन टणकन आपटले. माझ्या या धावपळीने क्लिफी आणि पॉलचे लक्ष माझ्याकडे वेधले गेले. ते पळत परत आले तेव्हा त्यांना मगर दुसरीकडे शांत पाण्यात जाताना तिच्या शेपटीची हालचाल होत असलेली दिसली.

''आता या मूर्ख बोटीला ढकलायची तुमची वेळ आली आहे.'' जो कोण माझे ऐकत होता त्याच्या मी अंगावर ओरडलो. पण क्लिफीला अजून एक नदी दिसली होती.

''ती नक्कीच बोरो नदी आहे,'' क्लिफीने दावा केला. ''मला खातरी आहे या वेळी!''

''ठीक आहे.''

आम्ही ती बोट परत त्या उथळ पाण्यातून ओढत नेली आणि उत्तरेकडे निघालो. हे पाणी खरोखरच खोल होते. आजूबाजूला एका प्रकारच्या उंबराची झाडे होती. अशा झाडांवर फिशिंग ईगल घरटी करतात. किनाऱ्यावरील झाडांची मुळे पाण्यात पसरली होती. त्या पाण्यातल्या मुळांमधून पाणमांजरे डोळे वर काढून बघत होती आणि बाजूच्या उतरत्या किनाऱ्यांवर घोरपडी ऊन खात बसल्या होत्या.

आमच्याकडच्या नूडल्सची पाकिटे संपलेली असल्यामुळे आम्ही विचार करत होतो की, एक घोरपड पकडून खावी, पण त्या जागेची उगाचच भीती वाटत होती. त्यामुळे आम्ही तसेच भुकेलेले पुढे निघालो. त्या घोरपडींचा माणसांबरोबरचा पहिला संपर्क हा शिकारीचा नव्हता तर!

संध्याकाळ झाली आणि आमची त्या दिवशी झिगेराला पोहोचण्याची शेवटची संधी हातातून निसटली. रात्रीच्या अंधारात अनोळखी पाण्यातून प्रवास करणे एकदम धोकादायक होते. झाडाच्या एखाद्या अणकुचीदार मुळामुळे आमच्या बोटीचा पत्रा कापला जाऊ शकला असता किंवा न दिसलेल्या एखाद्या पाणघोड्याच्या धक्क्याने आमची बोट उलटू शकली असती. म्हणून आम्ही परत रात्रीचा तळ टाकला. या वेळी जे बेट आम्ही निवडले होते ते आकाराने तसे मोठे होते. पाण्याची

पातळी अजून कमी झाल्यावर हे बेट जंगलाचा भाग म्हणूनच गणले गेले असते.

आम्ही त्या रात्री शेकोटीभोवती आणखीच शांत बसलो होतो. पाण्याची पातळी आमच्या अपेक्षेपेक्षा जास्त वेगाने कमी होत होती, त्यामुळे आम्ही आलो त्या मार्गाने परत जाण्याचा प्रश्नच नव्हता. आत्तापर्यंत काही ठिकाणचे पाणी पूर्ण ओसरले असण्याची शक्यता होती आणि आम्ही एकदम अडकून पडलो असतो.

सकाळी मी लघुशंकेसाठी बाकी दोघांपासून थोडा लांब गेलो. बऱ्यापैकी उंच गवताच्या जवळ उभे राहून मी स्वत:ला मोकळे करत होतो. माझे होत आले असतानाच समोरचे गवत हलले. मला वाटले एखादे साळिंदर बाहेर येऊन आपल्या बिळाकडे पळत जाईल.

पण त्या ऐवजी एक हनी बॅजर बाहेर आला. याआधी मला इतके असुरक्षित कधीच वाटले नव्हते. प्रत्येक गाइडला हनी बॅजरला सामोरे जाण्याची भीती वाटत असते. हनी बॅजर शत्रूच्या जननेंद्रियावर हल्ला करतो अशी त्याची ख्याती आहे. आणि इथे मी एका हनी बॅजरच्या समोर आपली पँट खाली करून उभा होतो, हे म्हणजे त्याला निमंत्रण देण्यासारखेच होते.

हनी बॅजर अशा मोजक्या प्राण्यांपैकी एक आहे ज्यांच्यापेक्षा माणूस जोरात पळू शकतो. पण माझ्या गुडघ्याभोवती कॅनव्हासची चड्डी अडकलेली असताना पळू शकण्याचा प्रश्नच नव्हता. पँटची चेन वर करताना मला जरा वेळ लागला म्हणून मी स्वत:लाच शिव्या घातल्या. तेव्हाच तो हनी बॅजर एक-दोन पावले टाकून माझ्याजवळ येऊन माझे निरीक्षण करत होता. त्याच्या नजरेत कोणताही वैरभाव नव्हता. केवळ उत्सुकतेने तो मला पाहत होता. नंतर तो मागे वळून निघून गेला. मी परत आलो तर इकडे क्लिफी आणि पॉल नवी योजना बनवत होते.

''आपण ही बोट सोडून देणार आहोत,'' क्लिफीने घोषणा केली. ''आणि आपण मोम्बोला चालत जाणार आहोत.''

मला वाटले की, ही एक चांगली कल्पना होती, जर रस्ता माहीत असेल तर. मी याकडे त्यांचे लक्ष वेधल्यावर ते मला म्हणाले की, मूळ योजनेप्रमाणे जर का आपण उजवीकडे वळणार होतो तर आता झिगेरा आमच्या डाव्या बाजूला असले पाहिजे आणि या तर्कानुसार मोम्बो आमच्या अजून उजवीकडे असले पाहिजे. आमची योजना ऐकून कोलंबसला फेफरे आले असते, पण मला काहीतरी वेगळे करून बघायचे होते. त्यामुळे मी काही विरोध केला नाही.

एका खाजणात आम्ही आमची बोट एका मोठ्या झाडाला बांधून ठेवली आणि चालू लागलो. आम्ही आमचा लालभडक इंधनाचा कॅन एका मैदानाच्या मधोमध ठेवला. म्हणजे परत विमानातून आलो तर तो लगेच दिसेल. आम्ही जवळ थोड्या पाण्याच्या बाटल्या, काही अपघात किंवा सर्पदंश झाला तर जवळ हवी म्हणून

थोडी प्रथमोपचाराची औषधे आणि आमचे कोयते बरोबर घेतले होते. कोयते घेण्याचा उद्देश, क्लिफीच्या अनुमानात काही चूक असेल आणि त्याबद्दल शिक्षा म्हणून आम्ही त्यालाच खायचे ठरवले तर बरोबर असावेत हा होता!

आमच्यापैकी कोणालाही या जंगलात टिकाव धरून राहण्याच्या आपल्या क्षमतेबद्दल काही शंका नव्हती. आम्हाला माहीत होते की, जर एक दिशा पकडून आम्ही जात राहिलो तर शेवटी आम्ही ओकावांगोच्या सीमेवर पोहोचू. एकदा तिकडे पोहोचलो की, सीमेलगत चालून आम्ही मॉनपर्यंत चालत जाऊ शकू आणि मग तिथून कॅम्पवर परत जायच्या फंदात न पडता कोणतीतरी नवी नोकरी शोधू.

पॉल जोरजोरात चालत होता. त्याला अजूनही वेडी आशा होती की, आम्ही मोम्बोला वेळेवर पोहोचून, तो मॉनचे एखादे विमान पकडून त्याच्या येणाऱ्या पाहुण्यांसाठी, जोहान्सबर्गहून येणाऱ्या विमानाच्या वेळेत तीन वाजेपर्यंत तिकडे पोहोचू शकेल. ती एक मूर्खासारखी कल्पना होती. वाटेत मला एका ठिकाणी एका मगरीच्या कवटीचे प्रचंड आकाराचे हाड पडलेले दिसले. मी त्या दोघांना म्हणालो, "मित्रहो, आपण आपला पराभव अमान्य करायचा म्हणून तर आडमुठेपणाने चालत जात नाहीये ना? जरी आपण कितीही जोर लावला तरी तुम्हाला काय वाटते आपण पॉलच्या वेळेत झाझाबाला पोहोचू का? म्हणजे जर हा हिरो वाचू शकला नाही..." असे म्हणून मी त्या मगरीच्या कवटीवर आपला पाय आपटला, "तर आपण तिघे सुखरूपपणे तिकडे पोहोचू असे तुम्हाला वाटते आहे काय?"

पॉलच्या नजरेतच काय ते उत्तर होते. आम्ही परत आलो, बोट उलट्या दिशेला वळवली आणि बोटीला प्रवाहाच्या ओघाने पुरेसा वेग आल्यावर मोटार चालू केली.

आमच्या मनात पराभवाचेच विचार येत होते आणि आम्ही तिघांनीही आपापली मान शरमेने खाली घातली होती. त्यामुळे आजूबाजूचे पाणी काहीतरी विचित्र पद्धतीने वागते आहे हे समजायला आम्हाला जरा वेळ लागला. पाण्यातून बुडबुडे येत होते – नुसतेच तरंग नव्हते, तर त्या पाण्यात जरा फेस येत होता आणि मधूनच पाणी चंदेरी रंगात चमकत होते. पाण्यात जिवंत काहीतरी दिसत होते आणि जे काय होते ते आमच्या दिशेला पोहत येत असल्यासारखे वाटत होते.

"बार्बेल रन," क्लिफी ओरडला. एका मोठ्या कॅटफिशचे तोंड पाण्यातून बाहेर आले. त्याच्या तोंडात अनेक छोटे मासे होते आणि मग तो कॅटफिश तसाच पाण्यात खाली गेला.

या चमत्काराबद्दल मी आधी बऱ्याच वेळेला ऐकले होते, पण पाहायची वेळ प्रथमच आली होती. जसे पुराचे पाणी ओसरते तसे उथळ पाण्यात घातलेल्या अंड्यांमधून बाहेर आलेले लाखो छोटे-छोटे मासे खोल प्रवाहाकडे परत जातात.

आफ्रिकेत कॅटफिशना बार्बेल म्हणतात. हे बार्बेल कित्येक वेळेला दहा-दहा मीटर लांब ओळीत उभे राहून, वाहत येणाऱ्या छोट्या माशांवर ताव मारतात. हे असे ओळीत उभे असल्यामुळे पाणी त्यांच्यापाशी अडून पाण्याला फेस येतो, जसा आम्हाला आत्ता दिसला होता.

आम्ही मोटार बंद केली, जेणेकरून त्या माशांना इजा होऊ नये. काही क्षणांतच आमच्या बोटीवर बाहेरच्या बाजूने माशांचे कल्ले आणि शेपट्या आपटून एक अखंड ताशासारखा आवाज येऊ लागला.

थोड्याच वेळात बार्बेल तिथून पुढे गेले आणि त्यांची ही शिकार प्रवाहात पुढे आम्हाला दिसत होती, ते आम्ही पाहत राहिलो. एखाद्या महायुद्धानंतर मैदानावर असंख्य प्रेते पडलेली दिसावी तसे मेलेले अगणित छोटे मासे आमच्या आजूबाजूला तरंगत होते.

"मी हे दृश्य आधी कधीच पाहिले नाहीये," मी म्हणालो. बाकीचेही प्रथमच पाहत होते. आमच्या तिघांमध्ये एकूणात जवळजवळ वीस वर्षांचा जंगलाचा अनुभव होता, त्यामुळे तिघांनीही न बघितलेले नवे काहीतरी अनुभवणे आम्हाला अनपेक्षित होते. आम्ही एकमेकांकडे बघून माना डोलावल्या. झिगेराला पोहोचलो असतो का नाही ते सोडून द्या, तिघांसाठीही हा प्रवास एक जपून ठेवण्यासारखा अनुभव झाला होता.

❖ ❖

अजून एक पाणघोडा आमच्या बोटीवर चाल करून आला, पण या वेळी प्रवाहाचा जोर आमच्या बाजूने असल्यामुळे आम्ही त्याला सहज चुकवले. थोड्याच वेळात दूरवर आम्ही तीन दिवसांपूर्वी निघालो तो कॅम्प आम्हाला दिसायला लागला.

आम्ही झाझाबाला ती बोट परत सोडून दिली आणि तिघेही विमानाने मॉनला गेलो. आमचा एक वैमानिक मित्र आमच्यासाठी शोधमोहीम चालू करणार होता, तोच आता आम्हाला नेण्यासाठी झाझाबाला आला होता. पॉल पळत आमच्या मॉनमधल्या ऑफिसकडे गेला. तिकडे पटापट अंघोळ आणि दाढी उरकून तो त्याच्या पाहुण्यांच्या वेळेत त्यांना घेण्यासाठी विमानतळावर गेला. त्याचे पाहुणे पुढचे दहा दिवस त्याच्याबरोबर होते. परत गेल्यावर त्यांनी आपल्या मित्रमंडळींना आपल्या दहा दिवसांच्या आफ्रिकन साहसाबद्दल नक्कीच भरभरून सांगितले असेल, तसेच आम्ही आमच्या मित्रमंडळींना आमच्या या तीन दिवसांबद्दल सांगितले.

संवाद

ती रानम्हैस मरून दोन दिवस होऊन गेले होते. सप्टेंबरच्या गरम हवेत आता तिचा सडका वास पसरला होता. त्या दुर्गंधीपासून स्वत:ला वाचवण्यासाठी मी माझ्या पाहुण्यांना संत्र्याची सालं नाकाजवळ धरण्यासाठी जवळ ठेवायला सांगितली होती. आम्ही त्याच ठिकाणी थांबून आळसावलेल्या सिंहांना बघत होतो. मधूनच एखादा सिंह उठून मांसाचा एक घास घेत होता आणि सावलीत परत जाऊन बसत होता. सगळ्या सिंहांची पोटं भरपूर खाऊन तट्ट फुगली होती. बाकी धापा टाकण्यापलीकडे आणि पादत बसण्यापलीकडे त्यांचे काही चालले नव्हते.

माझ्या पाहुण्यांचे फोटो काढून झाल्यावर त्यांनी थोडे पाचकळ विनोद केले. येत असलेल्या दुर्गंधीमुळे ते काही फार त्रासले नव्हते, नाहीतर त्यांनी मला लगेच पुढे निघायचा आग्रह केला असता. गाडीत पहिल्या दोन रांगांत युरोपमधून आलेली दोन वयोवृद्ध जोडपी बसली होती आणि सर्वांत मागच्या ओळीत एक चाळिशीचा अमेरिकन पर्यटक बसला होता. खरेतर सर्वांत मागच्या ओळीत गाडीला सर्वांत जास्त हादरे बसतात. त्यामुळे मी त्यांना असे सुचवले होते की, मागच्या ओळीत सगळ्यांनी आळीपाळीने बसावे. पण या अमेरिकन पर्यटकाचा आग्रह असायचा की, प्रत्येक वेळी तोच सगळ्यात मागे बसेल, जेणेकरून बाकीच्या वयस्कर लोकांना जास्त त्रास होऊ नये. प्रत्येक फेरीच्या वेळी मी प्राण्यांचे आणि पक्ष्यांचे निसर्गचक्रातील स्थान आणि त्यांचे वागणे समजावून सांगत असे. तेव्हा तो शांतपणे मान डोलवत बसलेला मला दिसे. त्याला सफारीवर नक्कीच मजा येत होती, पण त्याच्या चेहऱ्यावर सतत एक विषण्ण भाव दिसत होता. कदाचित आपली आयुष्यातली साथीदार काळाने हिरावून नेल्याने तो एकटाच या प्रवासास आला असावा असे

मला वाटले. पण त्याला त्याबद्दल विचारणे चांगले दिसणार नाही या विचाराने मी काहीच बोललो नाही.

मी त्यांना सांगत होतो की, ही शिकार कितीही मोठी दिसत असली तरी काही वेळातच त्यातले काहीच शिल्लक राहणार नाही. सिंह बरेचसे मांस खाऊन टाकतील. मग तरसे येऊन आपल्या मजबूत जबड्याने हाडांचा चुरा करून आतला पौष्टिक गर खातील. त्यापाठोपाठ कोल्हे येतील आणि त्यांच्याबरोबर गिधाडेही उगवतील. मांस खाणारे छोटे किडेसुद्धा येतील. हे किडे राहिलेल्या प्रत्येक तुकड्यातला छोटा-छोटा मांसाचा कण साफ करून खातील. मी हे सगळे सांगत असताना तो अमेरिकन नेहमीप्रमाणेच शांत बसून ऐकत होता.

''तुम्ही जगातला कोणताही गुन्हेअन्वेषण तज्ज्ञ एखाद्या आठवड्याने इथे पाठवा. तोपर्यंत ही रानम्हैस इथे मेल्याचा कोणताही पुरावा तुम्हाला सापडणार नाही. जर तुम्हाला एखाद्याचा खून करायचा असेल तर त्यासाठी ही जगातील सर्वोत्तम जागा आहे!'' सगळे लोक जरा मोजूनमापूनच हसले. जास्त तोंड उघडले असते तर ती दुर्गंधी हवा अजून तोंडात जाण्याची भीती होती.

✦ ✦

आम्ही नाश्त्याच्या वेळेपर्यंत कॅम्पवर परत आलो. त्या म्हशीपाशी बसलेलो असताना सगळे म्हणत होते की, त्या वासामुळे आता कोणाला जेवायची इच्छा उरली नाहीये. इकडे मात्र सगळ्यांनी अन्नावर आडवा हात मारला. मीसुद्धा तितकेच भरपेट खाल्ले आणि सगळ्यांची रजा घेऊन गाडीकडे परत निघालो. मी गाडी धुवायला द्यायला निघालो होतो. तिथे गाडीपाशी उभा असतानाच तो अमेरिकन माझ्या जवळ आला.

''तू तिकडे जे काय सांगत होतास ते नक्कीच मजेशीर होते.'' तो हसून म्हणाला. कोणी तुमची प्रशंसा करायला आला असेल तर तो तुमच्याकडे बघून हसताना इतका बेचैन दिसत नाही.

'''धन्यवाद!'' मी म्हणालो, ''पण नक्की कोणती गोष्ट?'' मला वाटायचे मी सतत रंगतदार गोष्टी सांगत असतो. पण माझे सहकारी मला सांगायचे की, माझ्या गोष्टी इतक्या काही मजेदार नसतात.

''की तिकडे खून केला तरी कोणाला कळणार नाही ते,'' त्याने कपाळावरचा घाम पुसला. तरी हा हिवाळा होता. ''हं... खरोखरच मजेशीर आणि रोचक.''

''हां!'' मी उत्साहाने म्हणालो. ''तुम्ही इकडे खरोखरच काहीही करू शकता. सगळ्यात जवळचे पोलीस ठाणे शंभर मैल दूर आहे आणि मला नाही वाटत तिथले पोलीस काही फार कार्यक्षम आहेत. खरेतर तू झिम्बाब्वेसारख्या ठिकाणी

गेलास तर तू पोलिसांना तपास न करण्याबद्दल लाच देऊन गप्प ठेऊ शकतोस. या गोष्टीतून एखादे थरारक कथानक बनवता येईल. तू काय लेखक वगैरे आहेस का?'' माझी बडबड चालूच होती आणि त्याच्या चेहऱ्यावरचे भाव पाहून माझ्या लक्षात आले की, तो लेखक वगैरे नव्हता. मग माझ्या मनात विचार आला की, खून करून त्यातून पळवाट काढू शकायच्या माझ्या गोष्टीमध्ये याला का एवढा रस आहे?

हा विचार मनात येताच माझ्या भोवती एकदम आकाश कोसळल्यासारखे झाले. नको, नको असे विचार मनात आले. याच माणसाबद्दल आत्तापर्यंत मला जरा सहानभूती वाटत होती. आता एकाच वेळी मनात संताप, पण त्याच वेळी एक काहीतरी आकर्षण अशा मिश्र भावना त्याच्याबद्दल वाटू लागल्या. याला कसेतरी टाळून इकडून पळ काढला पाहिजे असे मनात आले. काहीतरी करून विषय बदलण्यासाठी मी माझी नडगी जीपमध्ये चढताना स्टीलच्या पायरीवर आपटली.

''आई गं,'' मी विव्हळलो. ''बघितलास ना माझा गबाळेपणा. मी जरा वेडाच आहे. माझी कोणतीही गोष्ट फार मनावर घेऊ नकोस.'' मला वाटले की, मी असे बोलणे हा तिकडून सटकण्याचा एक रामबाण उपाय आहे. आफ्रिकेतल्या अन्नशृंखलेत हा हिरो कोणाची भर घालणार आहे हे जाणण्याची मला कोणतीही इच्छा नव्हती. मी विचार करत होतो जर कोणत्या सरकारी खात्याला या माणसाबद्दल पूर्वसूचना द्यायची असेल तर ती नक्की कोणत्या खात्याला द्यावी.

''हा-हा-हा!!'' तो माणूस परत हसला. मला आत्ताच ठेच लागली होती आणि आम्ही खुनाबद्दल बोलत होतो. त्यामुळे त्याचे हसणे तसे अयोग्य होते. म्हणजे मलातरी वाटत होते की, आम्ही खुनाबद्दल बोलत आहोत, पण मला नक्की खातरी नव्हती. कदाचित तो काहीतरी विषय काढून मैत्री वाढवायचा प्रयत्न करत असेल. काही क्षण विचित्र शांतता होती आणि मग मी परत गाडीत चढायचा प्रयत्न केला आणि त्याच ठिकाणी परत माझा पाय आपटला.

या वेळी तो हसला नाही आणि मीसुद्धा हसलो नाही. मी माझा दुखावलेला पाय दाबून धरला होता. ज्या कोणापासून मी माझे हे धडपडणे वारसा म्हणून घेतले असेल त्या मनुष्यमात्राला पण कोणत्यातरी सिंहाच्या तोंडी द्यावे असे मला वाटून गेले. मी त्या अमेरिकन पर्यटकाला म्हणालो.

''मी सांगितले ते काही खरे नाही.''

''का बरे?'' त्याचा चेहरा एकदम पडला.

''पाऊलखुणा.'' एका शब्दातच सगळे स्पष्ट होत असल्यासारखे मी उत्तर दिले. त्याची बेचैनी वाढावी हा माझा उद्देश होता.

''पाऊलखुणा?''

"एक प्राणी जेव्हा दुसऱ्या प्राण्याला मारतो तेव्हा त्यांच्या पाऊलखुणा जमिनीवर दिसतात. शिकारीच्या ठिकाणी येणाऱ्या दोन पाऊलखुणा असतात, पण परत जाणारी एकच असते. तसेच शिकारीच्या जागी दुर्गंधीही पसरलेली असते. पाऊलखुणांची माहिती काही न्यायवैद्यकशास्त्रात नाहीये, पण तरीही पुरावा म्हणून ती नक्कीच वापरता येईल.'' मी बोलत असताना त्याने मान निराशेने हलवली.

"ओके,'' तो म्हणाला. 'ओके' या वेळी जरा जास्त हळू आवाजात. त्याचा आवाज एकदम अपेक्षाभंग झाल्यासारखा येत होता. मला तिथून लवकरात लवकर निघून जावे असे वाटत होते, पण त्याच वेळी याच्या वागण्याबद्दल उत्सुकतासुद्धा वाटत होती. मी विचार करत होतो की, त्याच्या आयुष्यात असे कोण असेल ज्याच्याबद्दल तो असा विचार करत असेल.

"निर्दोष खुनासारखी कोणती गोष्ट अस्तित्वातच नाहीये,'' मी म्हणालो. "कोणालाही मारण्यामध्ये काही निर्दोषत्व नसते.''

"हो, ऑफकोर्स,'' तो म्हणाला. तो आता एकदम गोंधळलेला, एकाकी दिसत होता आणि गोरामोरा झाला होता. तो म्हणाला, "मी विचारले कारण... मला ती गोष्ट रोचक वाटली.''

मला अजूनही कळले नव्हते तो का विचारतो आहे. मी आजूबाजूला बघितले की, आमच्या इथल्याच कोणत्या गाइडने माझी खोडी काढण्यासाठी तर याला पाठवले नाहीये ना? पण आजूबाजूला इतर कोणीच नव्हते. मला त्याला खरेतर अजून प्रश्न विचारायचे होते, पण मी जरा संकोच केला आणि नक्की कशाने सुरुवात करायची ते मला कळले नाही.

त्यामुळे मी ती गोष्ट तिथेच सोडली आणि मला अशी मनापासून आशा होती की, त्याने पण तसेच केले असेल.

पुन्हा निसर्गाकडे...

मोम्बोमध्ये इतर माकडांमुळे समस्या निर्माण होत असली तरी बबून माकडे त्यातल्या त्यात ठीक होती. तरीही आम्ही त्यांच्याविरुद्ध सतत काहीतरी मोहीम आखायचो. त्यांना त्रास देण्याचा आमचा उद्देश नव्हता, पण ती माकडे आमच्या कॅम्पला एकदम सरावून आम्हाला फार पीडादायक होऊ नयेत असे आम्हाला वाटायचे.

आमच्या कॅम्पची जागा बबून माकडांच्या एका कळपाच्या हद्दीत होती आणि तो कळप बरेच वेळेला आमच्या कॅम्पपुढच्या मैदानातून जायचा. त्या कळपातली माकडे आमच्या तंबूंना सावली देणाऱ्या झाडांवर चढून बसायची. त्या कळपात माझ्या पाहण्यातला सर्वांत विचित्र प्राणी होता. मार्टिना नावाच्या आयाळ असलेल्या सिंहिणीपेक्षा किंवा ड्युबातल्या बिनपट्ट्याच्या झेब्र्यापेक्षाही तो विचित्र होता.

त्या वेळी दक्षिण आफ्रिकेत, कायम नग्न राहणाऱ्या एका मूर्ख माणसाला फार अनावश्यक प्रसिद्धी मिळाली होती आणि योगायोगाचा भाग म्हणजे त्याचे नाव ब्यु ब्रमेल असे होते. (ब्यु शब्दाचा मराठी अर्थ 'प्रेमिक' असा आहे.) आमच्या मोम्बोतल्या कळपातल्या विचित्र बबून माकडाच्या अंगावर एकही केस नव्हता, अगदी पापणीचाही. त्यामुळे मी या बबूनचे नाव 'ब्यु' (प्रेमिक) असे ठेवले होते.

या ब्यु बबूनची त्वचा तपकिरी रंगाची, एकदम घट्ट आणि चमकदार होती. त्याच्या अंगावर एकही केस नसल्यामुळे त्याचे नारिंगी रंगाचे डोळे एकदम धोक्याची सूचना देणाऱ्या दिव्यासारखे दिसायचे. त्याचा कळप आमच्या कॅम्पच्या भागात यायचा तेव्हा तो खाली बसून, आपले हात गुढघ्यावर टेकवून आजूबाजूच्या माणसांचे निरीक्षण करत बसलेला मला दिसायचा. बहुधा त्याच्या आणि माणसांच्या

त्वचेतले साम्य बघून तो विचार करत असावा की, तो माणसांत का मिसळू शकत नाही? कदाचित तो इतर बबून माकडांसारखेच वागत असेल आणि तो एकटाच बिनकेसाळ असल्यामुळे माझे लक्ष त्याच्याकडे जात असेल. ते काहीही असो, त्याने माणसांसारखे बनायचा कधी प्रयत्न केला नाही. (फक्त एकदा त्याला कोणीतरी आमच्या कॅम्पवर काम करणाऱ्या एका कर्मचारी स्त्रीला अंघोळ करताना कामुकपणे बघत असताना पकडले होते.) पण म्हणून त्याच्या कळपाने काही त्याच्यावर बहिष्कार टाकला नाही. तो त्यांच्या बरोबरच खाद्यशोध घ्यायचा आणि ते जेव्हा एका जागेवरून दुसरीकडे जायचे, तेव्हा त्यांच्याबरोबरच फिरत असे. कित्येक वेळेला मी त्याला कामक्रीडा करतानाही बघितले होते. बबून माकडे कामक्रीडा अगदी खुल्लमखुल्ला, भरपूर आवाज करून आणि वारंवार करतात.

पण ब्युच्या अवस्थेमुळे तो बबून माकडांमधील एका महत्त्वाच्या सामाजिक कार्याला मुकायचा. तो अगदी मन लावून इतरांच्या अंगाची साफसफाई करत असे, त्यांच्या अंगावरील केस बाजूला करून आतील उवा काढून खात असे, पण याची परतफेड कधी केली जाऊ शकायची नाही. कदाचित यामुळे त्या कळपातील काही आळशी माकडांना तो जवळचा वाटत असेल. पण त्यामुळे त्याला एकाकी नक्कीच वाटत असणार. कळपातल्या माद्या प्रणयाच्या प्रदर्शनासाठी नरांच्या शरीरावरचे किडे खातात आणि नरही नातेसंबंध दाखवण्यासाठी हीच क्रिया करतात. इतर कोणत्याही माकडाला ब्युच्या शरीरावरची साफसफाई करायची असेल तर तो फारतर त्याच्या अंगावर एखादा कटाक्ष टाकून त्याच्या ढुंगणावर एखादी चापट मारून त्याला म्हणू शकला असता, 'सगळे ठीकठाक आहे मित्रा!'

एका सकाळी, त्याच्या त्या नग्नतेमुळे होणारा अजून एक गैरफायदा माझ्या लक्षात आला. नेहमीप्रमाणे त्याही दिवशी सकाळी उठून तयार होणारा मी पहिलाच गाइड होतो. माझ्याही आधी उठून काम करणाऱ्या स्वयंपाकघरातील कर्मचाऱ्यांनी तयार केलेली कॉफी पीत बसलो होतो. मी समोरच्या मैदानावर एक नजर टाकली. मला वेडी आशा होती की, समोरच्या वाळवीच्या वारुळावर एखादा शिकारी प्राणी दिसेल आणि माझे त्या दिवशीचे काम सोपे होईल. पण त्या मैदानातून त्या वेळी बबून माकडे जात होती. त्यांच्यापासून थोड्या अंतरावर आपले गुढघे घट्ट पकडून कुडकुडत ब्यु बसला होता. त्याला थंडी वाजत होती. मी या आधी कोणत्याही प्राण्याला कुडकुडताना बघितले नव्हते. त्यामुळे मला त्याची दया आली. मी त्याला एखादे पांघरूण आनंदाने दिले असते, पण मला त्याच्या जवळ येताना पाहूनच तो पळून गेला असता आणि ते पांघरूण घेऊन त्याने फाडून टाकले असते. बबून चलाख असतात, पण ते काही फार बुद्धिमान नसतात. शेवटी तो उठला आणि एका मादीजवळ गेला आणि तिला त्याने मिठी मारली. पण तिला आपल्या

पिल्लांना खाऊ घालायचे होते, त्यामुळे ती उठली आणि दुसरीकडे चालती झाली. त्याने एका दुसऱ्या नराजवळ जाऊन तसेच करायचा प्रयत्न केला, पण तोही उठून गेला, म्हणून मग ब्यु बिचारा तसाच कुडकुडत बसला. त्या दिवशी त्याच्या डोळ्यातले तेज मंदावले असल्यासारखा मला भास झाला.

माझी कल्पना होती की, ब्युच्या अंगावर केसांचा कोट नसल्यामुळे कदाचित त्याला सर्दीखोकला जरा जास्त होत असेल आणि त्याच्या त्वचेचा वर्ण काळपट असला तरीही त्याला उन्हाचा जरा जास्त त्रास होत असेल. पण मी त्याला कित्येक वर्षे न्याहाळत होतो आणि त्याने कधी आजारपणाच्या विशेष खाणाखुणा दाखवल्या नाहीत. बहुधा तो त्याचे आयुष्य पूर्ण जगला असता.

मी मोम्बो सोडून उत्तरेकडचा एक कॅम्प चालवायला गेलो होतो. वर्षभराने मी ग्रेग नावाच्या एका दुसऱ्या गाइडशी बोलत होतो. मी तिकडे गेल्यावर मोम्बोमध्ये माझ्या जागी ग्रेग आला होता.

''मी काही दिवसांपूर्वी ब्युला पाहिले होते.'' त्याने मला सांगितले, ''तो एकटाच होता.'' बबून कधीच एकटे नसतात, त्यामुळे काहीतरी झाले असावे आणि तो त्याच्या कळपापासून एकटा पडला असावा. मला त्याची काळजी वाटली.

ग्रेग म्हणाला की, ब्यु एका ओढ्यावर पाणी पिण्यासाठी खाली आला होता. मगरी नसलेला ओढ्याचा भाग सापडावा म्हणून तो बावरून इकडेतिकडे बघत होता.

त्याने त्याच्या मागे लक्ष ठेवायला पाहिजे होते.

एक बिबट्याची मादी (जिचे नाव आम्ही 'बर्ड आयलंड मादी' असे ठेवले होते) त्याच्या मागून दबा धरून आली आणि बिबट्याच्या नेहमीच्या चपळाईने तिने त्याला काही कळायच्या आतच ठार केले.

श्या! मी विचार केला. इतर कोणताही बबून त्याजागी असता तर मी ग्रेगला विचारले असते की, त्यांना नीट बघायला मिळाले का? ही शिकार पाहून पाहुण्यांची काय प्रतिक्रिया झाली? शिकार बघायला मिळावी म्हणूनच बहुतेक पर्यटक आफ्रिकेला आलेले असतात. गाइडनासुद्धा शिकार दाखवायला फार आवडते. पण शिकार केला जाणारा प्राणी गाइडच्या माहितीतला आणि त्यांनी नाव दिलेला असेल तर त्यांना आपला एखादा मित्र गमावल्यासारखे दुःख होते.

आम्ही यावर जरा चर्चा करत होतो. शिकार करून इतर हजारो प्राण्यांचा फडशा पाडला जातो त्यांचा विचारही आमच्या मनाला शिवला नाही, पण तेव्हा ग्रेगने मला सांगितले की, त्या शिकारीचा प्रसंग त्या बिबट्याने ब्युला मारल्यावरही संपला नव्हता.

बिबट्याने ब्युला खायला जेमतेम सुरुवात केली असेल तेवढ्यात तेथे एक तरस आले होते. हिस-हिस आवाज काढत नाराजीनेच बिबट्याने आपले भक्ष्य तरसाच्या हवाली केले. तरसाने ब्युला उचलून जवळच्या झाडीत नेले आणि आपल्या मजबूत जबड्याने त्याच्या हाडांचा चक्काचूर करायला सुरुवात करेपर्यंत तेथे सिंह प्रकटले. त्यांनी त्या तरसला पळवून लावले आणि जे काही उरले होते ते पटापट संपवले. त्यांच्या दृष्टीने ब्युचा घास इतका छोटा होता की, ब्युला खाल्ल्यानंतर त्यांना विश्रांतीसाठी काही काळ थांबण्याचीसुद्धा गरज वाटली नाही.

"ते फारच रोमहर्षक दृश्य असले पाहिजे," मी त्याला म्हणालो. "आणि यात ब्यु नसता तर मला तुझा हेवासुद्धा वाटला असता."

"हो," ग्रेग म्हणाला, "मलासुद्धा ते दृश्य बघायला अजिबात आवडले नाही."

पण आम्हाला दोघांनाही हे माहीत होते की, ही आफ्रिका आहे. आफ्रिकेत बऱ्याच वेळेला आयुष्य भीषण पद्धतीने क्षणार्धात संपते. आम्ही एकमेकांचे सांत्वन करण्याचा अजिबात प्रयत्न केला नाही. कोणत्याही जंगली प्राण्याबद्दल जवळीक वाटणे कसे व्यर्थ आहे याबद्दलच आम्ही बोलत राहिलो. ब्युचा मृत्यू आणि नंतर पुढे दिसलेली विलक्षण चढाओढ आमच्या मनावर हेच ठसवून गेली की, शेवटी आपल्या सर्वांनाच निसर्गाकडे परत जावे लागते.

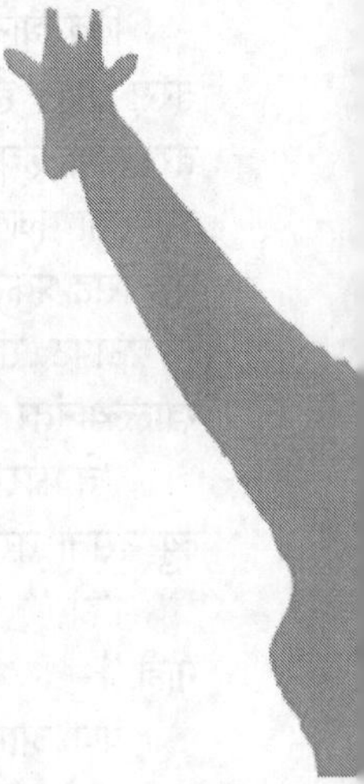

एका गाइडचा मृत्यू

रानटॉंग-रानटॉंग याने आपले नाव अगदी उत्साहाने दोन सारख्या शब्दांचे ठेवले होते. (''मला डबल आर म्हणा ना,'' आपल्या चेहऱ्यावर दहा मजली हास्य आणून तो सांगायचा, ''अगदी रोल्स रॉइस सारखे!'') त्याच्या डबल नावाप्रमाणेच त्याला एकाच्या ऐवजी दोनदा मृत्यू आला तर त्यात नवल नव्हते.

त्याच्या मृत्यूच्या आधी तो मोम्बोमध्ये गाइड होता आणि त्याआधी त्याला तेथे नोकरीसाठी अर्ज करावा लागला, नुसताच अर्ज करून भागले नाही तर त्याला आमच्या टोळीत सामील व्हावे लागले.

त्या वेळी आमच्या कॅम्पवर थोड्या दिवसांत बरेच गाइड बदलले गेले होते. एका रिकाम्या पदावर अनेक अयोग्य माणसे नेमली गेली होती आणि लगेचच त्यांना काढून टाकण्यात आले होते. त्यातल्या एका उमेदवार गाइडला कासवांच्या पाठीवरून गाडी नेऊन त्यांचा चुराडा करण्यात फार आनंद वाटत असे आणि त्यांना शोधून चिरडण्यासाठी तो गाडी मुद्दाम वाट सोडून नेत असे. दुसरा एक गाइड गाबोरोनहून आला होता. गाबोरोन ही बोट्स्वानाची राजधानी आहे. तो अगदी सफाईदार, घोटीव इंग्रजी भाषेत बोलत असे. त्याच्या बोलण्यात इतके माधुर्य होते की, जर त्याने त्या आवाजात पक्ष्यांशी संवाद साधला असता, तर पक्षीसुद्धा त्याच्याकडे आकर्षित झाले असते, पण तो ते करायचा नाही. खरेतर हीच त्याची समस्या होती. तो सगळ्या जंगली प्राण्यांना इतका घाबरायचा की, कोणताच प्राणी पर्यटकांना दाखवायचा नाही. साधा झेब्रा किंवा वॉर्टहॉग जरी दिसला तरी तो तिथून पळ काढत असे. त्यानंतर तिसरा जो गाइड आला, तो प्राण्यांचा माग काढण्यात पटाईत होता, त्याशिवाय गाडी चांगली चालवत असे आणि बऱ्यापैकी चांगली

माहितीसुद्धा देत असे. पण तो फार असंस्कृत होता आणि नको तिथे आपले नाक खुपसत असे. त्याचे वागणे इतके वाईट होते की, जेवताना चारचौघांसमोर पादतानादेखील त्याला काही लाज वाटत नसे. आमच्या व्यवस्थापनाने तिघांचाही उमेदवारी करार लगेचच रद्द केला आणि दुसऱ्या कॅम्पवर काम केलेल्या एका गाइडला नोकरीसाठी बोलावले.

माझी अशी मनोमन इच्छा होती की, हा नवा गाइडतरी चांगला निघावा. मोम्बोत आम्ही तिघेच गाइड उरलो होतो. त्यामुळे सलग सात दिवस, अशा तीन महिन्यांच्या कामात आम्हाला क्वचितच सुट्टी मिळत असे. मी फार थकलो होतो आणि ज्या दिवशी सकाळी पाच वाजता उठावे लागणार नाही अशा एखाद्या तरी सकाळची मी वाट पाहत होतो. हे स्वार्थी विचार मनात घेऊनच एका सकाळी मी पुढच्या उमेदवाराला आणण्यासाठी धावपट्टीवर गेलो होतो. पुढचा उमेदवार रानटॉंग होता.

धावपट्टीच्या वाटेवर एक अगदी प्रमाणबद्ध आकाराचे बाओबाबचे झाड होते. ते झाड खोडाशी इतके रुंद असते की, एखाद्या हत्तीला त्यामागे लपावेसे वाटले तर त्याला सहज लपता येईल. टोकाकडे ते झाड बाटलीच्या आकारात निमुळते होत जाते. बाओबाब हा अप्रतिम, सर्वांगसुंदर वृक्ष आहे. तुम्ही ज्या विमानासाठी थांबला आहात ते जर उशिराने येणार असेल तर बाओबाबखाली मस्त झोप काढता येते. माझ्या एका पाहुण्याचा, जुन्या वृक्षांच्या वयाचे अनुमान शास्त्रीय पद्धतीने करण्याचा छंद होता. त्याने अनुमान काढले होते की, आमच्या वाटेतल्या या बाओबाब वृक्षाचे वयोमान सुमारे दीड हजार वर्षे असावे. त्या वृक्षाने त्याच्या आयुष्यात काय काय पाहिले असेल असा मी विचार करत असे – शेकडो सिंह, हत्ती, आता नामशेष झालेले गेंडे, केवळ गोपालन करणारे आपले पूर्वज, जे त्याकाळी त्से-त्से माश्यांमुळे दूर निघून गेले असतील, तेच आता पर्यटक म्हणून परत येत आहेत.

बाओबाब वृक्षात एक काहीशी जादू असते, त्यामुळे त्याखाली अनौपचारिक चर्च भरवायला ती जागा एकदम योग्य आहे. प्रत्येक शनिवारी रात्री आमच्या कॅम्पच्या कर्मचाऱ्यांपैकी झिओनिस्ट ख्रिश्चन चर्चचे अनुयायी त्या झाडाखाली सेवेसाठी जमायचे. तिकडे बैकेगो सेटलाबोशा नावाचा एक गाइड प्रवचन करायचा. त्याचे नाव उच्चारायला अवघड असल्यामुळे त्याला सगळे लोक 'बीके' म्हणायचे. अगदी त्याच्या गावातून आलेले आमचे कर्मचारीसुद्धा त्याला बीके म्हणायचे. बीके सगळ्या गाइड्सपैकी माझा सगळ्यात जवळचा मित्र होता आणि प्राण्यांचा शोध घेण्याचे माझ्याजवळ जे काही ज्ञान होते ते मी त्याच्याकडूनच शिकलो होतो. मी रानटॉंगला आणायला ज्या दिवशी धावपट्टीवर गेलो होतो, तेव्हा बीकेसुद्धा त्याच्या

पाहुण्यांना घ्यायला तिकडे आला होता.

अतिश्रमाने मला दमल्यासारखे वाटत होते, तसाच बीकेसुद्धा दमलेला दिसत होता. पण मला माहीत होते की, स्वत:ची थकावट तो आपल्या पाहुण्यांना दाखवणार नाही. कामाच्या बाबतीत व्यावसायिक बाणा त्याच्यात खोलवर मुरला होता आणि कोणत्याही परिस्थितीत त्याच्यातून प्रक्षेपित होणाऱ्या प्रसन्नतेचा मला हेवा वाटे.

विमानातून प्रवासी उतरल्यावर रानटाँगचा उत्साह पाहून माझी आणि बीकेची थकावट मला अजूनच प्रकर्षाने जाणवली. तो बाहेर पडताना बाकीच्या पाहुण्यांशी उत्साहाने जोरजोरात बोलत होता. छोट्या विमानाचा स्वत:चा एक डौलदार तोरा असतो, ज्यामुळे त्यात चढायला आणि उतरायला मजा येते. बाकीच्या पाहुण्यांना बाहेर पडायला मदत करत असताना रानटाँग आपले बारकुडे हात जोरात हलवत होता. बाहेर आल्यावर तो थेट बीके आणि माझ्या दिशेने आला. त्याने आमच्याशी जोरजोरात हस्तांदोलन केले आणि मला स्वत:चा परिचय करून देताना सांगितले की, त्याचे नाव आणि आडनाव सारखेच आहे, त्यामुळे सगळ्यांना ते लक्षात ठेवायला सोपे जाते. त्याने बीकेला मिठी मारली तेव्हा मी बघितले की, त्याच्या शर्टावरचा बिल्ला बीकेच्या चर्चचा होता.

पाहुणे विमानातल्या दाटीवाटीतून बाहेर पडून आपले पाय मोकळे करत होते. मी आणि बीकेने त्यांच्याशी हस्तांदोलन करून त्यांचे सामान गाडीत चढवले. रानटाँगने मला सामान हलवताना मदत केली आणि नंतर तो पुढच्या सीटवर माझ्या शेजारी येऊन बसला. त्याच्या चेहऱ्यावर इतके मोठे स्मित होते की, कोणाला वाटावे, विमानातून आधी कोण बाहेर पडतो या स्पर्धेत तो पहिले बक्षीस जिंकला असावा. थोड्याच वेळात माझ्या लक्षात आले की, त्याचा चेहरा कायमच तसा हसरा होता.

◆ ◆

मला नेमून दिलेले पाहुणे म्हणजे अमेरिकेच्या पश्चिम-मध्यभागातून आलेले एक सर्वसामान्य जोडपे होते. पण बीकेच्या पाहुण्यांनी स्वत:चा जो परिचय करून दिला तो मला फार आवडला. 'बॉब जॉन्सन! ह्यूस्टन! टेक्सास! आणि ही माझी बायको मेरी!' आपले नाव ओरडून सांगत असताना त्याने आपला हात हस्तांदोलनासाठी पुढे केला. स्व-परिचय करून देताना जेव्हा आपण कोठून आलो हेही लोक सांगतात ते मला जरा विचित्र वाटते. जणू सैन्याप्रमाणे आपला क्रमांक आणि हुद्दा सांगत आहेत. पण मला खरा आनंद ते टेक्सासमधून आले आहेत या गोष्टीचा झाला होता. जेव्हा टेक्सासमधील पाहुण्यांना मी किंवा बीके गाइड म्हणून नेमले

जायचो तेव्हा आम्ही त्यांची फार मजा करायचो.

बीकेने त्यांना आपले नाव सांगितले (पण सांगताना पुढे जाओ गाव, उत्तर बोट्स्वाना असे जोडले नाही) आणि पुढे म्हणाला, "...हा पीटर, माझा मुलगा."

त्या टेक्सासवासीयांनी माझ्याकडे पाहिले आणि त्यांच्या चेहऱ्यावरचे हास्य मावळले. माझे पाहुणे एकदम आश्चर्यचकित झाले. जणू अशाच परिचयाची अपेक्षा असल्यासारखा रानटाँग मात्र स्मितहास्य करत होता. हस्तांदोलने तशीच चालू राहिली, फक्त सगळे पाहुणे एकमेकांकडे कटाक्ष टाकून त्यांनी ऐकले ते खरे आहे की काय, याची खातरी करून घेऊ बघत होते. त्या सर्वांचा असा गोंधळ उडण्याचे कारण बीके आणि मी अजिबातच पितापुत्रांसारखे दिसत नव्हतो. एक म्हणजे तो माझ्यापेक्षा केवळ दहा वर्षांनी मोठा होता आणि शारीरिकदृष्ट्या आम्ही एकमेकांपासून खूपच भिन्न होतो. मी काही फार उंच नाहीये, पण बीके माझ्यापेक्षा कमीत कमी एक फूट तरी बुटका होता आणि माझ्यापेक्षा बराच धष्टपुष्टही होता. त्याचे केस संपूर्ण कुरळे होते आणि मी माझ्या डोक्यावरची टोपी काढली, तर माझे केस कवटीपासून काड्या लोंबल्यासारखे सरळ दिसायचे.

सगळ्यात मोठा फरक म्हणजे बीके कृष्णवर्णी होता आणि मी गौरवर्णी. मी खरेतर इतका गोऱ्या त्वचेचा आहे की, मी त्याबद्दल गमतीने म्हणायचो की, मला कपडे काढून रात्री झोपता येत नाही. कारण दिव्यावर येणारे किडे माझ्या पाठीलाच दिवा समजून रात्रभर माझ्या पाठीवर धडकत राहतात. या माझ्या धुतल्यासारख्या त्वचेमुळे पाहुण्यांना वाटले असावे की, त्यांनी काहीतरी चुकीचे ऐकले. त्यांची गंमत करायची म्हणून तिथून निघाल्यावर मी बीकेला म्हणालो, "कॅम्पवर भेटू, बाबा."

रानटाँग काहीच बोलला नाही. मी त्याला विचारले की, त्याच्या मालकीची काही गाईगुरे आहेत का? त्याने होकारार्थी उत्तर दिल्यावर मी त्याचे अभिनंदन केले. बोट्स्वानामध्ये तुम्ही कोणाला भेटलात तर अभिवादन करायची ही सन्मान्य पद्धत आहे. मग माझ्या पाहुण्यांना मी काही प्रश्न विचारले की, ते जेथून आले तो कॅम्प त्यांना पसंत पडला का? या कॅम्पवर काय-काय दिसावे अशी त्यांची अपेक्षा आहे? आणि ते याआधी कधी आफ्रिकेला आले होते का? कोणत्याही नव्या पर्यटकाशी संवाद साधायला हे प्रश्न आम्ही नेहमीच विचारतो. आमच्या प्रश्नोत्तरांमध्ये मला जाणवत होते की, माझे बीकेशी नक्की नाते काय, ते कसेतरी करून विचारायची त्यांना अनिवार इच्छा होत होती. त्यांनी मला जर सरळसोट प्रश्न विचारला असता, की बीके आणि माझे नाते बाप-लेकाचे आहे का? तर मी त्यांना सरळ उत्तर दिले असते, "नाऽऽऽऽऽऽह! टेक्सासमधून लोक आले की, आम्ही त्यांची अशीच गंमत करत असतो."

त्यांनी विचारले असते की, टेक्सासमधल्याच लोकांबरोबर अशी मजा का? तर मी सांगितले असते की, काही कारण नाही, सहजच.

आम्ही कॅम्पवर पोहोचल्यावर पाहुण्यांना शीतपेय दिले गेले आणि चेहऱ्यावर जमलेली धूळ पुसायला एक टॉवेलही दिला गेला. पेय घेत असताना आणि टॉवेलने चेहरा पुसत असताना त्यांचे माझ्या चेहऱ्याचे निरीक्षण चालूच होते. मग एका टेक्सासमधल्या पाहुण्याने मला विचारले की, ''बीके खरोखरच माझा बाप आहे का?''

''हो हो,'' मी म्हणालो. ''हे बघा, माझी आई स्वीडिश होती. आई-बापांपैकी एक स्वीडिश म्हणजे तुमच्या डीएनएवर ब्लिच ओतल्यासारखेच असते. म्हणूनच मी इतका श्वेतवर्णी आहे.''

''ओह,'' टेक्सन जोडपे म्हणाले, तरीही त्यांची खातरी पटली नव्हती.

''पण तरीही एक समस्या होती.'' आता रानटॉंग गमतीच्या मैदानात उतरला. कोणी न सांगताच या पटकथेतल्या पुढच्या संवादाचा धागा त्याने बरोबर पकडला. ''आमच्या गाईगुरांना आम्ही आमची संपत्तीच मानतो. याच्या गोरेपणामुळे आमच्या गाईगुरांना याच्याकडे बघताना त्यांच्या डोळ्यांना त्रास होत असे. त्यामुळे लहानपणीच आम्ही त्याला ऑस्ट्रेलियाला पाठवून दिले होते. त्यामुळेच याच्या जिभेला असे विचित्र वळण आहे.''

''...आणि आमच्या समाजातल्या चालीरीती आपल्या वडिलांकडून,'' असे म्हणताना मी बीकेकडे बघून खूण केली, ''आणि माझ्या काकांकडून शिकून घ्यायला,'' मी ज्यूलियस नावाच्या दुसऱ्या गाइडकडे आणि रानटॉंगकडे बघून खूण केली. ''मी बोट्स्वानाला परत आलो.'' रानटॉंग आता माझ्यामते आमच्या टोळीचा भाग झाला होता.

✦ ✦

नंतर ग्रॅंट आणि ख्रिसशी बोलत असताना मी त्यांना सांगितले की, मला रानटॉंग आवडला होता आणि मग त्यांना विचारले की आता त्याला पूर्णवेळ नोकरीवर घेणार का?

''बहुधा. जोपर्यंत तो उपलब्ध आहे तोपर्यंत,'' माझ्या चेहऱ्यावरील प्रश्नचिन्ह त्यांना दिसले असले पाहिजे, कारण एक क्षण थांबून ते पुढे म्हणाले, ''तो पूर्वी जाड होता.''

''ओह,'' मी म्हणालो. अर्थ लगेचच माझ्या ध्यानात आला. आफ्रिकेत एखाद्याचे वजन कमी झाले, तर त्याचा आनंद कोणाला होत नाही. बहुधा मलेरियासारख्या एखाद्या आजाराने वजन घटते. एखादा खाटीक जितक्या लवकर

हाडावरचे मांस कमी करू शकेल त्यापेक्षा कितीतरी जास्त वेगात मलेरिया वजन उतरवतो. पण मलेरियातून बरे होत आले की, भूक प्रचंड वाढते आणि मग वजन लवकरच पूर्वपदावर येते. जर ते आले नाही तर बहुधा कोणतातरी गंभीर आजार असण्याचा संभव असतो.

त्या वेळी मला एड्समुळे मृत्यू पावलेले कोणी माहीत नव्हते. खरेतर आकडेवारी पाहिली, तर माझ्या परिचयात एड्सबाधित बरेच लोक असायला हवे होते. मी ज्यांच्याबरोबर काम करायचो त्या प्रत्येक तीन लोकांपैकी एकतरी एचआयव्हीबाधित असण्याची शक्यता होती. मॉनमध्ये सतत कोणाचा ना कोणाचा मृत्यू झाल्याचे आमच्या कानावर येत असे. पण आमचा कर्मचारिवर्ग सहसा आजारी पडत नसे. एका एड्सतज्ज्ञाने मला सांगितले होते की, याबाबतीत फार काही आशावादी होण्याचे कारण नाही. कारण रोज वेळच्या वेळी मिळणारी तीन जेवणे आम्हाला मिळणाऱ्या मोबदल्याचा एक भाग होती. त्यामुळे गावात राहणाऱ्या इतर लोकांपेक्षा आमची जीवनशैली जास्त आरोग्यदायक होती. त्यामुळे एखाद्याला एड्स झाला, तर त्यामुळे जे बाकीचे आजार होऊन शेवटी मृत्यू येतो तसले आजार आम्हा कॅम्पवासीयांना कमी होत असत.

रानटाँगला नोकरी तर मिळाली, चांगले अन्नही मिळाले; पण त्याचे वजन काही वाढले नाही. तो धष्टपुष्ट असताना मी त्याला ओळखत नव्हतो. त्यामुळे त्याच्या आत्ताच्या रूपात मला काही गैर वाटत नसे. त्याची विनोदबुद्धी चांगली शाबूत होती. रानटाँगची खासियत म्हणजे तो अतिशय वाईट विनोद करत असे. ("तिकडे बघा बरे, ओह! बापरे, पाय असलेला दगड! नाही, नाही, अरे तो तर हत्ती!" हा विनोद रानटाँग कायम सांगत असे.) पण तो विनोद सांगताना इतक्या उत्साहात सांगायचा आणि स्वतःच्याच विनोदावर इतके जोरात हसायचा की, साहजिकच त्याच्या पाहुण्यांनासुद्धा त्या हसण्यात सामील होण्यावाचून पर्याय नसायचा.

आता आमच्या टोळीत प्रत्येकाचे ठरलेले स्थान होते. मी इंग्रजी सर्वांत चांगले बोलत असे आणि माझे पुस्तकी ज्ञान सर्वांत जास्त होते. याउलट बीकेचे प्राणी शोधण्याचे कौशल्य अविश्वसनीय होते. जंगलात प्राणी कसे शोधावे हे कोणत्याही पुस्तकात वाचून किंवा शाळेत तुम्हाला शिकता येत नाही. तो आपल्या वडिलांसमवेत अन्नासाठी शिकार करत लहानाचा मोठा झाला होता. वाटेपासून कित्येक मैल दूर असणारा एखाद्या झाडावरील बिबट्या तो ओळखू शकत असे. कोणत्याही प्रसंगात तो अजिबात डगमगत नसे. त्यामुळे पाहुण्यांनासुद्धा त्याच्याबद्दल विश्वास वाटत असे. एकदा एका फेरीवर गेलो असताना त्याने अगदी शांतपणे माझ्याशी रेडिओवर संपर्क साधला होता. तो मला विचारत होता की, मी कुठे आहे आणि जवळपास

असेन तर तो जिथे होता तिथपर्यंत येऊ शकतो का? त्यापुढे अगदी शांत स्वरात त्याने मला सांगितले की, त्याच्या गाडीला आग लागली होती आणि त्यामुळे कॅम्पपर्यंत परत जायला त्याला कोणाचीतरी मदत हवी होती. तो खऱ्या अर्थाने शांत माणूस होता.

ज्यूलियस सर्वाधिक बक्षिशी मिळवत असे. आमचे पगार बेताचेच होते त्यामुळे सुट्टीच्या काळात आम्हाला खर्च करायला लागणारे पैसे आम्हाला मिळणाऱ्या बक्षिशीतून येत असत. ज्यूलियसला त्याच्या कुटुंबाला पैसे पाठवावे लागत. जाता-जाता या गोष्टीचा तो मोघम उल्लेख करत असे. तो इतका सहज हा विषय काढी की, त्याच्याशी बोलणाऱ्या पाहुण्यांना शंकासुद्धा येत नसे की हा जास्त बक्षिशी मिळावी म्हणून हे सगळे पुराण सांगत आहे. कोणीतरी त्याला विचारे, "आणि तुला मुले आहेत का?" "हो, हो, मला सहा मुले आहेत," तो उत्तरे. त्याच्या मुलांची संख्या कधी सात, कधी आठ तर कधी बारासुद्धा होई. "तुझी मुले शाळेत जातात का?" हा प्रश्न बहुतेक पाहुणे विचारत असत. "अर्धी जातात, उरलेली नाही जाऊ शकत. खरेतर मला सगळ्यांना शाळेत पाठवायचे आहे, पण आजकाल महागाई इतकी वाढली आहे! त्यामुळे काही मुलांना घरी ठेऊन आईला मक्याच्या शेतात कामासाठी मदत करायला लागते." त्यांचा संवाद ऐकताना बक्षिशीसाठी पाहुण्यांची पाकिटे उघडली जात आहेत असे तुम्हाला जवळजवळ ऐकू येत असे. धावपट्टीवर पाहुणे परत निघाले की, ज्यूलियसला मिळणारी पुस्तकासारखी जाड-जाड बक्षिशीची पाकिटे पाहून मी आश्चर्याने थक्क होऊन जात असे. खरेतर या असल्या युक्त्यांशिवायही त्याची चांगली कमाई होऊ शकली असती, कारण तो खरोखरच चांगला गाइड होता. कोणत्याही प्राण्याच्या मागावर असताना तो प्राणी कोणत्या दिशेला वळेल याबद्दल त्याचा अंदाज कायमच अचूक ठरत असे. जेव्हा सिंह कोणत्याही प्राण्याला पकडून खाली पाडत असायचे, तेव्हा ज्यूलियस आपल्या पाहुण्यांना घेऊन बरोबर त्यांच्याजवळ पोहोचत असे. जर सिंहांच्या तावडीतून सावज निसटणार असेल तर ते कोणत्या दिशेला पळेल याचे अनुमान तो बरोबर करत असे. त्याचे दुसरे कौशल्य लोकांना समर्पक नावे देण्यामध्ये होते. आम्ही कित्येक वर्षे जरी एकत्र काम केले असले, तरी मला माझे आफ्रिकेतले दुसरे आणि बोट्स्वानामधले पहिले टोपणनाव रानटाँगने दिले.

एका सकाळी मी लँडरोव्हरवर काम करत होतो तेव्हा रानटाँग शेजारून जात होता. त्याने माझ्याकडे पाहिले आणि तो जोरजोरात हसू लागला. मी स्वत:ला न्याहाळून पाहिले तर माझ्या त्वचेवर आलेला एक सूर्यदाहाचा पट्टा वगळता मला काहीच वेगळे दिसले नाही. मी काही आमचा गाइडचा गणवेश घातला नव्हता, केवळ अर्धी चड्डी घालून काम करत होतो. दिवसभर उन्हात सतत गाडी चालवत

असल्यामुळे सूर्यदाहाने माझ्या त्वचेवर लाल पट्टे उमटले होते. माझे पाय पावलापासून गुढघ्यापर्यंत पांढरे होते आणि गुढघ्यापासून मांडीपर्यंत थोडे बदामी रंगाचे झाले होते. अंगात शर्ट घालत असल्यामुळे माझे पोट, पाठ आणि छाती माश्यांच्या पोटाप्रमाणे पांढरीफटक होती. हा गौरवर्ण मानेपाशी थांबत असे. शर्टाची कॉलर जिथे असते तिथे छातीवर एक त्रिकोणी लाल रंगाचा पट्टा होता. त्वचेचा तोच लालभडक रंग छातीवरील त्या त्रिकोणी पट्ट्यापासून माझ्या चेहऱ्यावर पसरला होता. हातावर बाही जिथे संपते तिथपासून माझ्या पंजापर्यंत तोच लाल रंग होता.

''तू लेहुतुतुसारखा दिसत आहेस,'' रानटाँग एकदम म्हणाला. तोपर्यंत त्याचे हसणे ऐकून कॅम्पवरचे इतर कर्मचारी आजूबाजूला जमले होते. आत्तापर्यंत बाकीच्या कर्मचाऱ्यांना माझ्या शरीरात काही विशेष वेगळे जाणवले नव्हते. आता रानटाँगने मला नाव दिल्यावर मात्र सगळ्यांनाच त्याचे नाव आवडले आणि तेसुद्धा हसू लागले.

लेहुतुतु हे तेथील स्थानिक सेत्स्वाना भाषेत ग्राउंड हॉर्नबिल या पक्ष्याचे नाव आहे. (जमिनीवर राहणारा धनेश पक्षी.) त्याचे सेत्स्वाना भाषेतील नाव लेहुतुतु पडण्याचे कारण तो अगदी बरोबर 'ले-हू-तू-तू-तू' असा आवाज काढतो. तो साधारण टर्कीच्या आकाराचा असतो आणि त्याचे शरीर एकदम काळ्याकुट्ट रंगाचे दिसते. फक्त जर त्याने तुमच्याकडे पाहून आपले शेपटीचे एखादे पीस हलवले, तर तुमच्या लक्षात येईल की, ते पीस एकदम पांढऱ्याशुभ्र रंगाचे आहे, माझ्या पोटाच्या रंगासारखेच. पण त्याची पिसे किती रंगहीन असतात ते रानटाँगला ठाऊक असेल असे मला वाटत नाही. रानटाँगने जे मला नाव दिले ते त्या धनेश पक्ष्याच्या सर्वांत दर्शनीय वैशिष्ट्यावरून : त्याचा चेहरा आणि मान. त्याचे बाकी शरीर कितीही काळे असले तरी त्याचा चेहरा आणि मान एखाद्या लालभडक लिपस्टिकच्या रंगाचे लाल असतात. मी आरशात पाहताना माझ्या लक्षात आले की, रानटाँग म्हणतो ते काही अगदीच खोटे नाही.

त्या दिवसापासून ज्या वेळी रेडिओवर माझ्याशी संपर्क साधायची वेळ येत असे, तेव्हा रानटाँग त्या एकाच नावाने मला बोलवत असे. आता एखाद्या टोळीप्रमाणे आमची नावे ठरलेली होती रानटाँगचे नाव 'डबल आर', ज्यूलियसचे नाव 'भरधाव घोडा' (हे नाव त्याने स्वतःच ठेवले होते आणि आम्ही कोणी त्याला 'भरधाव कासव' म्हणून बोलावले तर तो फार वैतागत असे.) आणि बीके, त्याला सगळ्या कॅम्पमध्ये मिळणाऱ्या आदरामुळे 'बीके' याच नावाने बोलावला जात असे.

पुढे साधारणपणे वर्षभर आम्ही मार्गदर्शक गट म्हणून एकोप्याने काम केले. रानटाँग येण्यापूर्वी नसलेला एक ताल, एक लय आम्हा सर्वांना सापडली होती. आम्ही एकमेकांपासून बरेच काही शिकलो, तसेच येणाऱ्या पर्यटकांची गंमत

करायचा खेळ जास्त चांगल्या प्रकारे खेळू लागलो. आमचा एकमेकांवर इतका परिपूर्ण विश्वास होता की, आम्ही एकमेकांत आमच्या त्वचेच्या वर्णावरूनसुद्धा चेष्टा करू शकायचो आणि तशी चेष्टा आम्हाला अपमानकारक वाटत नसे. बीकेचा वर्ण आमच्यात सगळ्यात काळा होता आणि ज्यूलियस थोडा गव्हाळ होता. बीके ज्यूलियसची चेष्टा करून म्हणे की, त्याच्या पूर्वजांमध्ये एखादा युरोपियन असला पाहिजे. ज्यूलियस म्हणे की, माझ्या शरीरावरचे सगळे ठिपके (फ्रेकल्स) जोडून एकत्र झाले तर एखादे दिवशी मी खरोखरच बीकेच्या मुलासारखा दिसू लागेन. प्रत्येक फेरीच्या आधी मी त्या सर्वांना सूर्यदाह प्रतिरोधक मलम देत असे जे पाहून आमचे पाहुणे आश्चर्यचकित होऊन जात असत. रानटाँग सगळ्यांना दिसेल अशा पद्धतीने आपल्या शरीरावर भरपूर मलम चोळून घेत असे आणि मग मला सांगे की आता तो 'गोरा' बनल्यामुळे त्याला वेगळे वाटत आहे. नंतर तो पाहुण्यांकडे वळून म्हणे, यांच्यासारखे बनायला मला अजून पैशांची गरज आहे! यांच्यासारखे स्थूल बनायला खरोखरच पैसे पाहिजेत. मला माहीत होते की, कितीही पैसे मिळाले तरी रानटाँग काही त्यांच्यासारखा सुखवस्तू होऊ शकणार नाही. रानटाँगच्या प्रत्येक वाक्यानंतर बीके आणि ज्यूलियसच्या चेहेऱ्यावरील भाव मी न्याहाळत असे. मला बघायचे असे की, ते रानटाँगच्या विनोदावर भिडस्तपणे हसतात का, पण ते बहुधा जोरात हसत असायचे, त्यामुळे मीसुद्धा त्यांच्या हास्यविनोदात सामील व्हायचो.

हे तिघे पाळीपाळीने मला सेत्स्वाना भाषा शिकवायचा प्रयत्न करायचे. मी या देशात आल्यापासूनच ती भाषा शिकायचा प्रयत्न केला होता आणि मला ते कायमच जड गेले होते. बीकेने मला काही वाक्ये शिकवली होती आणि मी त्यांचा प्रयोग रानटाँगवर केला तर तो मला म्हणाला, "ही काही सेत्स्वाना भाषा नाही! बीकेने तुला बयेई भाषा शिकवली आहे! आता मला तुला सेत्स्वाना शिकवावी लागेल, नाहीतर तू माकडासारखे काहीही बोलत बसशील!" बयेई हे बीकेच्या जमातीचे आणि त्यांच्या भाषेचे नाव होते. रानटाँग त्या जमातीला आपल्या जमातीपेक्षा कनिष्ठ समजत असे. मग रानटाँगने मला काही शब्द शिकवले. बीकेने ताबडतोब मला सांगितले की, हे शब्दसुद्धा सेत्स्वाना भाषेतील नसून हम्बाकुषु भाषेतले आहेत. ज्यूलियसने मग मला हेरेरो भाषेतले काही शब्द शिकवले आणि त्याचा दावा होता की, ते सेत्स्वाना भाषेतील शब्द आहेत. या सगळ्याच्या शेवटी माझी खातरी झाली की, आम्हाला कोणालाच एकमेकांची भाषा येत नसल्यामुळेच आमचे एकमेकांशी इतके चांगले पटते!

✦✦

बहुतेक वेळा आम्ही एकमेकांशी इंग्रजी भाषेतच बोलायचो आणि बहुतेक वेळा

आम्ही सभोवतालच्या प्राण्यांविषयी बोलत असू. प्राणी कोठे दिसतील, आम्ही मागच्या वेळी पाहिले तेव्हापासून ते कोठे गेले असतील, कोणत्या सिंहिणी गाभण आहेत आणि पहिल्यांदा त्यांना कोण पाहील, अशाच विषयांवर आमची चर्चा व्हायची. आम्ही आमच्या आजूबाजूच्या लोकांबद्दलसुद्धा भरपूर बोलायचो – कोणाचे पाहुणे चांगले किंवा वाईट आहेत? त्याशिवाय आम्ही कॅम्प-संचालकांबद्दल एकमेकांकडे तक्रारी करायचो. बाकीचे तिघे गोऱ्या लोकांबद्दलसुद्धा भरपूर तक्रार करायचे. पण मला म्हणायचे, "पण तू वाईट मानू नकोस, आम्ही तुझ्याबद्दल बोलत नाही आहोत, तू गोरा नाहीयेस, तू लेहुतुतु आहेस." रानटाँगच्या ढासळत चाललेल्या प्रकृतीबद्दल आम्ही कधीच एकमेकांशी बोललो नाही.

एका सकाळी सफारीनंतर रानटाँगच्या पाहुण्यांनी मॅनेजरला सांगितले की, त्यांना दुसरा गाइड हवा आहे. कधी ना कधी हा प्रसंग प्रत्येक गाइडवर येतो, कारण सगळ्याच लोकांचे एकमेकांशी पटू शकत नाही, पण असे ज्याच्याबाबतीत होते त्या गाइडच्या स्वाभिमानाला मोठा धक्का पोहोचतो. रानटाँगच्या पाहुण्यांनी तक्रार करताना सांगितले की, तो प्राणी शोधायला म्हणून गाडीतून उतरून बराच वेळ गाडीपासून लांब जात होता. हे ऐकून मला जरा विचित्र वाटले, कारण मोम्बोत वन्यजीवन इतके विपुल आहे की, तुम्हाला गाडीतून फारसे कधी उतरावे लागत नाही. नंतर ख्रिसने मला सांगितले, "रानटाँगला सारख्या उलट्या होत होत्या, त्यामुळे त्याला गाडीतून उतरावे लागत होते."

त्यानंतर थोड्याच दिवसांत रानटाँग जवळच्या गावात डॉक्टरांकडे इलाजासाठी गेला. तो परत येईल अशी माझी काही अपेक्षा नव्हती. मी त्या रात्री अजिबात झोपू शकलो नाही आणि दुसऱ्या दिवशी सकाळी बीके आणि ज्यूलियसच्या चेहेऱ्याकडे बघून तेही अजिबात झोपले नव्हते हे माझ्या लक्षात आले. आम्ही त्याच्याबद्दल काहीतरी बातमी येईल याची वाट बघत होतो. तीन आठवड्यांनी त्याने परत येऊन आम्हाला चकित केले. त्या वेळी तो अजूनच अशक्त आणि बारीक झालेला दिसत होता; पण तरीही त्याच्या चेहेऱ्यावरील हास्य कायम होते.

"हे लेहुतुतु!" मला बघितल्यावर तो ओरडला. "तू जाड झाला आहेस! छान!"

आफ्रिकेत कोणालाही जाड म्हणणे हे प्रशंसोद्गार काढल्यासारखे आहे. कारण शरीराची स्थूलता आफ्रिकेत संपन्नतेचे प्रतीक मानली जाते. मी मात्र त्याच्याकडे बघून तेच म्हणू शकलो नाही. कारण जर मी तसे म्हणालो असतो तर ते पूर्णपणे असत्य होते आणि त्यातून त्याला हेच जाणवले असते की, त्याला असाध्य रोग झाला आहे.

"हे रोल्स रॉइस, तुला पाहून बरे वाटले." मी त्याऐवजी म्हणालो.

तो कसाबसा एक महिनाभर आमच्या कॅम्पवर टिकला आणि परत काही वैद्यकीय चाचण्यांसाठी जवळच्या गावात गेला. तो गेल्यावर दोन आठवड्यांनी आमच्या कॅम्पच्या कर्मचाऱ्यांपैकी एक जण रानटाँगला आणि त्याच्या कुटुंबाला भेटायला त्याच्या गावी गेला होता. तिथे त्याला कळले की, रानटाँग काही क्षणांपूर्वीच मरण पावला होता. जेव्हा त्याने कॅम्पवर ही बातमी रेडिओने कळवली, तेव्हा ग्रँटने तो संदेश घेतला आणि आम्हाला सर्वांना ती दु:खद बातमी सांगितली. स्वयंपाकघरात आणि धुलाईकेंद्रात एकच आक्रोश उसळला. पुरुषमंडळी खाली मान घालून आपल्या बुटांकडे आणि अश्रू गळून ओल्या झालेल्या खालच्या मातीकडे पाहू लागली.

हा आक्रोश कित्येक तास चालू होता. कॅम्पशेजारच्या कर्मचाऱ्यांच्या वसतिस्थानातून रडण्याचा तो उदास आवाज बराच वेळ येत होता. एका पाहुण्याने मला विचारले की, असा आवाज कशामुळे येत आहे. मी त्याला म्हणालो की, आमचा एक मित्र रानटाँग आज निजधामी गेला आहे. त्याचे नाव उच्चारताना माझा कंठ दाटून आला होता, पण मी माझे अश्रू कसेबसे आवरले आणि विषय बदलला. आफ्रिकन कर्मचाऱ्यांचे रडणे मात्र जोरात चालू होते. रडण्याचा तो शब्दाविरहित आवाजच सगळ्या भावना सांगून गेला. मी त्या कर्मचाऱ्यांसमवेत राहून शोक व्यक्त केल्याने त्यांना अधिक बरे वाटले असते किंवा कसे हे मला समजत नव्हते. त्या वेळी मला प्रथमच इतर गाइडपेक्षा आपण वेगळे आहोत अशी एकाकीपणाची भावना वाटत होती. माझा पाश्चिमात्यपणा मला रडण्यापासून प्रतिबंध करत होता. मी जर तिकडे गेलो असतो तर त्यांना अस्वस्थ वाटले असते आणि मला तसे होऊ द्यायचे नव्हते. म्हणून मग मी तसाच माझ्या तंबूत जाऊन एकटाच तणावात बसलो. बाहेरचे कोणतेच आवाज माझ्यापर्यंत पोहोचू नयेत असे त्या वेळी मला वाटत होते आणि मनातल्या विचारांपासून लक्ष विचलित करण्यासाठी दुपारच्या सफारीची मी वाट पाहत बसलो होतो.

संध्याकाळी असा निरोप आला की, रानटाँग अजूनही जिवंत आहे. तो सकाळी कोसळला होता तेव्हा त्याच्या घरच्यांना असे वाटले की, तो मरण पावला. हे ऐकल्यावर मला जाणवले की, ही बातमी ऐकणे ही माझी कित्येक दिवसांची मनीषा होती. जेव्हा माझी आई गेली, तेव्हा ती परत यावी म्हणून मी कशाचाही त्याग केला असता. मी फार आशा करत होतो की, कोणीतरी येऊन मला सांगेल की, ही बातमी खोटी आहे आणि चमत्कार झाला आहे, पण ती अजूनही जिवंत आहे. त्यानंतर माझ्या मित्रांपैकी किंवा ओळखीच्यांपैकी कोणीही वारल्यावर मला तसाच चमत्कार झालेला ऐकावासा वाटला आहे, पण या वेळी जेव्हा मी ऐकले की, रानटाँग अजूनही जिवंत आहे तेव्हा मात्र मला कोणीतरी जोरदार आघात

केल्यासारखे वाटले. ही काही सुटका नव्हती, तर दुर्घटना काही काळासाठी टळली होती. एका आठवड्याच्या आत आम्हाला कळले की, या वेळी रानटाँग खरोखरच आम्हाला कायमचा सोडून गेला.

रानटाँगच्या मृत्यूनंतर बीकेने त्या बाओबाब झाडाखाली एक शोकसभा आयोजित केली होती, त्या सभेला त्याने मलापण बोलावले होते. त्याने मला बोलावल्याबद्दल मला मनात खूप कृतज्ञता वाटत होती. लांबून बघितले असते, तर त्या सभेचे दृश्य ख्रिश्चन धर्मप्रचार होण्याआधीच्या एखाद्या प्रसंगासारखे दिसले असते – एक शेकोटी, एक पर्णहीन झाड, तिथल्या चालीरीतीप्रमाणे अशा वेळी नाच करणारे काही कृष्णवर्णीय आणि त्यात बसलेला एकमेव गोरा. पण माझ्या आयुष्यातला तो सर्वांत पवित्र अनुभव होता.

दुसऱ्या दिवशी आमच्या कॅम्प आणि तेथील आठवणींपासून दूर, जंगलाच्या शांततेत मी एकटाच लांबवर फिरायला गेलो होतो. मला तिकडे एक जुना पारध्याचा सापळा सापडला. तो सापळा कोणत्यातरी शिकाऱ्याने पूर्वी कधीतरी लावला असावा आणि नंतर त्याबद्दल तो विसरून गेला असावा. तो सापळा अजूनही प्राणघातक ठरत होता. त्यात एका इम्पाला हरणाचे शव अडकलेले होते. त्या हरणाचे डोके आणि पुढचा एक पाय त्या सापळ्याच्या काटेरी तारेत अडकला होता. तरसांनी त्या हरणाचे लचके तोडले होते आणि लचके तोडताना ते हरीण बहुधा जिवंत असावे.

मी त्या सापळ्यातून ते शव सोडवले आणि रानटाँगच्या दोन मृत्यूंनंतर पहिल्यांदा ढसाढसा रडलो. मला सगळे आयुष्य निरर्थक वाटत होते. ती हरणाभोवतीची तार मी सगळा जोर लावून आवळली, जणू तसे केल्याने त्या तारेला इजा पोहोचेल आणि माझ्या मनाला जो प्रश्न भेडसावत होता त्यातून मी मुक्त होईन.

तो प्रश्न खरोखरच असह्य आहे – यानंतर माझ्या मित्रांपैकी कोणाचा क्रमांक असेल?

मकाडीकाडीतील एक रात्र

एका महिन्याच्या अंतरात मी आमच्या कंपनीची दोन वाहने बुडवल्यानंतर माझा वरिष्ठ – ॲलनने मला एक काम सांगितले. माझी नोकरी शाबूत राहिली म्हणून जरी माझ्या मनात कृतज्ञतेचा भाव नसता, तरी मी त्याचे काम करायला होकार दिला असता. मी हत्तींसमोर जरी कितीही निर्भयपणे उभा राहत असलो तरी तसा मी कोणाकडूनही गुंडाळला जातो.

काही दिवसांसाठी मी जोहान्सबर्गला जाणार आहे असे ॲलनने कोणाकडूनतरी ऐकले होते आणि त्याने मला विचारले की, परत येताना मी त्याच्यासाठी एक वस्तू घेऊन येऊ शकतो का?

"नक्की," मी म्हणालो. माझी कल्पना होती की, कोणत्यातरी गाडीचा काहीतरी सुटा भाग; नाहीतर कॅम्पमधल्या सजावटीची कोणतीतरी वस्तू आणायची असेल, जी नेहमीच्या ट्रकमध्ये बाकी सामानाबरोबर आणताना तुटण्याची शक्यता असेल.

त्याऐवजी त्याने मला ट्रकच आणायला सांगितला.

म्हणजे जवळजवळ ट्रकच!

आमच्या मुख्य कार्यालयातील एका मेकॅनिकने फ्रँकेस्टाइनसारख्या मन:स्थितीत असताना एका लँडरोव्हर गाडीची तोडफोड करून एक खटारा ट्रक बनवला होता. त्याने एक जुनी लँडरोव्हर घेऊन त्याचा पाटा आणि त्याच्यावरचे चालकाचे बसायचे खोके सोडून बाकी सगळे कापून टाकले. त्या गाडीच्या पाट्याच्या मागे आलेल्या मोकळ्या भागाला, घोड्याच्या नालाच्या आकाराचा हुक जोडला. त्या हुकला मागे जवळजवळ एका बसच्या आकाराचा ट्रेलर जोडला. या सगळ्या

उपद्व्यापात तो 'खटारा-ट्रेलर-ट्रक' तयार झाला होता आणि तो मी घेऊन यावा असे ॲलनचे मत होते.

"अरेरे! मला वाटत नाही हा ट्रक माझ्या सामानात मावेल. एअर बोट्स्वाना सामानाच्या बाबतीत फार काटेकोर आहे."

"मी तुझे विमानाचे तिकीट रद्द केले आहे," ॲलन म्हणाला. माझ्या तिकिटाचे आरक्षण आमच्या कंपनीनेच केले होते. त्यामुळे तो सांगत होता ते बहुधा खरे असावे. "छान कर प्रवास, मजेत जा," तो पुढे म्हणाला. त्याला ठाऊक होते की, या लांबच्या प्रवासात मला अजिबातच मजा येणार नाही.

माझी खातरी होती की, महागड्या ठरलेल्या माझ्या चुकांबद्दल मला शिक्षा करण्याची त्याची ही पद्धत आहे. हजार मैलांचा, कलाहारी वाळवंट पार करून येण्याचा हा कंटाळवाणा प्रवास, त्याने मला एकदा टप नसलेल्या गाडीतून मागे करायला लावला होता. त्या वेळी आमच्या कॅम्पवर पोहोचल्यावर मी अगदी आवेशात घोषणा केली होती की, हा प्रवास मी परत कधीच करणार नाही. यापुढे मी कायम जोहान्सबर्गहून मॉनला विमानाने येईन. या प्रवासात अगदी अनपेक्षित धोक्यांचा सामना करावा लागण्याबद्दल तो कुप्रसिद्ध होता. पहिला धोका एकसुरीपणाचा होता. आजूबाजूचे दृश्य पहिल्यांदा फार अप्रतिम वाटते, पण काही वेळातच त्याचा कंटाळा येतो. थोड्याच वेळात सातत्याने सारख्या दिसणाऱ्या दृश्यामुळे मस्तक बधिर झाल्यासारखे वाटते. अगदी अस्वस्थ चालक जरी गाडी चालवत असला, तरी आजूबाजूचे चित्र मैलोगणती बदलत नसल्यामुळे सगळे सारखेच वाटून मनात आपोआप सुरक्षितपणाची भावना येऊ लागते आणि मग झोप येते. चालक अशा अवस्थेत असताना कधीकधी मग बोट्स्वानातील सर्वांत धोकादायक प्राण्याचा, म्हणजे गाढवाचा सामना अगदी वाईट पद्धतीने करावा लागतो. तरी मी ॲलनला नकार द्यायच्या परिस्थितीत नव्हतो. ॲलनने माझ्याकडे पाहून लांडग्यासारखे लबाड स्मित केले आणि मला गाडीच्या चाव्या दिल्या.

"तुला वाटेत काही इंधन भरावे लागले तर पावत्या जपून ठेव आणि नाटाला टाकी पूर्ण भरून घ्यावयास विसरू नकोस." (नाटा हे वाटेतल्या एका गावाचे नाव होते.) एवढे त्याने सांगितल्यावर आता बाकीचे माझे मला बघावे लागणार होते. मी जर सारख्याच वेगाने प्रवास करू शकलो तर या प्रवासाला दोन दिवस लागले असते. त्या दोन दिवसांसाठी तो ट्रक माझ्या हवाली केलेला होता.

प्रवासाच्या आदल्या रात्री मी उशिरापर्यंत मस्ती करत राहिलो आणि माझी जेमतेम तीन तास झोप झाली होती. मी प्रवासाला सुरुवात केली तोपर्यंत मध्यान्हीची वेळ झाली होती. मला तेव्हा कळत होते की, त्या दिवशी प्रवास चालू करू नये कारण त्या दिवशी ऊन फार कडक होते. दक्षिण आफ्रिका आणि बोट्स्वानाच्या

सीमेवर लीम्पोपो नदी आहे. त्या नदीवरचा पूल संध्याकाळी सहाला बंद होतो. संध्याकाळी सरहद्द बंद होण्याआधी माझा हा विचित्र दिसणारा खटारा ट्रक तिथपर्यंत पोचेल का नाही, याची मला खातरी नव्हती. आदल्या दिवशीची दारूची उरलीसुरली नशा आणि माझे व्यवहारज्ञान मला सांगत होते की, त्या दिवशी प्रवास चालू करू नये. पण मी माझ्या मनातला अंतर्नाद ऐकून त्याप्रमाणे कृती करत असतो तर आत्तापर्यंत सिडनीमध्ये चांगला वकील झालो असतो!

म्हणून मग मी निघालो. निघाल्यावर काही क्षणांतच माझ्या लक्षात आले की, गाडीतला इंधनाची पातळी दाखवणारा काटा काम करत नव्हता. दिसलेल्या पहिल्या पेट्रोलपंपावर मी गाडी थांबवली. त्याआधी मी ट्रेलरसारखी गाडी कधीच चालवलेली नसल्यामुळे मला अंदाज आला नाही आणि गाडी उलटी होता-होता वाचली. ही गाडी एकदम वळवून उपयोग नाही असा मी विचार केला. मी गाडी कशीबशी नियंत्रित केली आणि स्वत:चे अवसानही सावरले. गाडीत इंधन भरण्यासाठी टाकीचे झाकण कोणत्या बाजूला आहे ते बघावे असा विचार करत असताना माझ्या लक्षात आले की, गाडीच्या बाजूचे पाठीमागे बघायचे आरसेच उपस्थित नाहीयेत. जोहान्सबर्गचे गाडीचालक एवढ्या-तेवढ्या कारणासाठी बंदूक काढून थेट गोळ्या घालण्याबद्दल कुप्रसिद्ध आहेत. मी गाडीतून उतरून, मागे जाऊन इंधनाच्या टाकीचे भोक शोधेपर्यंत वाहतूक खोळंबली तेव्हा माझ्या मनात जरा धाकधूकच होती. गाडीवर करामत करणाऱ्या मेकॅनिकने इंधनाच्या टाकीकडे जाणारा पाइप कापून टाकीचे तोंड गाडीच्या खाली केले होते. त्यात पंपावरची इंधनाची नळी घालायला बरेच कौशल्य लागत होते. मी गडबडीत गाडीत चढलो आणि गाडी पुढे घेतली तेव्हा ती पंपापेक्षा बरीच पुढे गेली. मग मला गाडी परत उलटी मागे घ्यावी लागली. मला गाडीचा अंदाज अजूनही नसल्यामुळे मागे घेताना गाडीच्या मागचा ट्रेलर काटकोनात वळला आणि जवळजवळ त्या पंपाला जाऊन धडकला. डिझेल भरून झाल्यावर मी पैसे भरायला पंपावरच्या कार्यालयात गेलो. तिथे बघितले तर सगळे माझी झालेली धांदल बघत होते. मला खातरी होती की, सगळे असाच विचार करत असतील, "काय मूर्ख माणूस आहे. उगाच त्याला पोरे होऊन त्याच्यासारखे अजून मूर्ख पैदा होऊ देण्यापेक्षा त्याला सरळ गोळ्या घालू या!"

पैसे भरायला माझे पाकीट बाहेर काढल्यावर माझ्या लक्षात आले की, माझ्याकडे पुरेसे दक्षिण आफ्रिकन रँड नाहीयेत. आदल्या रात्री मी फार पैसे उधळले होते. या पंपावर बोट्स्वानाचे 'पुला' चलन नक्कीच स्वीकारले नसते. डिझेल भरून बाकी थोड्या गोष्टींची खरेदी करण्यापुरतेच रँड माझ्याकडे शिल्लक होते. मी तोंडात टाकायला थोडासा खाऊ आणि तिथे प्रसिद्ध असलेल्या स्थानिक ऊर्जापेयांचे सहा कॅन विकत घेतले. त्या पेयामध्ये कॅफेन, ग्वाराना, बैलाच्या अंडकोशातून काढलेला

एक द्रव आणि अनेक संमिश्र रसायने घातलेली त्यावर लिहिली होती. मी विचार केला की, हे सगळे मी प्यायले तर मी एक महिनाभर नक्कीच जागा राहीन.

मी काय विकत घेतो त्याकडे तिथला विक्रेता त्रयस्थ नजरेने पाहत होता आणि माझी सर्व खरेदी चालू असताना एका हाताने नाक खाजवत होता. त्याच्या मागे गाडीसाठी लागणारी अनेक अवजारे लटकवलेली होती. ती बघून माझ्या मनात एकदम विचार आला की, गाडीचे चाक पंक्चर झाले तर लागणारे पाने, जॅकसारख्या सगळ्या वस्तू माझ्या गाडीत असतील का? मी परत ट्रेलरकडे गेलो आणि सगळीकडे शोध घेतला. तिकडे मला एक पाना सापडला. मी तो पाना पुढच्या चाकाला लावून बघितला, तर तो तिकडे बरोबर बसत होता. मी विचार केला की, गरज पडली तर मी कोणतीतरी वस्तू जॅक म्हणून वापरू शकेन. त्या दिवशी माझी सद्सद्विवेकबुद्धी झोपी गेली होती बहुतेक.

मी त्या पंपावरून निघालो. गाडी पुढे जाताना थोडी थरथरत होती आणि कण्हल्यासारखा आवाज करत होती, इंधनाच्या टाकीचा काटा अजूनही शून्यावर होता, माझ्या शेजारच्या सीटला उशा नव्हत्या. नेहमी रेडिओ जिथे असतो तिथे चौकोनी आकाराचे भोक दिसत होते आणि गाडीला वातानुकूलक नव्हता, पण वातानुकूलकाने काही फरक पडला नसता. कारण गाडीला खिडकीच्या काचाच नव्हत्या. दारावर एक लाकडी फळी खिळा ठोकून बसवली होती जिथे मी हात ठेवला असता तर सततच्या उन्हाने त्या हातावर सूर्यदाहाचे पट्टे नक्कीच उमटले असते.

मी थोडा वेळ त्या फळीवर हात ठेवून गाडी चालवल्यावर माझ्या लक्षात आले की, गाडी सरळ रस्त्यावर असेल तरच गाडीचे पॉवर स्टीअरिंग चालत होते. त्यामुळे गाडी चालवताना मला दोन्ही हात वापरावे लागणार होते. गाडीच्या मागच्या बाजूला ज्या काही चित्रविचित्र गोष्टी केल्या होत्या त्याबद्दल गाडीच्या मनात चालकाला शिक्षा करावी असे वाटत असावे. निर्जीव वस्तूला माणसाची स्वभाववैशिष्ट्ये लावायची मला सवय आहे. कधीकधी निर्जीव वस्तूंना मी नावेसुद्धा देतो. एखाद्या गाडीला तिचा चालक आवडत नाही हे ऐकायला किती मूर्खपणाचे वाटते या गोष्टीकडे मी दुर्लक्ष करतो. पहिल्याच वळणावर गाडी तिरसटपणाने वागली आणि तिने आजूबाजूच्या दोन गाड्यांच्या चालकांना आणि मला घाबरवून टाकले. तेव्हा मी तिला 'डिक' असे नाव दिले.

डिकला अनेक विचित्र सवयी होत्या. पुढे जायला त्याला अजिबात आवडत नसे, पण दिशा सोडून आजूबाजूला जायला मात्र फार आवडे. त्याचे ब्रेक यथातथाच होते, पण डिकमधून येण्याऱ्या कुरकुरण्याच्या, खडखडण्याच्या आणि विव्हळण्याच्या आवाजांपुढे एखाद्या वेश्यागृहातून येणारे आवाज फिके पडले असते. असे असले

तरी डिक आणि मी बऱ्यापैकी वेगात सरहद्दीवर पोहोचलो. म्हणजे माझा अंदाज होता की, आम्ही वेळेत पोहोचलो आहोत. कारण माझ्या हातावर घड्याळ नव्हते आणि अपेक्षेप्रमाणे डिकचा वेग दाखवणारा काटा काम करत नव्हता. त्यामुळे खरोखरच किती वाजले होते त्याचा मला काहीच अंदाज नव्हता. वाटेत बोलायला कोणीच नव्हते आणि आजूबाजूचे दृश्य सारखेच होते. यामुळे आलेल्या एकसुरीपणामध्ये मी आणलेली तीन ऊर्जापेये पिऊन टाकली. निघताना त्या पेट्रोलपंपावरचा विक्रेता माझ्याकडे छद्मीपणाने पाहत होता. त्याचा निषेध म्हणून मी त्याच्याकडून फक्त चमचमीत पदार्थच विकत घेतले होते. साखर, मीठ आणि बैलापासून आलेले द्रव यांचे मिश्रण माझ्या पोटात ढवळत असतानाच मी सरहद्द पार केली आणि कलाहारी वाळवंटाच्या सपाट वैराण प्रदेशात घुसलो.

डिकची एकमेव गोष्ट काम करत होती, ती म्हणजे त्याचा ॲक्सिलरेटर, पण वेग जास्त वाढला तर गाडी हेलकावत होती. तरीही मला जेवढा ॲक्सिलरेटर दाबून गाडी हाणता येईल तेवढी मी हाणत होतो. बोट्स्वानामध्ये अजिबातच डोंगर नसण्याचा जितका फायदा घेता येईल तितका घ्यावा असे मला वाटत होते. वाऱ्यामुळे वाकलेली काटेरी झाडे वाटेत सगळीकडे दिसत होती आणि त्यांच्यावरचे सुगरण पक्षी डिकच्या वेगामुळे एकदम दचकत होते. डिकच्या मागच्या चाकामुळे मागे वाळूचा फवारा उडत होता. आम्ही पुढे जात असताना रस्त्यावरचे सरडे डिकमुळे दचकून रस्त्याच्या कडेला जाण्यासाठी धावपळ करायचे. फक्त त्यांना वाचवण्यापुरते मी डिकला ब्रेक लावून थांबवायचो. वाटेत उन्हात भाजून निघालेली खेडी लागत होती तेव्हासुद्धा मी पूर्ण थांबत नव्हतो, फक्त वेग थोडासा कमी करत होतो. तेवढे सोडले तर बाकी कशासाठीही मी ब्रेकपॅडलला पाय लावत नव्हतो. कोरडा वाळवंटी भाग असल्यामुळे सगळ्या आसमंतात धूळ पसरलेली होती. डिकच्या खिडकीच्या भोकातून धूळ आत येऊन माझ्या दातांवर धुळीचे एक आवरण बसत होते. ती दातांवरची धूळ मी त्या ऊर्जापेयाबरोबर पिऊन टाकत होतो.

ते प्यायलेले मिश्रण तोपर्यंत माझ्या रक्ताचा मोठा हिस्सा बनले असले पाहिजे. मला कानात गुणगुण ऐकू येत होती, त्यामुळे मी जोरजोरात गाऊ लागलो. माझ्या आवाजामुळे बहुधा पक्षी घाबरत होते आणि माझ्या आक्रमक नरड्यामुळे बिथरून सरडे आपला नेहमीचा सावधपणा सोडून रस्त्यातून कडेला जाण्यासाठी धावपळ करत होते. माझा आवाज किती वाईट ऐकू येतो आहे ते ऐकून माझे मलाच हसू आले. (माझ्या वडिलांनी मला एकदा सांगितले होते की, माझा गाण्याचा आवाज एखाद्या बद्धकोष्ठ झालेल्या ससाण्यासारखा आहे.) आता माझ्या आवाजाला घशात बसलेल्या धुळीमुळे आणि वेफर्सच्या तुकड्यांनी विशेष धार आली होती. मी वेड्यासारखा सातमजली हसत होतो आणि आजूबाजूच्या अथांग शांततेत

'व्होइइइइइइइइइइइइ!' असे काहीतरी ओरडत होतो. मला ठाऊक होते की, डिकचा चालक जरा वेड लागल्यासारखा वागत होता. मला वाटले की, मी ते ऊर्जापेय पिणे थांबवायला पाहिजे. त्या पेयाचा शेवटचा कॅन माझ्या शेजारच्या फाटक्या सीटवर गरम होत होता, तरीही तो मी तसाच रिता केला. मी विचार केला की, उष्णतेने तो आंबल्यावर पिण्यापेक्षा आत्ताच प्यायलेला बरा. खरेतर थोड्याच वेळात सूर्य खाली गेल्यावर वातावरण जरा थंड झाले असते. सूर्य अस्ताकडे गेल्यामुळे आजूबाजूला उडणारी वादळी धूळ गुलाबी रंगाची दिसत होती आणि खिडकीच्या भोकातून आत येणाऱ्या हवेत जरा थंडावा भासत होता.

त्या आफ्रिकन ऊर्जापेयात जी काही थंडाई, साखर आणि इतर उत्तेजक रसायने घातली होती, त्यामुळे मी भरपूर उत्तेजित झालो होतो. मी मधूनच थंडीने कुडकुडत होतो आणि जे काही वेफर्स उरले होते ते जोरात चावून खात होतो. मला पूर्ण अंधार होण्याच्या आत नाटापर्यंत पोहोचायचे होते. नाटामध्ये रात्र काढायचा माझा विचार होता. दुसऱ्या दिवशी मी जगातले सर्वांत मोठे 'सॉल्ट पॅन' (आपल्या कच्छच्या रणासारखे मैदान) पार करून जाणार होतो, पण आत्तापर्यंतच्या प्रवासाचे अनुमान बघता मी रात्रीपर्यंत नाटाला पोहोचणे अवघड होते.

रस्त्याच्या कडेला थांबून तिथेच रात्रीची झोप काढावी असा मी विचार केला, पण त्या ऊर्जापेयांमुळे मला झोप लागणे अशक्य होते. डिक आणि माझ्यासाठी मी एक ध्येय निश्चित केले होते. त्यामुळे बोट्स्वानात रात्री गाडी चालवण्याचे धोके झुगारून देऊन मी तसाच जात राहिलो. अंधार पडल्यावर मी डिकचे दिवे लावले. त्या दिव्यांचा अंधूक प्रकाश कोणत्यातरी विचित्र कोनात पडत होता. दोनपैकी एकाच दिव्याचा लांबवर झोत पडत होता, पण तो अशा कोनात की, आकाशात हेलिकॉप्टर शोधायला तो प्रकाशझोत उपयुक्त ठरला असता; दिवे ही माझ्यापुढची मोठी समस्या होती. कारण रात्री गाडी चालवताना मला अतिशय जागरूक आणि टक्क जागे राहून वाटेत येणाऱ्या गाढवांकडे लक्ष ठेवावे लागणार होते.

दिवसा-उजेडी वाटेतल्या गावांच्या वेशीवर घुटमळणारी गाढवे सपाट मैदानामुळे मला सहज दिसली होती. ती गाढवे फार कुठे लांब भरकटू नयेत म्हणून गावकऱ्यांनी त्यांतल्या कित्येक गाढवांच्या पुढच्या दोन पायांत दोरी बांधली होती. पण त्यामुळे डिकला वेगात येताना त्या गाढवांनी पाहिले असते, तरीही त्यांना रस्त्याच्या कडेला जायला वेळ लागणार होता. दिवसभर तापल्यामुळे रस्त्याचे डांबर रात्री जरा गरम असते. ही गाढवे रात्रीच्या थंडीत या रस्त्यापासून मिळणाऱ्या उबेसाठी त्यावर येऊन बसतात हेही मला माहीत होते, पण अप्रकाशित डांबरावर त्या गाढवांना लांबून पाहणे अवघड होते. जर एखादे गाढव अचानक डिकसमोर आले तर डिक वेळेत थांबू शकेल याची मला खातरी नव्हती. मलेरिया आणि

एड्ससारख्या जीवघेण्या आजारांनंतर, अपघातात गाढवाबरोबर होणारी टक्कर हे बोट्स्वानात मृत्यूचे एक प्रमुख कारण आहे. त्यामुळे गाढवांपासून असणाऱ्या धोक्याकडे मी खूपच गांभीर्याने बघायचे ठरवले आणि गाडी काळजीपूर्वक पद्धतीने चालवू लागलो.

कलाहारी वाळवंटातल्या त्या रात्री मी अंतर कापत राहिलो. मधूनच एखाद्या कोल्ह्याची कोल्हेकुई ऐकू येत होती. मध्येच एक शहामृग रस्त्यातून सैरावैरा धावत जाऊन अंधारात लुप्त झाले. त्या शहामृगाची जड पावले जमिनीवर पडून जो वेडावाकडा धप-धप आवाज झाला त्यावर मी जोरजोरात हसलो. मला कल्पना होती की, सगळी उत्तेजक पेये अजूनही माझ्या रक्तात होती. त्यामुळे मी माझ्या नेहमीच्या परिस्थितीत नव्हतो. मी मध्येच हसत होतो, गात होतो, गाढवांवर लक्ष ठेवून होतो आणि माझी छाती धडधडत असली तरी अतिशय कंटाळलो होतो.

डिकने एकदा ठसका काढला आणि एकदम झोकांडी दिली. स्टीअरिंग व्हील माझ्या हातात गरगर फिरले. इंधनाच्या काट्याकडे मी एक व्यर्थ नजर टाकली. मी सरहद्दीवर डिझेल भरले होते. त्यामुळे माझा असा अंदाज होता की, तेवढे डिझेल नाटापर्यंत पोहोचायला पुरले असते. डिकने अजून एकदा ढेकर दिली आणि या वेळी गाडीला इतक्या जोरात हिसका बसला की, गाडीखाली एखादे गाढव आल्याची मला जवळजवळ खातरी झाली, पण तसे काही झाले नव्हते आणि गाडी तशीच पुढे जात राहिली. मी डिकच्या डॅशबोर्डवर थोपटून त्याला शाबासकी दिली आणि तो एक चांगला ट्रेलर असल्याचे त्याला सांगितले. आम्हाला बसणारे हादरे संपलेल्या डिझेलमुळे नसून खराब प्रतीच्या डिझेलमुळे बसलेले असावेत अशी मी प्रार्थना केली. इंधनकाटा चालू नसल्यामुळे त्याबाबत नक्की परिस्थिती काय होती याचा मला काहीच अंदाज नव्हता. आम्ही नाटाला पोहोचलो तेव्हा रात्रीचे अकरा वाजले होते. माझ्या प्रवासाचा कलाहारी वाळवंटातील जो भाग होता त्याला सुमारे दहा तास लागले होते. मी पूर्णपणे थकलो होतो, पण मला इतक्यात झोप येणे अशक्य होते. अख्खे नाटा गाव पन्नास मीटर लांब आणि पन्नास मीटर रुंद जागेत मावेल इतपतच मोठे होते. प्रवाशांना उतरण्यासाठी एकच कॅम्प होता. मी आधी ठरवले होते त्याप्रमाणे थेट कॅम्पवर न जाता तिथल्या पेट्रोलपंपावर गेलो. आश्चर्य म्हणजे तो पंप अजूनही उघडा होता. मला भविष्य कळत असते तर मी त्या पंपावर न जाऊन नंतरचा पश्चात्ताप वाचवला असता.

गंमत म्हणजे या पंपावरचा विक्रेतासुद्धा आपली नाकपुडी कोरत बसला होता. मी त्याला विचारले की, त्याच्या नात्यातले कोणी सरहद्दीवरच्या पेट्रोल पंपावर काम करते का? इतक्या तासांनी कोणतातरी मानवी आवाज माझ्या कानावर पडावा म्हणून खरेतर मी तो प्रश्न विचारला होता. पण त्याने मानेनेच नकार दिला. म्हणून

मग मी पैसे भरले आणि त्याच्या मागे लटकत असलेले पाने, स्क्रू-ड्रायव्हर इत्यादी गाडीला लागणाऱ्या यांत्रिक वस्तूंकडे नजर टाकली. मग हळूहळू पावले टाकत डिककडे आलो. डिक रात्रीची हवा खात माझी वाट पाहत होता. मी त्याच्या पुढच्या काचेवर चिकटलेली पाखरे धुऊन काढली. नंतर अजून पाणी घेऊन रेडिएटरसुद्धा धुवून काढला. इंजिनाच्या तापमानाचा काटा चालत नसल्यामुळे रेडिएटर किती तापला होता ते कळायला मला मार्ग नव्हता.

रस्त्याच्या पलीकडे कॅम्पच्या पाटीवरच्या दिव्यांवर भरपूर किडे जमले होते. मी तिकडे गेलो, तर मला एखादा रिकामा तंबू मिळेल हे मला माहीत होते. तिकडे एक बार होता जिकडे रात्रीसाठी नाटाला थांबलेले प्रवासी गप्पा मारत बसले असतील याचीही मला कल्पना होती. खरेतर मी माझ्या उपजीविकेसाठी दररोज अनोळखी लोकांबरोबर संवाद साधतो, पण विशेष कारण नसताना पूर्णपणे अनोळखी माणसांशी बोलायला जायला मला संकोच वाटतो. तेव्हा जर अनोळखी लोकांशी मला बोलावे लागले असते, तर मी एकटा डिकबरोबर असताना मला जितके एकाकी वाटत होते त्यापेक्षाही अधिक एकाकी वाटले असते. मी थकलो असलो तरी मला ठाऊक होते की, या ठिकाणापासून मॉन केवळ तीन-चार तासांच्या अंतरावर होते. इकडून मॉनला जायला मकाडीकाडीचे रण पार करून जावे लागणार होते. मॉनला माझे तिथले मित्र मला भेटतील आणि त्यांच्याकडे माझ्यासाठी एखादा मऊ बिछाना तयार असेल याची मला खातरी होती. डिक चांगल्या अवस्थेत होता. त्यामुळे मी ठरवले की, पुढे जात राहायचे. म्हणून मग मी गाडी चालू करून नाटा मागे टाकून तसाच पुढे गेलो.

बॉनव्हील, युटा किंवा भारतातील कच्छचे रण पाहिलेल्या लोकांना मकाडीकाडीची मैदाने अनोळखी वाटणार नाहीत. फक्त ही मैदाने खूपच मोठी आहेत. इकडे कोणीच राहू शकत नाही. गाढवे इकडे असण्याचा प्रश्नच नव्हता. कारण मकाडीकाडीमध्ये कोणतेच गाव नाहीये. मकाडीकाडीचा पूर्ण भाग एक राष्ट्रीय उद्यान म्हणून घोषित केला गेला आहे. हा भाग शेकडो मैल लांबरुंद पसरलेला आहे. फक्त एक रस्ता त्यातून आरपार जातो आणि त्याला दोन भागांत कापतो. उन्हाळ्यात पाऊस पडला की, हे मैदान पाण्याने भरते आणि सगळीकडे रोहित पक्षी दिसू लागतात. पण तेव्हा पाऊस झालेला नव्हता, त्यामुळे अशा कोरड्या वेळी इकडे वाळवंटात राहू शकणारी केवळ स्प्रिंगबॉक किंवा ऑरीक्ससारखी हरणे आणि त्यांची शिकार करून राहणारे शिकारी प्राणी दिसण्याची शक्यता होती. माझे मित्र रिचर्ड आणि रिबेका जेव्हा या भागातून रात्रीच्या वेळी गेले होते तेव्हा त्यांना इथे बिबट्या दिसला होता. मला बाकीसुद्धा असे लोक माहीत होते, ज्यांना इथे सिंह आणि बिबटे दिसले होते. बहुतेक लोकांना या प्रवासात एक सरळसोट लांब रस्ता, अजिबात न बदलणारा

परिसर आणि आसमंतात सगळीकडे उडत असलेली धूळ यांचा फार कंटाळा येतो. पण एखाद्यावेळेस काय नजरेस पडेल या उत्सुकतेमुळे मला मात्र उत्कंठा वाटत होती.

मी ॲक्सिलरेटरवर पाय दाबून ठेवला होता आणि डिकला जमेल तितक्या वेगात आम्ही पुढे जात होतो. आमचा वेग किती होता त्याचे मला अजूनही कोडेच वाटते. हवा अजूनच थंड झाली होती आणि हवेत रानटी सेजचा वास पसरला होता. सेज अशा मोजक्या वनस्पतींपैकी आहे जी मकाडीकाडीतही वाढू शकते. अशा या अथांग पोकळीत गाडीच्या दिव्यांनी प्रकाश टाकला होता. इथे केवळ एक रस्ता, सगळीकडची धूळ आणि आजूबाजूची थंड हवा सोडून बाकी काही नव्हते. मी एक गाणे गुणगुणत होतो, तेव्हा माझे डोळे जड झाल्याचे मला जाणवले. गाडीने रस्त्याच्या मधोमध झोकांडी दिली.

नाही.

मला जागे राहायला पाहिजे होते.

आत्तापर्यंत किती वेळ मी रस्त्यावर होतो आणि यापुढे किती अंतर जायचे होते याबद्दल मला काहीही कल्पना नव्हती.

माझ्याकडची सगळी पेये संपली होती आणि मी या निष्कर्षाला पोहोचलो होतो की, त्या ऊर्जापेयांनी तुम्ही फक्त जागे राहता, पण त्यामुळे तुम्ही सजग राहालच असे काही नाही. गाडीच्या चाकांखाली रस्त्याच्या एकसुरी घर्षणाचा आवाज येत होता. तो आवाज मला अंगाईगीतासारखा वाटत होता. आता रस्त्याच्या कडेला गाडी थांबवून झोप काढावी असे मी स्वत:शीच मोठ्यांदा म्हणालो. रस्ता पावसात वाहून जाऊ नये म्हणून बाकी मैदानापेक्षा तो जरा उंचावर बांधला होता. त्यामुळे मी जर डिकला रस्त्याच्या कडेच्या मऊ मातीवर उतरवले तर मी परत वर चढवू शकेन याची मला खातरी नव्हती.

जागा राहा.

जागा राहा.

जागा राहा.

जागा राहा.

बूम.

डिकने एक जोरदार झोकांडी दिली. गाडी इतक्या जोरात वळली की, स्टीअरिंग माझ्या हातात वळून माझे मनगट मुरगळले. आम्ही एकदम उजवीकडे फेकलो गेलो. 'बह्याबोळ!' असा विचार माझ्या मनात यायच्या आत, रस्त्याची उभी कड वेगाने आमच्याकडे येत आहे असे मला दिसले. या वेगात आणि या कोनात जर आम्ही रस्त्याच्या कडेच्या बारा इंच उभ्या उतारावर गेलो असतो तर मी नक्कीच

मेलो असतो आणि बहुधा डिकचीही तीच गत झाली असती. गाडीला सीटबेल्ट नव्हते. त्यामुळे गाडीच्या त्या जोरदार हालचालीमध्ये मी शेजारच्या सीटवर फेकला गेलो होतो. माझ्या शरीराचे सगळे वजन वापरून मी स्टीअरिंगवर ताबा मिळवण्याचा प्रयत्न केला आणि त्याच वेळी जमेल तितक्या जोरात ब्रेक दाबले. मागचा ट्रेलर रस्त्याच्या कडेवरून जात असल्याचे मला जाणवले. त्यामुळे टायर फुटला आणि रिम रस्त्यावरून खाली घासत गेल्याचा एक शिसारी आणणारा आवाज ऐकू आला. पण त्यामुळे गाडीचा वेग एकदम कमी झाला आणि मी पुढे फेकला गेलो. नंतर चाक परत रस्त्यावर आले आणि गाडीला परत वेग आला. मी परत ब्रेक दाबण्याचा प्रयत्न केला. माझ्या लक्षात आले की, आता आम्ही रस्त्याच्या दुसऱ्या बाजूच्या कडेच्या दिशेने बऱ्यापैकी वेगात जात होतो.

तोपर्यंतच्या आयुष्यात फार कमी वेळेला मी इतका घाबरलो होतो आणि गाडी चालवताना तर कधीच इतका घाबरलो नव्हतो. मी गाडीचे स्टीअरिंग घट्ट पकडून उजवीकडे वळवत होतो. मला एकाच गोष्टीचे समाधान होते की, या रस्त्यावर रात्री क्वचितच कोणी प्रवास करते. आमचा वेग कमी होत होता आणि मी गाडीवर काही क्षण नियंत्रण ठेवू शकलो असतो तर आम्ही सुखरूप राहिलो असतो. नाटात न राहता इकडे मरायला येण्याची काय गरज पडली होती कोणास ठाऊक, असे मला तेव्हा वाटले.

आम्ही तसेच एका कडेकडून दुसऱ्या कडेला जात राहिलो आणि दोन वेळा रस्ताच्या कडेला स्पर्शून एकदाचे थांबलो. मी थरथरत खाली उतरलो आणि गाडीकडे बघितले. गाडीचे मागचे चाक रस्त्याच्या एका कडेला टेकले होते आणि पुढचे चाक दुसऱ्या कडेला टेकले होते. गाडी पूर्ण रस्ताभर पसरली होती.

"डिक, गुड बॉय," मी म्हणालो. माझा आवाज रात्रीच्या अंधारात विरून गेला. गाडीचे इंजीन अजूनही चालू होते. इंजिनाचा आवाज या वेळेला आजूबाजूच्या शांततेला भ्रष्ट करणारा वाटत होता. मी इंजीन बंद केले आणि स्वत:चे धडधडत असलेले हृदय शांत करण्यासाठी उगाचच थोडे अंतर चालून परत आलो. डांबराच्या रस्त्यावर टिकून राहण्याच्या डिकच्या प्रयत्नांबद्दल परत मी त्याला धन्यवाद दिले. नंतर मला थोड्या अंतरावरून कसलातरी आवाज ऐकू आला.

एक मोठ्या गाडीचे धूड आमच्या मागून येत होते. त्याचा आकार डिकच्या तिप्पट तरी असावा आणि मी गाडीचे दिवे बंद केले होते.

मी धावत गेलो, गाडीत उडी घेतली आणि इंजीन, दिवे सगळे चालू केले. न तपासताही मला ठाऊक होते की, डिकचे मागचे ब्रेकचे दिवे लागत नाहीत आणि मागच्या गाडीतल्यांना डिक दिसणार नाही. मी पहिला गिअर टाकला आणि डिकला रस्त्याच्या एका बाजूला नेऊन रस्त्याच्या कडेवरून उतरवून एका सेजच्या झाडात

घुसवले. मी तिथे पोहोचेपर्यंत आमच्या मागून येणारी ती गाडी आमच्या बाजूने वेगात पुढे गेली. गाडीच्या चालकाला आयत्या वेळी डिक दिसल्यामुळे आमच्या जवळ पोहोचल्यावर त्याने मोठा हॉर्न वाजवला.

तो आवाज आणि त्याचा प्रतिध्वनी बराच वेळ ऐकू येत आहे असे वाटत होते. नंतर सगळे शांत झाले. फक्त एक मंद गुणगुण ऐकू येत होती. मला वाटले, अतिश्रमामुळे आणि उत्तेजित अवस्थेत असल्यामुळे मला ती गुणगुण माझ्या कानात ऐकू येते आहे. नंतर माझ्या कानातल्या छोट्या केसांनी माझ्या मेंदूला संदेश धाडला की, आता मला काहीतरी चावणार आहे. मी जोरात स्वत:च्या कानशिलात भडकावून तो डास मारला. थोड्याच वेळात भरपूर संख्येने डासांनी माझ्यावर हल्लाबोल केला आणि मी घाईघाईने डिकच्या पुढच्या सीटपाशी गेलो. त्याचा फुटलेला टायर जॅकशिवाय कसा बदलायचा याची मला चिंता पडली होती.

माझ्या सीटमागे एक फावडे पडले होते. मी विचार केला की, जर गाडीचा पाटा मी कसातरी उचलू शकलो, तर मग मला तो फुटलेला टायर बदलता येईल. पण मकाडीकाडीच्या मैदानात अजिबात दगड नाहीयेत आणि मला उपयोगी पडेल अशी झाडाची फांदी मला केवळ नाटामध्येच मिळू शकली असती. विचार करताना मी खाली बसलो, स्वत:लाच दोन शिव्या घातल्या आणि उठून डिकच्या बाजूला थोड्या फेऱ्या मारल्या. तेव्हा मला परत एक कोल्हेकुई ऐकू आली. मी विचार केला की, या भागात गाढवे असती तर कमीत कमी एका गाढवाला पकडून तरी मी मॉनला गेलो असतो.

दुर्मीळ तपकिरी तरस (ब्राउन हायना) या भागात आढळतो. हा प्राणी मी माझ्या आयुष्यात पाहिला नव्हता. मी विचार केला की, शवासनात पडून राहिले तर एखादे तरस आकर्षित होऊन माझ्या जवळ येईल का? तसे ते तरस खरोखरच आले तर मला आयुष्यात एकदातरी पाहता येईल. हा विचार मनात आल्यावर माझ्या लक्षात आले की, मी अजूनही जरासा धुंदीत आहे. त्यामुळेच असा बेताल विचार करतो आहे. त्या ऊर्जापेयांचा असर उतरून मला झोप येऊ लागली असली, तरीही धुंदी अजून पूर्ण उतरली नव्हती. पण आता या डासांमुळे मला झोप लागणे अशक्य होते. मी डिकभोवती फेऱ्या मारत होतो. सात वर्षांचा असताना एकदा एका कुत्र्याने माझ्यावर जीवघेणा हल्ला केला होता. त्यानंतर या डासांइतका जोरदार हल्ला कोणत्याही प्राण्याने माझ्यावर केलेला नव्हता.

फेरी मारताना मी मागच्या ट्रेलरपाशी आलो असताना मला दिसले की, तिथे एक अतिरिक्त चाक ठेवले आहे आणि ट्रेलरखाली वाकून बघताना मला अजून एक चाक खाली लटकवलेले दिसले. दोन चाके! तीही अतिरिक्त!

मी एक चाक बाहेर काढले आणि गाडीच्या मागच्या ॲक्सलखाली ठेवले.

नंतर त्या फुटलेल्या टायरच्या बाजूने खणायला सुरुवात केली. तो टायर रस्त्याच्या धारदार कडेवर घासल्यामुळे फुटून त्याची अवस्था छिन्नविच्छिन्न झाली होती. खणायला लागल्यावर गाडी पहिल्यांदा खाली गेली, पण नंतर गाडीचा ॲक्सल त्याच्याखाली ठेवलेल्या टायरवर टेकला आणि गाडी पेलली गेली. मग तो फुटलेला टायर काढता येऊ शकेल एवढा खड्डा मी खणला. मग मी सीटपाशी गेलो, तिकडे पडलेला पाना उचलला आणि त्या फुटक्या चाकाचे नट काढायला परत आलो. तो पाना तिकडे लावताक्षणी माझ्या लक्षात आले की, तो त्या नटपेक्षा फार मोठा आहे. डिकच्या पुढच्या चाकांचे नट मागच्या चाकांच्या नटपेक्षा आकाराने मोठे होते. ट्रेलरची चाकं, पुढच्या लँडरोव्हरच्या चाकांपेक्षा मोठ्या आकाराची होती. मग मी त्या दोन अतिरिक्त चाकांकडे पाहिले. एक चाक पुढच्या लँडरोव्हरसाठी होते आणि एक मागच्या ट्रेलरसाठी. मला जे मागचे ट्रेलरचे चाक बदलायचे होते त्यासाठीचे अतिरिक्त चाक मी ॲक्सलखाली आधार द्यायला वापरले होते. मकाडीकाडी अशी जागा आहे जिथे आपला भुता-खेतांवर सहज विश्वास बसू शकतो. मला ठाऊक होते की, या क्षणी माझे सगळे पूर्वज आणि तिथली इतर भुते माझ्या गाढवपणाला मोठमोठ्याने हसत आहेत.

तो फुटलेला टायर काढणे ही एक अवघड गोष्ट होती आणि मला कल्पना होती की, योग्य आकाराचा अतिरिक्त टायर उपलब्ध असेपर्यंत त्याचा प्रयत्नही न केलेला बरा. मला जे योग्य आकाराचे अतिरिक्त चाक वाटत होते ते मी गाडीच्या ॲक्सलखाली ठेवले होते, पण माझ्या सुदैवाने ते चाक मी त्या ॲक्सलच्या सर्वांत बुटक्या ठिकाणी लावले नव्हते. त्या ॲक्सलचा सर्वांत बुटका भाग डिफरंशियलचा होता. मग मी ते दुसरे अतिरिक्त चाक गाडीखाली जाऊन, काहीतरी ठाकठोक करून डिफरंशियलच्या खाली सरकवले. हे करताना माझ्या हातांना आणि खांद्याला खरचटून घेतले. शेवटी एकदाचे योग्य आकाराचे, गाडीच्या ॲक्सलखाली अडकलेले अतिरिक्त चाक बाहेर काढले. आता उपलब्ध नसलेल्या पान्याच्या बदल्यात काय करायचे त्याचा विचार करू लागलो.

“मॅकगायव्हरने काय केले असते?” मी स्वत:लाच विचारले. मॅकगायव्हर हा अमेरिकत दूरचित्रवाणीवर १९८५ सालापासून प्रसारित झालेला एक कार्यक्रम आहे. त्यात मॅकगायव्हर नावाचा एक गुप्तहेर प्रत्येक समस्येचे अहिंसक पद्धतीने उत्तर शोधण्याचा प्रयत्न करत असे. खरेतर मी पुष्कळ वर्षे जंगलात एका तंबूत राहिलो असल्यामुळे माझा बाहेरील जगाशी फारसा संबंध राहिला नव्हता आणि त्या कार्यक्रमाबद्दलची माझी माहिती केवळ ऐकीव होती. त्यामुळे मला त्यातून विशेष काही प्रेरणा मिळाली नाही. मी विचार केला की, सिनेमात दाखवले जातात तसे अफलातून योद्धेसुद्धा माझ्या आत्तासारख्या परिस्थितीत कसे वागले असते, कोणास

ठाऊक? सगळीकडे पसरलेली वाळू आणि वनस्पती सोडून माझ्याकडे बाकी काहीही साधन म्हणून वापरण्यासारखे नव्हते.

डासांनी आता चिवटपणे हल्ला चढवला होता. मला वाटू लागले होते की, त्या डासांनी रक्त पिऊन, थोड्याच वेळात मला पांडुरोग होईल का काय? कदाचित माझ्या रक्तातील अतिरिक्त कॅफेनमुळे त्यांनासुद्धा नशा चढत असावी आणि आपल्या इतर डासबंधूंना मी किती चवदार रक्त पुरवतो आहे ते पाहा, असे सांगून ते बोलावून आणत असावेत. आता त्यांनी खरोखरच माझी हालत खराब केली होती. माझ्या पायांवर, हातांवर आणि चेहऱ्यावर डास चावत होते – खरेतर माझ्या पापण्यासुद्धा त्यांच्या दंशाने सुजल्या होत्या.

गावाकडच्या बऱ्याच गाइड्सनी मला सांगितले होते की, डासांचा प्रतिबंध करण्यासाठी रानटी सेज वनस्पती जाळतात. म्हणून मी सेजची पाने घेतली आणि हातावर चोळली. त्यातून एक घाणेरड्या वासाचे तेल बाहेर आले. ते तेल मी माझ्या सर्वांगाला चोळून घेतले.

पण डास तरीही येत राहिले. म्हणून मी सेजच्या थोड्या फांद्या तोडल्या आणि माझ्या शर्टाच्या आत, बायांमध्ये आणि माझ्या चड्डीच्या आतसुद्धा घुसवल्या. नंतर थोडी पाने माझ्या चपलांमध्ये पायाखाली ठेवली. डास कितीही भुकेले असते तरी बारा तास गाडी चालवल्यावर माझ्या तळपायांना जो वास येत होता त्यात जाऊन माझ्या तळपायाला चावण्याचे त्यांनी धारिष्ट्य केले असते असे मला वाटत नाही. तेवढ्यात मागून अजून एक यंत्र येत असल्याचा आवाज मला ऐकू आला. त्या ड्रायव्हरकडे मला हवा त्या आकाराचा पाना असण्याची शक्यता होती. या वेळीसुद्धा माझा लाजाळूपणा आड आला आणि त्याला सरळ हात करून थांबवण्याऐवजी मी डिकशेजारी उभा राहिलो आणि माझा चेहरा समस्येने भरलेला दु:खद करण्याचा प्रयत्न केला. माझी कल्पना होती की, माझा चेहरा बघूनच तो माझ्यापाशी थांबून माझी विचारपूस करेल. कदाचित त्याच्या गाडीच्या उजेडात त्या ड्रायव्हरला माझ्या चेहऱ्यावरचे भाव दिसले नसतील, पण माझ्यापाशी न थांबता तो ट्रक तसाच निघून गेला. जाताना त्याने आपल्या वेगामुळे डिकला पूर्ण हादरवून सोडले.

"तुझा काही दोष नाही डिक," मी म्हणालो. मी माझ्या लँडरोव्हरशी बोलतोय हे कोणीही ऐकत नाहीये हे मला माहीत होते आणि कोणी ऐकणारे जरी असते तरीही मला फिकीर नव्हती.

मी परत माझ्या पान्याच्या समस्येबद्दल विचार करू लागलो. मला वाटले जर मी पुन्हा तीन वर्षांचा होऊ शकलो असतो तर बरे झाले असते. तेव्हाप्रमाणे मी परत रडत बसलो असतो आणि मग कोणत्यातरी मोठ्या माणसाने येऊन माझी समस्या सोडवली असती. मी त्या पान्यात माझ्या ऊर्जापेयाच्या कॅनचा ॲल्युमिनियमचा पत्रा

घालून त्याचा व्यास कमी करण्याचा प्रयत्न केला, पण तरीही तो पाना त्या नटभोवती गरागरा फिरत होता. नाक जोरात शिंकरून मी नाकातली धूळ बाहेर काढली, तेव्हा नाकपुडीत गेलेले दोन डास बाहेर आले. काही काळ मी सगळ्या जगावर चिडलो होतो, पण मला माहीत होते की, दोष माझा आहे. डिकला एका जॅकची गरज होती आणि तसा जॅक मिळवण्याच्या दोन संधी मी दवडल्या होत्या.

"मूर्ख-शी-शु-श्या," मी ओरडलो. आम्ही लहान असताना हे म्हणायला मला माझ्या बहिणीने शिकवले होते. हे ऐकायला किती बावळटपणाचे वाटत असेल याची मी फिकीर केली नाही. "मूर्ख-शी-शु-श्या," मी परत म्हणालो, या वेळी जरा हळुवार आवाजात. मला वाटते, या माझ्या समस्येवर मी दोन तास काम करत असेन, पण मला काहीच अंदाज नव्हता.

मग मी सगळा प्रयत्न सोडला.

मला कितीही डास चावले असते तरी मला आता फिकीर नव्हती. दुसऱ्या दिवशी सकाळी डास चावून-चावून जीर्णशीर्ण झालेले शरीर कोणत्यातरी चालकाला डिकशेजारी सापडले असते. माझ्या थडग्याशेजारच्या दगडावर असा संदेश लिहिला गेला असता, 'इथे पीटर ॲलिसन राहतो, तो एक महामूर्ख माणूस होता.' पण मला आलेली ही विरक्ती काही क्षणच टिकली. माझ्या नाकावर एका डासाने जोरदार चावा घेतला आणि मी इहलोकात परत आलो. मी डिकच्या मागच्या ट्रेलरकडे पाहिले. आमच्या कंपनीला खाद्यपदार्थांची वाहतूक करण्यासाठी डिक हवा होता. खाद्यपदार्थांची वाहतूक करण्यासाठी मागचा ट्रेलर एका हवाबंद खोलीसारखा होता.

मी ट्रेलरचे दार उघडून जितक्या वेगात आत जाता येईल तितक्या वेगात आत गेलो. मी विचार केला होता की, तिथे मी माझ्या शर्टाची उशी करून जेवढी झोप मिळेल तेवढी काढू शकतो. मी लगेचच दार बंद केले. मला वाटले होते की, जे थोडे क्षण दार उघडे राहिले होते त्या वेळात थोडेसेच डास आत आले असतील. पण तसे काही झाले नव्हते, भरपूर डास आत आले होते. काही मिनिटांतच मी परत बाहेर येऊन स्वतःला दोष देत मूर्खासारखा येरझारे घालू लागलो. डास गुणगुणत, फेऱ्या घालत, माझ्या अंगावर झेप घेत मला चावत होते आणि मी स्वतःलाच फटके देत, शिव्या घालत, येरझाऱ्या घालत असताना माझ्या शरीरातले रक्त कमी होत होते.

अजून एक ट्रक आला. तो या रात्रीचा शेवटचा ट्रक होता. मी माझा लाजाळूपणा बाजूला ठेवून रस्त्याच्या कडेला उभा राहून त्या ट्रकला थांबण्यासाठी जोरात हातवारे केले. या वेळी माझ्या डोळ्यांत अगदी अजिजीचा भाव आला होता.

त्या ट्रकने मोठा हॉर्न वाजवला आणि तो तसाच निघून गेला. माझ्या लक्षात आले की, त्या चालकाच्या दृष्टीने मी एखाद्या सेजच्या झाडाचे भूत असल्यासारखा

दिसत असलो पाहिजे. माझ्या शरीरावर सगळीकडे सेजच्या फांद्या होत्या आणि त्यातच माझे गोरे हात मधूनच बाहेर येऊन हलताना त्याला दिसले असले पाहिजेत. बोट्स्वानासारख्या अंधश्रद्धाळू देशात तो चालक बहुधा मॉनला पोहोचल्यावर थेट एखाद्या मांत्रिकाकडे गेला असेल आणि स्वत:ला कसला दु:शाप तर लागला नाही ना याची त्याने चौकशी केली असेल.

ट्रकच्या वेगामुळे जो हवेचा झोत आला त्यामुळे मी जरा मागे फेकला गेलो, पण त्यामुळे काही क्षण हवा जरा डासमुक्त झाली. मग मला गुणगुण ऐकू आली आणि परत सगळे डास माझ्या अंगावर तुटून पडले, पण त्यामुळे मला एक कल्पना सुचली.

मी धावलो. डिक आणि डासांपासून दूर रस्त्याच्या एका बाजूचा उतार उतरून खाली गेलो. खाली पोहोचल्यावर मी एकदम थांबलो आणि धापा टाकत काही क्षणांच्या डासमुक्तीचा आनंद घेतला. मग परत माझ्या कानाशी गुणगुणणे चालू झाले. मग मी परत वर धावलो आणि लागलेला दम घालवण्यासाठी डिकच्या पुढच्या बॉनेटवर वाकून जरा विश्रांती घेतली. जवळपास कुठेतरी एका झेब्राने साद घातली. इतर वेळी मी प्राण्यांचा आवाज ऐकून दचकतो तसा या वेळीदेखील त्या झेब्राच्या आवाजाने दचकलो.

मी परत पळत खालीवर करत राहिलो. आता माझ्या धावेची लांबी आधीपेक्षा पुष्कळ कमी झाली होती. मी गाडीपासून लांब आलेलो असतानाच त्या झेब्राने परत आवाज काढला. मी जमिनीला स्पर्श करून परत धावलो, पण या वेळी माझ्या लक्षात आले की, तो झेब्रा धोक्याची सूचना देतो आहे.

आता मी डिकपासून फार लांब आहे असे मला वाटू लागले. त्या डासांच्या गुणगुणण्याच्या आवाजापलीकडे बाकी काही ऐकण्याचा मी प्रयत्न करत होतो. त्या झेब्राने परत तो शिट्टीसारखा धोक्याची सूचना देणारा आवाज काढला. मी गाइड म्हणून प्राण्यांच्या मागावर असतानादेखील मला आवाजाची दिशा ओळखता येत नाही आणि तसेही तो झेब्रा कोणत्या दिशेला आहे याबद्दल मला काहीही उत्सुकता नव्हती. तो कोणत्या प्राण्याबद्दल धोक्याची सूचना देत होता ते महत्त्वाचे होते. सिंह? बिबट्या?

काहीही कर, पण पळू नकोस. मी स्वत:शीच विचार केला आणि माझ्या गाडीकडे एक निर्णायक दौड मारली. गाडीचे बाजूचे दार उघडले आणि आत जायच्या आधी एक क्षण थांबून कानोसा घेतला. सगळीकडे मिट्ट काळोख होता आणि थोडे ढग आलेले असल्यामुळे आकाशातल्या चांदण्यासुद्धा दिसत नव्हत्या. बहुतेक शिकारी प्राण्यांना रात्रीच्या अंधारात दिसू शकते. मला मात्र असे आकार दिसत होते जे सेजची झुडपे असू शकले असते नाहीतर इतर काहीही. मी ट्रेलरमध्ये

आत गेलो आणि दारात एक फट ठेवून बघत राहिलो की कोणी येते आहे का.

पण कोणीच आले नाही आणि कित्येक तास तसाच अंधार होता. असे वाटू लागले की, आता सूर्य कायमचाच बुडाला आहे, तेव्हाच पहाटेचे जरा फटफटायला लागले. आत्तापर्यंत अदृश्य असलेले पक्षी आता चहूकडे साद घालत असलेले ऐकू येऊ लागले. काही वेळातच त्यांचे मोठमोठ्याने गाणे चालू झाले. रात्रभराचे माझे सोबती असलेल्या किड्यांचा आवाज आता बंद झाला. थोड्या वेळाने सूर्योदय झाला आणि सूर्याने मकाडीकाडीचे रण माझ्यासाठी खुले करून दिले. ते पहाटेचे दृश्य मी आत्तापर्यंत पाहिलेल्या सर्वांत सुंदर दृश्यांपैकी एक होते. थोड्याच वेळात एक छोटी गाडी आली आणि माझ्यासाठी थांबली.

मॉनमध्ये मी ॲलनला सांगितले की, डिक कोठे अडकून पडला आहे. त्याने मला एक छोटा-मोठा होणारा पाना आणि एक जॅक बरोबर दिले. मला डिकपर्यंत सोडायला गिडेऑन नावाचा हेरेरो जमातीचा एक लुकडा माणूस बरोबर आला होता. या वेळी आम्ही डिकचे फुटके टायर अगदी सहजगत्या बदलले. मी आजूबाजूला कोणत्या शिकारी प्राण्याच्या पाऊलखुणा दिसत आहेत का ते पाहत होतो, पण मला काहीच दिसले नाही. 'मूर्ख झेब्रा,' मी मनाशी विचार केला. मी पूर्णपणे थकलो होतो.

गिडेऑन पुढे गेला. मी डिकला घेऊन मॉनचे शंभर का काहीतरी मैलांचे अंतर पार केले. तिथे पोहोचल्यावर मला समजले की, आमच्या कॅम्पवर कोणीतरी गाइड आजारी पडला आहे. त्यामुळे मला लगेचच परत बोलावले होते. मॉनहून विमान पकडून मी विमानाने आमच्या कॅम्पला परत गेलो. कॅम्पवर पोहोचल्यावर मला थेट माझ्या नेहमीच्या लँडरोव्हरकडे नेण्यात आले. माझ्या लँडरोव्हरलाही दारे किंवा पुढची काच नव्हती, पण सुदैवाने मागे ट्रेलरही नव्हता. मी पर्यटकांना घेऊन दुपारची सफारी फेरी नेली तेव्हा मी काय पुटपुटलो ते माझे मलाच ठाऊक नाही. संध्याकाळी जेवायच्या वेळेला माझे पाहुणे माझ्याशी बोलत असतानाच मी झोपी गेलो.

काही महिन्यांनंतर माझ्या कानी आले की, एक चालक डिकला घेऊन वाळूत फसला होता. डिक तिथे वाटेत अडकल्यामुळे एका हत्तीला फार राग आला होता आणि त्याने डिकच्या रेडिएटरमध्ये आपले सुळे खुपसले होते. आमच्या कंपनीच्या गाड्यांची व्यवस्था बघणाऱ्या पियेट नावाच्या डच मेकॅनिकने डिकला मृत म्हणून घोषित केले. मग कंपनीने त्याचे सुटे भाग काढून विकून त्याची विल्हेवाट लावली.

कदाचित माझ्या भावना मूर्खपणाच्या असतील, पण हे ऐकल्यावर मला जरा वाईट वाटले!

या-या आणि त्से-त्से

मी काही 'या-या' जर्मन लोकांना घेऊन गाडीतून जात होतो.

पर्यटक विमानातून उतरल्या-उतरल्याच ते या-या असतील तर मला कळते. विमानातून उतरल्यावर त्यांना अभिवादन करून मी म्हणतो, "हॅलो! माझे नाव पीटर आहे. तुम्हाला भेटून आनंद झाला." त्यांचे उत्तर "या-या!" एवढेच असते आणि मी हस्तांदोलन करण्यासाठी पुढे केलेल्या हातात ते त्यांच्या बॅगा कोंबतात.

मग मी 'या-यां'ना घेऊन कॅम्पवर परत जातो. वाटेत त्यांना विचारतो की, याआधी ते आफ्रिकेला कधी आले आहेत का. ते उत्तर देतात. 'या-या.' मला अशी आशा असते की, त्यांच्या आणि माझ्यामध्ये केवळ भाषेचा दुरावा आहे आणि त्यांच्या उद्धटपणामुळे ते अशी उत्तरे देत नाहीयेत. त्यामुळे त्यांची मी परीक्षा करतो.

"आकाशाचा रंग कोणता आहे?" मी विचारतो.

ते आश्चर्यचकित होऊन वर पाहतात. "निळा," असे उत्तर देतात आणि अगदी अपरिहार्यपणे मागून कोणीतरी, छद्मीपणाने मला ऐकू येईल इतक्या जोरात शेरा मारतो, "मूर्ख."

"या-या," मी त्यावर उत्तरतो. मला कल्पना असते की, पुढचे दोन-तीन दिवस अवघड जाणार आहेत.

या वेळेचा या-यांचा गट विशेषत्वाने वाईट होता. मी त्यांना काहीही दाखवले, तरी ते फक्त उच्छ्वास सोडायचे आणि म्हणायचे, "या-या" आणि आजूबाजूला इतर काही अजून चांगले दिसते आहे का ते पाहू लागायचे. आम्ही चित्ते बघितले, बिबटे बघितले, हत्ती बघितले, जिराफ, पाणघोडे, झेब्रे, तरसे, कुडू, बबून माकडे, इतर माकडे आणि मी लिहू शकणार नाही इतके पक्षी पाहिले. प्रत्येक वेळेला ते

उच्छ्वास टाकायचे आणि म्हणायचे, "या-या! पण सिंह कोठे आहेत?"

आणि ती एक समस्या होती. माझे सहकारी गाइड आणि माझा असा अभूतपूर्व काळ चालू होता की, आम्हाला एकही सिंह दिसत नव्हता. इतर वेळी दुर्मीळ असणारे चित्ते जणू प्रत्येक वाळवीच्या वारुळावर बसलेले दिसायचे आणि नेहमी लाजाळू असणारे बिबटे प्रत्येक मैदानातून जाताना आढळून यायचे. पण पर्यटक आफ्रिकेत प्रथमच आलेला असो नाहीतर अनेक वेळेला, सिंह बघितला नाही, तर त्याला इतर कशाचे कौतुक वाटत नाही आणि मोम्बोतल्या सिंहांचे आठही कळप कोठेतरी लपून बसले होते.

समोर दिसणाऱ्या प्राण्यांच्या गोष्टी सांगून माझ्या पर्यटकांचे मनोरंजन करण्याचा मी प्रयत्न केला. मी विनोद सांगितले, गमतीच्या गोष्टी सांगितल्या; पण त्यांच्या चेहऱ्यावरील तुच्छतेचा भाव कायम होता म्हणून मी शेवटी गप्प बसलो.

या पाहुण्यांच्या तिथल्या वास्तव्याच्या शेवटच्या दिवशी मी विचार करत होतो की, बहुधा हे पहिले असे पाहुणे असतील ज्यांना एकसुद्धा सिंह दिसला नाही. तरी मी तेव्हापर्यंत शेकडो वेळेला पर्यटकांना सफारीला घेऊन गेलो होतो. मग मी एक योजना बनवली. त्या योजनेनुसार गेले तर सिंह नक्कीच दिसले असते, पण यशाची खातरी देणाऱ्या इतर कोणत्याही योजनेप्रमाणे या योजनेतही बराच धोका होता. मी त्यांना घेऊन बोरोच्या पश्चिमेला जाणार होतो.

मोम्बोच्या दक्षिणेला एक लांबसडक वाळूचा पट्टा आहे. हा पट्टा म्हणजे ओकावांगोच्या नंदनवनात घुसलेली कलाहारी वाळवंटाची तलवार आहे. जर तुम्ही या भागात गेलात तर मधूनच उगवलेले गवत आणि थोडे शहामृग सोडून बाकी काही दिसत नाही. आजूबाजूला इतकी भरगच्च वनराई फुललेली असताना वन्य जिवांना या वाळवंटी पट्ट्यात विशेष काही आकर्षक वाटत नाही, त्यामुळे ते तिकडे अभावानेच जातात.

पण या भागातून जाणाऱ्या रस्त्याच्या शेवटी बोरोचा पश्चिमेचा भाग येतो. हा भाग मी बघितलेला सर्वांत निसर्गरम्य परिसर आहे. पाणी ओसरल्यावर वर्षातील काही महिनेच इकडे जाता येते. या भागात मोठे हिरवेगच्च कुरण आहे. या कुरणात मधूनच रेन ट्रीचे वृक्ष आपल्या फांद्या पसरून सावली देत स्थानापन्न झालेले आहेत. तिकडे हजारो हरणे आढळतात. आपल्याला उपलब्ध असलेल्या मुबलक खाद्यामुळे ती अगदी प्रसन्नचित्त होऊन गाईगुरांप्रमाणे शांतपणे चरत असतात. या सुंदर दृश्याला गालबोट लावल्याप्रमाणे मधूनच खजुरी पामची झाडे उगवलेली आहेत आणि या पामच्या झाडांखाली जर नीट निरखून पाहिले तर सिंह बसलेले दिसतात.

इथले सिंह हे आळशी सिंहांतले मुकुटमणी आहेत. खाद्य त्यांच्या खूपच जवळ आहे आणि पाणी पिण्यासाठी तीस सेकंदांहून अधिक चालावे लागत नाही. त्यामुळे त्यांना केवळ तीनशे मीटर लांब आणि तीनशे मीटर रुंद एवढीच हद्द पुरते. ते खरेतर शिकारही करत नाहीत. दिवसभर पामच्या झाडाखाली बसून वाट

पाहतात. कधीतरी एखादे हरीण त्या झाडाजवळ जातेच, मग हे आपला एक पंजा मारतात आणि त्या हरणाला खेचून घेतात.

जर्मन लोकांना हेच सिंह दाखवावेत असे मला वाटत होते.

मी त्यांना सांगितले की, त्या दिवशी वाटेत काहीच दिसणार नाही, पण शेवटी बहुधा सिंह दिसतील.

"या-या," त्यांनी उत्तर दिले.

मी नेहमीपेक्षा जरा जोरातच गाडी चालवत होतो. आजूबाजूला आम्ही आधी पुष्कळ वेळेला पाहिलेले प्राणी दिसत होते. जरा कमी आकर्षक; पण तरीही तितक्याच महत्त्वाच्या असलेल्या सेसेबे, बुशबक, म्हैस आणि वॉर्टहॉगसारख्या अनेक प्राण्यांकडे मी दुर्लक्ष करतो आहे असे मला वाटत होते.

"आह वॉर्टहॉग," ते शेवटी म्हणाले. मी गाइड म्हणून घेऊन गेलेल्या प्रत्येक जर्मन पर्यटकाला वॉर्टहॉगबद्दल एवढे आकर्षण का वाटते हे एक गूढच आहे आणि अजूनच आश्चर्यकारक गोष्ट म्हणजे ते नेहमी किती वॉर्टहॉग दिसत आहेत ते मोजतात. "एक, दोन, तीन, चार...."

त्यांची मोजदाद करून झाल्यावर आम्ही पुढे गेलो. तो भाग मार्टिना नावाच्या सिंहिणीच्या कळपाचा होता. पण ती मार्टिना आणि तिच्या कळपातल्या कोणाचाच पत्ता नव्हता. आम्ही सिम्बिरा जलवाहिनी पार केली आणि मग मधल्या रस्त्याने बोरोकडे जाऊ लागलो आणि मग रूक्ष भाग चालू झाला.

गाडीचे चाक माझ्या हातात फिरत होते. चाकाखालचा सगळा भाग खोल वाळूचा असल्यामुळे चाकांवर ताबा ठेवण्यासाठी बरीच ताकद लागत होती.

आजूबाजूचा प्रदेश बराच वेळ एकसारखा कंटाळवाणा वाटत होता आणि आसमंतात धूळ भरून राहिली होती. मला मधूनच वाटले की, माझ्या मानेचे केस उभे राहिले आहेत. नंतर लक्षात आले की, ते 'या-या' कंटाळून वैतागले होते त्यामुळेच त्यांना आलेला कंटाळा सगळीकडे आजूबाजूला आसमंतात पसरला होता. त्यांना दाखवण्यासारखे आजूबाजूला खरोखरच काहीही नव्हते. कितीही कंटाळवाणा असला तरी माझ्या पाहुण्यांना आजूबाजूचा परिसर आवडावा असे मला वाटते. म्हणून मग मी थांबलो आणि गाडीच्या दारातून पाय बाहेर काढून खाली वाळूत टेकवले. नंतर माझ्या चपला उचलून त्या जर्मन लोकांना दाखवल्या. चपलांच्या संपूर्ण तळव्याला छोट्या बिया चिकटल्या होत्या. प्रत्येक बीला चार बाजूंना चार काटे होते. इतर वेळी या बिया जनावरांच्या तळव्यांना चिकटतात आणि त्यांच्या हालचालींमुळे त्या जंगलभर पसरतात. ही माहिती मी त्या पाहुण्यांना समजावून सांगितली आणि नंतर म्हणालो की, या बिया ज्या झाडाच्या आहेत त्या झाडाचे नाव 'डेव्हिल्स थॉर्न' (राक्षसाचे काटे) असे आहे. उन्हाळ्यात संपूर्ण

कलाहारी वाळवंटात या झाडांवर पिवळी फुले फुलतात.

"या-या," ते म्हणाले आणि मग दुसरीकडे बघू लागले. आम्हाला आधी ते सिंह दाखव असे त्यांना खरेतर म्हणायचे होते. मी विचार करत होतो की, आम्हाला खरोखरच सिंह दिसले, मग तरी यांच्या चेहऱ्यावर हास्य येईल का नाही.

लँडरोव्हर तशीच पुढे जात राहिली आणि आम्ही अशा भागात पोहोचलो जिकडे सर्वांत जास्त वाळू होती. इकडे मधूनच उगवलेल्या बाभळीच्या झाडापेक्षा इतर फारसे उगवत नाही. या भागात त्से-त्से माश्या असू शकतात असे मी जर्मन पाहुण्यांना सांगेपर्यंत एक माशी मला चावली. त्से-त्से माश्यांचा चावा हा ॲक्युपंक्चरची सुई बोचल्यासारखा असतो. पण ॲक्युपंक्चरसारखे याचे काही वैद्यकीय फायदे नसतात. ती माशी थोडाच वेळ चावते, पण चावते ते एकदम बोचते. एकदा चावली की, त्यामुळे बहुतेक वेळेला थोडे रक्त आणि बरोबर तोंडात थोड्या शिव्या येतात. ही माशी जरा जास्तच जोर लावून माझ्या हाफपँटच्या आत, कोणत्याही माणसाला जिथे चावलेले आवडत नाही अशा ठिकाणी चावली होती.

अशा वेळी जे करणे टाळायला पाहिजे होते तेच मी केले, तिथे फटका मारून ती माशी मारली.

जर्मन लोकांना माझ्याकडे बघताना काय दिसले ते माझ्या नंतर लक्षात आले. मी मागे पाहून त्यांना काहीतरी सांगत असतानाच माझ्या चेहऱ्यावर माशी चावल्याची वेदना त्यांना दिसली आणि मग मी माझ्या नाजूक अवयवांवर एक फटका मारला. नाजूक अवयवांवर फटका मारला की, वेदनेचा डोंब उसळतो आणि कशाचातरी आधार घ्यावासा वाटतो. त्या वेदनेच्या वेळेला आधार देऊ शकेल असे लँडरोव्हरचे दार माझ्या बाजूला नसल्याने वेदनेने कळवळून मी गाडीतून खाली पडलो. गाडीचे इंजीन चालूच असल्यामुळे गाडी तशीच विनाचालकाची शंभरएक फूट पुढे जाऊन थांबली.

गाडी पुढे जात असताना स्वतःच मारलेल्या फटक्याच्या आणि त्से-त्से माशीच्या चाव्याच्या वेदनेत कळवळत मी जमिनीवर पडलो होतो. प्रत्येक क्षणाला त्या डेव्हिल्स थॉर्नच्या बियांचे अजून-अजून काटे माझ्या शरीरात घुसत होते. शेवटी एकदाचा मी उठलो आणि डोक्याच्या एका बाजूच्या आणि पायावरच्या बिया काढल्या. माझ्या पाठीमागे एकदा बिया तपासून गाडीच्या सीटवर बसलो. माझा हा प्रयोग पूर्ण होईपर्यंत सगळे जर्मन माझ्याकडे चेहऱ्यावर कोणताही भाव न दाखवता बघत बसले होते.

मला सांगायला अभिमान वाटतो की, काही मिनिटांतच मी घेतलेल्या जोखमीचे सार्थक झाले आणि आम्हाला बोरोतला सिंहांचा कळप दिसला. मी खाली बसलो आणि मागे त्या जर्मन पाहुण्यांकडे बघितले तेव्हा मला फार आनंद झाला. कारण ते माझ्याकडे बघत नव्हते; ते सिंहांकडे बघून हसत होते.

एक जवळचा मित्र

सफारी गाइड असल्यामुळे मी सतत लोकांच्या संपर्कात येत असे. जागे असताना बहुतेक तास मी माझ्या गिऱ्हाइकांबरोबर असे आणि त्यांच्यासमोर कायम 'हजर' असणे हे माझे कर्तव्य होते. सतत नवी माहिती गिऱ्हाइकांना पुरवणे आणि त्यांचे मनोरंजन करणे माझ्याकडून अपेक्षित होते. असे जरी असले आणि ऐकायला विचित्र वाटले तरी बहुधा गाइडचे आयुष्य एकाकी असते. जे पर्यटक आमच्या कॅम्पवर यायचे, ते ना माझे मित्र असायचे आणि ना ते मित्र बनू शकायचे. बहुतेक लोक आमच्या कॅम्पवर दोन-तीन दिवसांपुरते यायचे. त्यामुळे माझी त्यांच्याबरोबरची ओळख तेवढ्याच दिवसांपुरती मर्यादित असायची. मला एखादी व्यक्ती कितीही पसंत पडली असेल किंवा कोणाला मी आवडलो असेन तरीही दोन-तीन दिवसांचा कालावधी कोणत्याही मैत्रीचा नातेसंबंध जुळवायला अपुरा असायचा.

माझ्या सहकाऱ्यांचे आणि माझे नाते जवळचे असणे अपरिहार्य होते. माझ्या संबधात येणाऱ्या लोकांपैकी माझे सहकारीच फक्त माझ्या वयाचे असायचे. आम्हा सगळ्यांना वन्य जीवन आणि संवर्धनाबद्दल प्रेम होते. पण लहानपणापासून माझ्या लाजाळू लहान मूर्तीला ओळखणाऱ्या, माझ्या जुन्या मित्रांची मला कायमच आठवण यायची.

मी दहा वर्षांचा असल्यापासून निकला ओळखतो. दहा वर्षांचा असताना वडिलांच्या बदलीमुळे आम्ही नवीन ठिकाणी राहायला गेलो होतो आणि मी नव्या शाळेत जायला लागलो. रोज दुपारी शाळेतून परत येताना मी आणि निक एकच गाडी पकडायचो. एकदा रेल्वेतून येत असताना, त्या वयाची कोणतीही दोन लहान मुले ज्या विषयांबद्दल बोलतात तशा एका विषयाबद्दल आम्ही दोघे बोलू लागलो.

अशा वेळेचे विषय कोणतेही असू शकतात, अगदी लढाऊ विमानांपासून, वाघ आणि सिंहाच्या लढाईत कोण जिंकेल किंवा 'मॅड' आणि 'क्रॅक्ड' या दोन मासिकांपैकी कोणते जास्त विनोदी आहे इथपर्यंत. एका वर्षानंतर आम्ही एकाच शाळेत जायला लागलो आणि एकाच परिसरात राहत असल्यामुळे आमची मैत्री अजून घट्ट झाली. वयाच्या बाराव्या वर्षापासून मध्यरात्री घरातून निसटून एकमेकांना भेटायची परंपरा आम्ही चालू केली. रात्रीच्या वेळी भेटून आम्ही काहीही गैर किंवा कोणाला हानिकारक असे काही करत नसू. आम्ही फक्त एकमेकांना आमच्या मनातल्या गोष्टी सांगत असू. मी माझ्या कोणत्याही आफ्रिकन मित्रांना सांगितले असते की, माझे लहानपण सोपे नव्हते तर ते मला हसतील, पण माझे लहानपण नक्कीच आनंदी नव्हते. आमच्या मध्यरात्रीच्या फेऱ्यांमध्ये मी निकला माझ्या आयुष्यातल्या समस्यांबद्दल सांगितले. माझे वडील खूप दारू प्यायचे आणि माझी सावत्र आई जरा तोल गेल्यासारखी वागत असे वगैरे गोष्टींबद्दल मी त्याला सांगितले. तो मला क्वचितच सल्ला देत असे, पण माझ्यासाठी तेव्हा सर्वांत महत्त्वाची गरज होती ती माझ्या अंतर्मनातील समस्या माझ्याबद्दल सहानुभूती असलेल्या कोणालातरी सांगणे. ती गरज त्याच्याबरोबर हितगुज करताना भागत असे.

आमची मैत्री नंतर एवढी घट्ट झाली होती की, शेवटी त्याने माझा 'सर्वांत जवळचा मित्र' नावाची उपाधी आणि पवित्र जागा धारण केली होती. मला त्याआधी कल्पना नव्हती की, आपला सर्वांत जवळचा असा एखादा मित्र असणे इतके चांगले असते. आमचा एकमेकांवर पूर्ण विश्वास होता आणि आम्ही एकमेकांना भावासारखे होतो. शाळा संपल्यावर नोकरी मिळवणे इत्यादी गोष्टींमध्ये आम्ही एकमेकांना मदत करायचो आणि तारुण्यसुलभ वृत्तीने ज्या मुलींबद्दल आम्हाला आकर्षण वाटायचे त्यांच्याबद्दल आम्ही एकमेकांशी चर्चा करायचो.

स्त्रिया हा असा एक विषय होता, ज्यातला निक गुरू होता आणि मी एक अडखळता शिष्य. आमची शाळा फक्त मुलांची होती, पण आम्ही परत येताना सार्वजनिक बसने यायचो. त्या बसमध्ये इतर वेगवेगळ्या शाळांमध्ये जाणाऱ्या बऱ्याच मुली असायच्या. मी त्यांच्याबरोबर बोलत आहे अशी स्वप्ने रंगवायचो. माझी स्वप्नांची धाव फक्त बोलण्यापर्यंतच मर्यादित असायची. मी अशी कल्पना करायचो की, मी त्यांना काहीतरी चलाख आणि मनोरंजक अशी गोष्ट सांगत आहे आणि त्यामुळे त्या मुलींना मी फार आकर्षक वाटत आहे. गंमत अशी होती की, अशी एकाच वेळी चलाख वाटावी आणि मनोरंजकही असावी अशी कोणती गोष्ट त्यांना सांगावी याची मला खरोखरच कल्पना नसायची. आपल्या मनात संवाद पूर्णपणे घोकून तयार असेपर्यंत कोणत्याही मुलीशी बोलणे या कल्पनेनेच मला

घाम फुटत असे आणि आपल्याला घाम फुटून अंगाला वास येतो आहे हे मला स्वप्नांच्या दुनियेतही अमान्य असायचे.

निकच्या मनात मात्र असली कोणतीही रुखरुख नसायची. तो आयुष्यातल्या इतर गोष्टींना जितक्या आत्मविश्वासाने सामोरे जायचा, तितक्याच आत्मविश्वासाने मुलींशीही बोलायचा. जरी त्या मुलींना आम्ही स्त्रिया असे संबोधत असलो तरी त्या खरेतर मुलीच होत्या, आमचे वयच चौदा-पंधरा वर्षांचे होते. निक एक अशी असामी होती, ज्याच्याशी तुम्ही कोणत्याही विषयाबद्दल बोला, तो अगदी सहजतेने तो विषय पकडायचा आणि त्यावर आरामात बोलू शकायचा, जणू तो त्या विषयातला तज्ज्ञच आहे. माझ्यासारख्या धडपड्या, अजागळ व्यक्तीला त्याचे कौशल्य एखाद्या जादूगारासारखे वाटायचे. (मी एकदा धावत असताना माझे खांद्याचे हाड मोडून घेतले होते, म्हणजे पाहा.) तो मला पृथ्वीतलावर आलेल्या एखाद्या शापदग्ध यक्षासमान भासत असे.

तो कोणाही मुलीकडे जाऊन सहजगत्या तिला म्हणत असे, ''हाय! कशी आहेस? मला तुझा वॉकमन आवडला, एकदम सही आहे.'' त्याचे बोलणे ऐकताना माझ्या मनात असूया आणि आदर अशा मिश्र भावनांचा मेळ होत असे.

काय हा आत्मविश्वास!

मी त्याचे यशस्वी अनुकरण करणे अशक्य होते. मी फार लाजाळू होतो आणि असले काहीतरी करण्याचा प्रयत्न मी केला असता तर अनर्थ घडला असता. मी माझ्या मनात अशा प्रसंगाची कल्पना करत असे आणि त्या स्वप्नातल्या प्रसंगातही माझी तारांबळ उडत असे. ''हाय! काय करते आहेस?'' असे बोलल्यावर एक मोठा आवंढा आणि मग, ''तुझे कान फार मस्त आहेत.'' माझ्या या बोलण्यावर माझ्या स्वप्नातल्या मुलीच्या चेहऱ्यावर शून्य भाव असे. ''म्हणजे कानातले बोळे... नाही चुकलो... हेडफोन... जाऊ देत मी आता जातो.''

✦✦

काळ आपली गती कायम ठेवतो. आता या गोष्टींना पुष्कळ वर्षे झाली होती. आम्ही कित्येक वर्षांत भेटायचो नाही. माझे आफ्रिकेवर प्रेम बसले होते आणि त्याचे आशियावर. मी दक्षिण आफ्रिकेत स्थायिक व्हायला येताना निकबरोबर इंडोनेशियामध्ये दोन महिने घालवले होते. मग तो मला आफ्रिकेत येऊन भेटला त्याला खूप वर्षे लागली. तोपर्यंत मी माझ्या सहकाऱ्यांचा आदर मिळवलेला एक अनुभवी गाइड बनून बोट्स्वानामध्ये स्थायिक झालो होतो.

जरी सगळ्या लोकांशी मी अदबीने आणि नम्रपणाने बोलत असलो तरी माझा आत्मविश्वास गगनाला भिडलेला होता. मी आफ्रिकेत, माझ्या व्यवसायात माझे

स्थान निर्माण केले होते आणि मला माझ्या आयुष्यात पहिल्यांदाच ठाऊक होते की, मी कोणतेतरी काम खरोखरच चांगल्या पद्धतीने करतो. मी बनवलेल्या माझ्या या विश्वात निकचे स्वागत करण्यास मी फार उत्सुक होतो.

निकला आणायला मी धावपट्टीवर गेलो तेव्हा माझ्या कंपनीचे एक मॅनेजर तिथे उपस्थित होते. मला सगळ्या पाहुण्यांकडून जरी चांगला अभिप्राय मिळत असला, तरी मला वाटायचे की, या व्यक्तीला मी फारसा पसंत नाहीये. त्यामुळे ते माझ्याजवळ असताना मी अजूनच अस्वस्थ होऊन अशा गोष्टी करत असे की ज्यामुळे त्यांचे माझ्याबद्दलचे मत अजून वाईट होऊ शकेल. सेसना विमान हळू होऊन थांबले तसा निक मला विमानाच्या धूसर काचेतून बाहेर डोकावताना दिसला. त्याने उतरायच्या आधी विमानाच्या खिडकीच्या काचेचे जोरदार चुंबन घेतले तेव्हा मी विचार केला की, ते बघून आमच्या कंपनीचे मॅनेजर प्रभावित झाले असतील. तो विमानातून बाहेर आला आणि प्रत्येक शब्दावर जोर देऊन त्याने आपले आगमन अख्ख्या आफ्रिकेला जाहीर केले, ''मी! अगदी! चुत्यासारखा! दमलो! आहे!''

माझ्या साहेबाने आपली एक भुवई उंचावली. बाकीचे पर्यटक प्रत्येक रात्रीपायी सातशे डॉलर्स मोजत असताना माझा पाहुणा म्हणून त्याच कॅम्पवर फुकट राहणाऱ्या माणसाकडून त्यांनी अशा वर्तणुकीची अपेक्षा केली नसावी. मी निकला घाईघाईने दूर नेले आणि कॅम्पच्या वाटेवर त्याला समजावून सांगितले की, बाकीचे पैसे भरणारे ग्राहक आजूबाजूला असताना त्याला आपली भाषा जपून वापरावी लागेल.

माझ्या तारुण्यात माझा असा विश्वास बसला होता की, निक विशेष देणगी घेऊन जन्माला आलेला आहे. आमच्या मित्रवर्गापैकी केवळ त्याचेच आई-वडील एकत्र होते. त्याचे वागणे तसे संतुलित असायचे आणि त्याचा तोच आत्मविश्वास आणि तीच मोहिनी कायम होती. आता त्याचे सुदैव त्याच्याबरोबर थेट बोट्स्वानापर्यंत आले होते, कारण वाटेत त्याला पहिला प्राणी दिसला तो चित्ता. मी निकला सांगत होतो की, असा सहजासहजी चित्ता पाहायला मिळणे फारच दुर्मीळ आहे आणि जर तो चित्ता पळताना दिसला, तर मग तर निकने स्वत:ला परमेश्वराला विशेष प्रिय समजायला हरकत नाही. मी असे म्हणेपर्यंत तो चित्ता दबा धरून खाली बसला आणि एका इम्पाला हरिणाच्या मागे त्याने दौड मारली.

तो चित्ता निघाला तर जोरात होता, पण त्याने आपली दौड चुकीच्या वेळी मारली होती. कारण तो ज्या इम्पालाच्या मागे होता त्याला एका दाट झुडपात पळून जायला पुरेसा वेळ मिळाला. दाट झुडपात चित्त्याच्या वेगाचा फारसा उपयोग होत नाही. पण इथे निकचे सुदैव संपले नव्हते. कारण चित्ता झुडपात थांबून परत वळला आणि वाटेत त्याने एका आर्डवूल्फला घाबरवून आपल्या बिळातून बाहेर काढले.

"च्यायला! हे जरा अति होतंय!" मी उद्‌गारलो. आर्डवूल्फ हा एक तरसाच्या आकाराचा शांत स्वभावी प्राणी आहे. तो आर्डवूल्फ आमच्या शेजारून पळत गेला. "मी आर्डवूल्फ माझ्या आयुष्यात केवळ तिसऱ्यांदा पाहत आहे." मी म्हणालो.

"छान," निक म्हणाला, "पण मला वाटतेय की, आपल्या बोलण्यात शिव्या वापरू नये असे तू म्हणाला होतास."

निकचे विमान नेहमीपेक्षा उशिरा आले होते. त्यामुळे आम्ही कॅम्पवर पोहोचलो तोपर्यंत बाकी सगळे पर्यटक सफारीवर गेले होते. मी त्याला आमच्या कॅम्पच्या आसपासचा मोम्बो परिसर दाखवला. एका उपनगरात, कौलारू आणि लाकडी कुंपणाच्या एका घरात राहणारा एक छोटासा मुलगा असल्यापासून मला ओळखणारे कोणीतरी आमच्या कॅम्पवर आले आहे आणि मी त्याला सगळे दाखवतो आहे याचे मला फार समाधान वाटत होते. आम्ही कॅम्पच्या कार्यालयाच्या बाजूने जात असताना मला रेडिओवर इतर गाइडचे बोलणे ऐकू आले. ते जितक्या जोरात बोलत होते आणि जितक्या वेळा गाडीच्या दिशाबदलाची सूचना देत होते, त्यावरून ते कोणत्या प्राण्याच्या मागावर आहेत ते माझ्या लक्षात आले.

"त्यांची कुत्र्यांशी गाठ पडली आहे," मी निकला म्हणालो. मला अपेक्षा होती त्याप्रमाणे तो माझ्या उद्‌गारांवर गोंधळला होता.

"ते बरे होण्यासारखे आहे का?" त्याने मला विचारले. त्याला बहुधा वाटले की, सर्दीसारख्या कोणत्यातरी आजाराशी त्यांची गाठ पडली का काय.

मी काहीच बोललो नाही, फक्त रेडिओ ऐकत राहिलो. मला जे ऐकू आले त्यानुसार सात कुत्र्यांचा तो कळप थेट आमच्या कॅम्पच्याच दिशेने येत होता. सूर्यास्ताची वेळ होत आली होती आणि माझ्या माहितीप्रमाणे रात्रीच्या विश्रांतीच्या आधी कुत्र्यांना पाणी प्यायला आवडते.

निक अजूनही विमानप्रवासाने थकलेला होता आणि त्यामुळे विशेष प्रश्न न विचारता तो माझ्या मागे आला. मी त्याला कॅम्पच्या मागच्या भागात घेऊन गेलो. तिकडे आमच्या कॅम्पच्या गाड्या धुण्याच्या पाण्यामुळे एक तळे निर्माण झाले होते. त्या तळ्यावर पाणी प्यायला बरेच प्राणी येत असत. तिथे मी त्याला त्या जंगली कुत्र्यांबद्दल सांगू लागलो.

"जंगली कुत्रे आफ्रिकेतील शिकारी प्राण्यांपैकी सर्वांत दुर्मीळ होत चाललेले शिकारी आहेत. त्यांच्याबद्दल विशेष माहिती उपलब्ध नाही." मी माझ्या सगळ्यात जवळच्या मित्राशी बोलतानाही गाइड असल्यासारखेच बोलत होतो. पण मी फारच उत्तेजित झालेलो असल्यामुळे आमच्या नेहमीच्या हमरीतुमरीच्या पद्धतीने बोलत नव्हतो. "बहुतेक ठिकाणी त्यांना पाळीव कुत्र्यांपासून संसर्गजन्य आजार होतात आणि ते त्या साथीच्या रोगाला बळी पडतात. बऱ्याच ठिकाणी त्यांची शिकारही

झाली आहे, पण या भागात ते बऱ्यापैकी संख्येने आढळून येतात. ते शिकार करत असताना त्यांचा लँडरोव्हरमधून पाठलाग करायला फार मजा येते. लँडरोव्हरमध्ये त्यापेक्षा जास्त मजा केवळ एखाद्या स्त्रीबरोबर मौजमजा करण्यातच येऊ शकते.'' या शेवटच्या वाक्यासारखे आम्ही इतर वेळी एकमेकांशी बोलत असू.

त्या कुत्र्यांच्या मागावर असलेल्या गाड्यांचा आवाज आता मला ऐकू येऊ लागला. पण आमच्या कॅम्पकडे येणारा गाडीचा रस्ता थोडा लांबून होता. कुत्र्यांना मात्र असे कोणतेही रस्त्याचे बंधन नव्हते त्यामुळे ते थेट कॅम्पच्या मागच्या तळ्यावर येणार होते. लँडरोव्हर यायला थोडा वेळ लागणार असल्यामुळे इतर कोणीही बघत नसताना मनात येईल तसे वागायची मला संधी मिळाली.

''खाली पड,'' मी निकला म्हणालो. तो जमिनीवर पसरल्यावर मीसुद्धा त्याच्या शेजारी आडवा झोपलो. अंधार पडत आला होता. आम्हाला ते कुत्रे थेट आमच्या दिशेने पळत येताना दिसले. ''या प्राण्यांइतके यशस्वी शिकारी दुसरे सापडणार नाहीत. हे पठ्ठे नुसते पळतात, भरपूर पळतात आणि त्यांचे सावज थकून जेव्हा थांबते तेव्हा त्याच्या पोटाचे लचके तोडायला लागतात. पोटाचे लचके तोडून जनावर मारणे तसे दिसायला खराब दिसते, पण सिंह-बिबट्यासारखे मानेचा चावा घेऊन गुदमरून मारण्यापेक्षा ही शिकारीची प्रभावी पद्धत आहे.'' मी बोलताना क्षणभर थांबलो. कुत्रे आमच्याजवळ आल्यावर त्यांचा वेग जरा मंदावला. ते आमच्या दिशेने वास घेत होते. ''जेव्हा कुत्रे शिकार करतात, तेव्हा ते कायमच यशस्वी होतात.'' मला फार मजा येत होती आणि निकलाही तेवढीच गंमत वाटते आहे का, ते मी त्याच्याकडे वळून पाहत होतो. सात जंगली कुत्रे त्याच्यासमोर उभे असताना त्याला विशेष सुरक्षित वाटत नव्हते आणि त्याच्या चेहऱ्यावर काही आनंद दिसत नव्हता. ते कुत्रे मधूनच वास घेत थोडेसे भुंकत होते. ''ऑफकोर्स,'' मी पुटपुटलो. ''कुत्र्यांनी माणसांवर हल्ला केल्याची विशेष उदाहरणे नाहीयेत. त्यामुळे हे आपले असे पडून त्यांना पाहणे बऱ्यापैकी सुरक्षित आहे.''

त्या कुत्र्यांनी शेवटी ठरवले की, आम्ही दोघे काही धोकादायक नाही आहोत आणि त्यांनी समोरचे पाणी पिण्यास सुरुवात केली. माझा शेजारी निक थोडा शांत झाला. आमच्या या साहसाचा तो आनंद घेऊ लागला ते पाहून मला बरे वाटले. पण त्याच वेळी त्याला भीती वाटेल असा एक अनुभव दिल्यामुळे मला छुपा आनंद झाला होता.

✦ ✦

दुसऱ्या दिवशी सकाळी मला नेमून दिलेला पर्यटकांचा गट आला, त्यामुळे तेव्हापासून मी बऱ्यापैकी कामात होतो, पण तरीही निक बऱ्याच सफारीच्या

फेऱ्यांना गेला आणि तिकडेसुद्धा त्याचे सुदैव त्याची साथ देत राहिले. त्याने पुष्कळ सिंह बघितले, त्याला बरेच बिबटेही पाहायला मिळाले. एकदा शिकारी कुत्रे शिकार करत असताना त्यांच्या मागावर गाडीतून त्यांचा पाठलाग त्याने अनुभवला आणि त्याला हत्तीही खूपच जवळून बघता आले. त्याच्या कॅम्पमधल्या वास्तव्याच्या शेवटच्या सकाळी कोणत्यातरी गाइडला चित्ता दिसला. त्या चित्त्याच्या मादीला आम्ही नेहमीच बघायचो. त्यामुळे तिला आम्ही चांगले ओळखत होतो. तिला पूर्ण वाढ होत आलेली तीन पिल्ले होती. त्या चौघा चित्त्यांचे कुटुंब वाहनांना आणि माणसांना एकदम सरावलेले होते. त्यामुळे वाहने आजूबाजूला असली तरीही ते एकदम शांत असायचे.

ते चित्ते विशेष काहीही करत नाहीयेत असे मला सांगितले गेले होते. त्यामुळे मी तिकडे जाण्याची कोणतीही घाई केली नाही. वाटेत बबून माकडांचा हमखास मनोरंजन करणारा कार्यक्रम चालू होता, तो पूर्ण पाहिला व नंतर जिराफसुद्धा पुष्कळ पाहिले. जिराफांचा डौल असा असतो की, त्यांच्याकडे केव्हाही पाहिले तरी त्यांची छाप पडते. मी जेव्हा त्या चित्त्यांपाशी पोहोचलो तोपर्यंत बाकीचे गाइड आपापल्या पाहुण्यांना घेऊन कॅम्पवर परत गेले होते. मला निरोप असा मिळाला होता की, ती मादी आपल्या पिल्लांना घेऊन आरामात पहुडली आहे, पण मी त्या ठिकाणी पोहोचलो तरी मला ते चित्ते दिसेनात. त्या ठिकाणाहून त्या चित्त्यांच्या पाऊलखुणा पुढे मोकळ्या मैदानात गेलेल्या दिसल्या. मी गाडी त्या दिशेला नेली तरी तेथेसुद्धा ते चित्ते नव्हते. मी तसाच त्या खुणांच्या मागे जात राहिलो. पुढे मला दिसले की, मैदानात पुढे जात असताना ते चित्ते अचानक वळले होते आणि बाजूच्या झाडांत गेले होते. मी दुर्बिणीने ते चित्ते कुठे दिसतात का ते बघत होतो तेव्हाच मला एक हुंकार ऐकू आला.

"बघा बघा!" मी ओरडलो. इम्पालांचा एक कळप बाजूच्या झुडपांतून बाहेर मैदानात आला. मला ठाऊक होते की, त्या इम्पालांनी चूक केली होती. त्यांनी तिकडे झुडपांमध्येच थांबायला हवे होते. इम्पाला उड्या मारून पळत जातात आणि चित्ते सरळ रेषेत वेगात धावतात. झुडपांमध्ये इम्पालांच्या उड्या चित्त्यांच्या सरळ रेषेतील वेगापेक्षा जास्त प्रभावी ठरल्या असत्या आणि इंपालांचे संरक्षण झाले असते. आता मात्र ते खुल्या मैदानात धावत होते. ते ज्या रेषेत धावत होते, त्या रेषेत ते थेट आमच्या लँडरोव्हरपाशी पोहोचले असते. चित्ते त्यांच्या मागावर धावत आले आणि चित्त्यांचा वेग जास्त असल्यामुळे ते इम्पालांना सहज गाठणार होते. इम्पाला पळताना मध्येच दिशा बदलत होते. त्यांचा असा अंदाज होता की, चित्त्यांना त्यांच्या वेगामुळे एकदम दिशा बदलता येणार नाही आणि ते आपल्या धावण्याच्याच दिशेत पुढे जातील. पण ते इम्पाला फारच मोकळ्या मैदानात आले

असल्यामुळे तसे घडले नाही. त्या चित्त्यांच्या आईने एका इम्पालाचा पाय पकडला. तो इम्पाला खाली पडला आणि तोपर्यंत त्या मादीने त्याची मान आपल्या जबड्यात पकडली होती.

त्या पळापळीमध्ये उडालेली धूळ खाली बसली. चित्त्याची पिल्ले उत्तेजित होऊन आवाज करत होती आणि आपल्या आईला मदत करण्याचा प्रयत्न करत होती. आधीच मृत असलेल्या त्या इम्पाला हरिणाचा पाय आणि कान आपल्या जबड्यात पकडून त्याला मारायचा प्रयत्न करत होती. त्यांच्या आईने दम खात असताना हे त्यांचे प्रयोग चालू राहू दिले. चित्ते पळतात तेव्हा त्यांच्या शरीरात लॅक्टिक ॲसिड नावाचे एक आम्ल तयार होत असते. ही मादी खोलवर श्वास घेऊन जितका प्राणवायू आत घेता येईल, तितका घेऊन शरीरातील लॅक्टिक ॲसिड मूळपदावर आणत होती. थोड्या विश्रांतीनंतर तिने त्या इम्पालाचे शरीर ओढून जवळच्या बाभळीच्या झुडपाच्या खाली सावलीत नेले. हे सगळे घडायला फक्त काही मिनिटे लागली होती आणि एवढ्या वेळात कोणी एक शब्दही काढला नव्हता.

''फारच अप्रतिम!'' माझा एक पाहुणा म्हणाला. बाकीचे काहीच बोलले नाहीत. सगळे आश्चर्यचकित होऊन बसले होते. आफ्रिकेत अशीच शिकार बघायला बहुतेक लोक येत असले तरी काही जणांना प्रत्यक्षात असा प्रसंग पाहिला की, घाबरायला होते. मी थोडा अस्वस्थपणे सगळे लोक शांत होण्याची वाट पाहत बसलो होतो.

''वाव!'' निक शांतपणे म्हणाला आणि मग थोडा जोर लावून परत उद्गारला, ''फकिंग, वाव!''

गाडीतल्या लोकांनी त्याच्याकडे अशा नजरेने पाहिले की तो जणू वेडा आहे. पण नंतर त्याचा उत्साह त्यांच्यापर्यंतही पोहोचला. एक-एक पाहुणा, आपण काय विलक्षण प्रसंग पाहिला या जाणिवेने उत्तेजित होताना मला दिसला. नंतर सगळेच एकावेळी बोलू लागले.

''बघितले का किती जोरात...''

''आणि मग तिने शेवटची झेप जी घेतली...''

''वेग, मित्रा! शर्यतीच्या गाडीपेक्षाही जोरात...''

''गरीब बिचारा इम्पाला,'' एक जण म्हणाला, त्याने स्वत:ला वाटलेली हुरहुर इतरांपर्यंत पोहोचवली.

''हो पण हा तरुण माणूस 'फकिंग वाव' असे म्हणाला.'' आमच्या गटातला एक वयस्कर माणूस निककडे बोट दाखवून म्हणाला. तोपर्यंत हा सद्गृहस्थ अगदी अंतर्मुख आणि गप्प बसला होता. सगळे परत बोलू लागले आणि बोलताना हसत

होते. मला कल्पना होती की, हा प्रसंग त्यांच्या अख्ख्या सहलीतली प्रमुख घटना असणार होती. मी निककडे पाहून एक डोळा मारला आणि तो प्रत्युत्तर म्हणून माझ्याकडे बघून प्रसन्नवदनाने हसला.

आम्ही कॅम्पवर परत गेल्यावर मी निकला बाजूला काढले आणि म्हणालो, ''आपण नाश्ता नाही घेणार आहोत.''

''का?'' त्याची चिडचिड झाली, कारण नाश्त्याचे ऑम्लेट फार चवदार असायचे.

''बाकीच्या पाहुण्यांना करायला मिळत नाही अशी अजून एक गोष्ट आपण करणार आहोत.''

आम्ही चित्त्यांपाशी परत गेलो. तिकडे त्यांची मेजवानी अजूनही चालू होती. दर थोड्या वेळाने ती मादी उभे राहून आजूबाजूला नजर टाकत होती. तिने शिकार केल्यामुळे सिंह, बिबटे आणि तरसांपासून तिला सावध राहावे लागत होते. यांपैकी कोणीही आले असते, तर तिला आपली शिकार त्यांच्या हवाली करून तिकडून स्वसंरक्षणासाठी पळ काढावा लागला असता.

''ओके, आता आपण असे करणार आहोत.'' मी सूचना दिली, ''आपण लँडरोव्हरच्या मागच्या बाजूने खाली उतरणार आहोत आणि मग गाडीखालून रांगत जाऊन चित्त्यांपासून साधारण दहा मीटर अंतरावर थांबणार आहोत. मला त्यांच्या जवळ जाऊन त्यांना घाबरवून सोडायचे नाहीये. त्यामुळे एका वेळी एकच जण त्यांच्याजवळ जाऊ यात. तुझा कॅमेरा तुझ्याजवळ आहे ना?''

एखादा आपल्याशी बोलताना तोंडातून लाळ गाळत असेल, तर आपण त्याच्याकडे जशा नजरेने पाहू, तशा नजरेने निकने माझ्याकडे पाहिले. ''काय झाले?'' मी विचारताना माझे तोंड पुसले.

''तू मजा करतो आहेस ना?''

''छे! मी खरेच सांगतो आहे. हे तसे सुरक्षित आहे, माझ्यावर विश्वास ठेव. आम्ही या चित्त्यांबरोबर कित्येक महिने घालवले आहेत. त्यामुळे ते आम्हाला चांगले ओळखतात.'' त्याच्या नजरेत अजूनही असा भाव होता की, माझ्या तोंडातून लाळ गळत आहे. ''ही एक अशी दुर्मीळ संधी आहे जी तुझ्या वाट्याला आयुष्यात एकदाच आली आहे. जगात बाकी असे कोणतेही चित्ते नसतील ज्यांच्या इतक्या जवळ तू बिनधोक जाऊ शकशील.'' तरीही त्याला खातरी नव्हती. ''विश्वास ठेव,'' मी परत म्हणालो आणि गाडीतून खाली उतरून जेवणाऱ्या चित्त्यांच्या दिशेने सरपटत जाऊ लागलो. मी त्यांच्या खूप जवळ पोहोचेपर्यंत त्यांनी माझ्याकडे दुर्लक्ष केले. त्यानंतर मात्र एका पिल्लाने उडी मारली आणि माझ्या दिशेने फुस्कार काढला. नंतर ते पिल्लू माझ्या जवळ आले आणि थेट माझ्या

तोंडावरच फुसकारले. चित्त्याने जंगलात माणसांवर हल्ला केल्याचे कधी ऐकिवात नव्हते, पण तरीही पूर्ण वाढ होत आलेला एखादा चित्ता थेट तुमच्या तोंडासमोर आपले दात दाखवत असेल, तर भीतीने तुमच्या पोटात गोळा येतो. मी निकसमोर कितीही न भिण्याचा आव आणला असला तरी मनातून मी खूप घाबरलो होतो. त्या चित्त्याची आई उभी राहिली आणि तिने माझ्याकडे सोडून इतर सगळ्या दिशांना पाहिले. चित्त्याच्या अशा वागण्याची मला नेहमीच गंमत वाटत आली आहे. ती असे भासवीत होती की, एकतर मी तेथे उपस्थितच नाही, नाहीतर मी इतका क्षुल्लक आहे की, तिला माझ्याकडे साधी एक नजरसुद्धा टाकावी असं वाटत नाहीये.

"तू फोटो घेतो आहेस ना?" मी निकला विचारले.

"हा रेडिओ कसा वापरायचा ते मला माहीत नाहीये. जर त्या चित्त्याने तुझ्यावर हल्ला केला तर मला मदत बोलवायला लागेल ना?" निक उत्तरला. तो तरुण नर चित्ता माझ्याजवळ आला तो प्रसंग मला वाटला त्यापेक्षा लांबून अजून वाईट दिसला असावा.

"तू काळजी करू नकोस तो फक्त खेळत होता," मी म्हणालो.

मग निकने माझे काही फोटो घेतले. मग मी त्याला गाडीतून हळूच उतरायला सांगितले. हवेत अजिबात गारवा नसूनही तो भीतीने कापत होता. "तू घाबरू नकोस, ते तुला काही करणार नाहीत. जरी ते तुझ्याजवळ आले तरी तो त्यांचा फक्त खेळ आहे." त्याने परत तशाच नजरेने माझ्याकडे पाहिले. म्हणून मी परत माझे तोंड बाजूने पुसले. माझ्या तोंडातून थोडीसुद्धा लाळ आलेली नव्हती. तो सरपटत अजून जवळ आला. "थोड्याच वेळापूर्वी या चित्त्याने एका हरणाच्या नरड्याचा घोट घेतलेला मी पाहिलाय, तुला ठाऊक आहे ना?" त्याने मला विचारले.

मी त्याला प्रत्युत्तर देणार होतो पण काहीच बोललो नाही. आधीचा शिकारीचा प्रसंग इतका काही नाट्यपूर्ण नव्हता. त्या इम्पाला हरिणाच्या मानेच्या त्वचेवर जखमसुद्धा दिसत नव्हती. मी नुसतीच मान डोलावली आणि त्याला हाताने खूण करून अजून जवळ बोलावले.

तो एका ठिकाणी थांबला. त्याचे शरीर पूर्ण ताणलेले दिसत होते आणि एकूणात त्याचा आविर्भाव मला पूर्णपणे अपरिचित होता. आमच्या एवढ्या वर्षांच्या ओळखीत निकने एखाद-दोन वेळेलाच आपले संतुलन घालवलेले मी बघितले होते. आणि त्याप्रसंगी काही क्षणांतच सरड्यासारखा आपला नूर पालटून त्याने आजूबाजूच्या वातावरणाशी जुळवून घेतले होते. पण या वेळी तो खरोखरच खूप घाबरला होता. मी त्याला तसे कधीच पाहिले नव्हते. "थांब," मी म्हणालो.

"त्या ठिकाणी मी तुझे थोडे फोटो काढतो." त्याने सुटकेचा एक निश्वास टाकला आणि नाराजीनेच आपली पाठ चित्त्यांकडे करून, कॅमेऱ्याकडे तोंड करून मला फोटो काढून दिला. त्याचा चेहरा अजूनही गंभीर होता. "जरा हास तरी!" मी म्हणालो. "तुझ्या आईला फोटोत तुझा चेहरा हसरा आलेला आवडेल."

"माझ्या आईला असे कायमच वाटत आले आहे की तुझी संगत चांगली नाही. तिला हा फोटो दाखवला तर तिची त्याबाबतीत खातरी पटेल."

"ठीक आहे," मी म्हणालो आणि अजून फोटो काढले. त्या फोटोत निकच्या मागे तीन चित्ते आले होते. त्याच्या चेहऱ्यावरच्या भावावरून त्याला बद्धकोष्ठ झाल्यासारखे वाटत होते.

परतीच्या वाटेवर थोडा वेळ कोणीच बोलले नाही. मग मी त्याला म्हणालो, "हे बघ, मी काही वाईट संगत नव्हतो. दर वेळेला तू कोणत्यातरी कठीण प्रसंगात असताना मी तिथे असायचो. कारण मी तुझ्याशी बोलून तुला त्या संकटातून वाचवायला हजर राहायचो. तू तुझ्या आईला हे जाऊन सांग."

"तू मला चित्त्याला खायला घालायचा प्रयत्न केलास हे तर मी माझ्या आईला सांगणारच आहे. तू म्हणतोस ते त्याच्या आधी सांगू का नंतर?"

आम्ही तसेच पुढे जात राहिलो. या प्रसंगी निकचा आत्मविश्वास डगमगला होता. मी विचार करत होतो की, अशा प्रसंगाला त्याला सामोरे जायला लावल्याने मला का आनंद झाला असावा. तो नेहमीप्रमाणे दैवतासमान न भासता साध्या मर्त्य जिवासारखा दिसला तर त्यात मला इतके आनंद होण्यासारखे खरेतर काय होते? नंतर माझ्या लक्षात आले की, माझ्या अशा भावनांमध्ये काहीही चूक नाहीये. निकला इतके असुरक्षित बघून, ना माझ्या मनातला त्याच्याबद्दलचा आदर कमी झाला होता, ना आमच्या मैत्रीचे मूल्य मला कमी वाटत होते.

खरेतर तो मला अजूनच आवडू लागला होता.

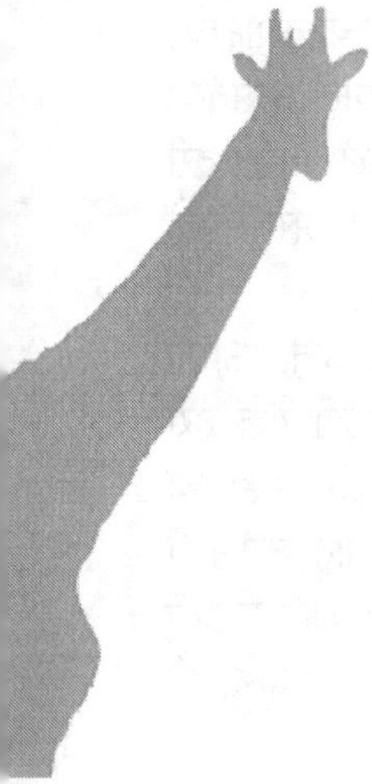

वाईट अभिनेते

तुम्ही जेव्हा पर्यटनाशी संबंधित क्षेत्रात कोणतीही नोकरी करता तेव्हा वेगवेगळ्या देशांतल्या लोकांबद्दल अपकीर्ती कशी पसरते ते तुमच्या लक्षात येते. तुमच्या संपर्कात येणाऱ्या एखाद्या व्यक्तीची, ती व्यक्ती केवळ विशिष्ट देशातील आहे म्हणूनच तुम्हाला भीती वाटते. जर तुम्ही सफारी गाइड असाल तर एखाद्या हॉटेलमध्ये नोकरी करणाऱ्या कर्मचाऱ्यापेक्षा तुम्हाला आपल्या ग्राहकांचा जास्त सहवास मिळतो. त्यामुळे तुम्हाला प्रत्येक व्यक्तीच्या खऱ्या व्यक्तिमत्त्वाचा परिचय होतो. त्यामुळे मग तुम्हाला फ्रेंच लोकांच्या उद्धटपणाच्या, अमेरिकन लोकांच्या आकाराच्या, ऑस्ट्रेलियातील लोकांच्या सतत नशेत असल्याप्रमाणे वागण्याच्या आणि जर्मन लोकांच्या कायम समस्येत असल्याप्रमाणे गंभीरपणे वागण्याच्या पलीकडे जाऊन त्यांच्या खुबींची चांगली ओळख करून घेता येते. कोणाही व्यक्तीची परीक्षा ती व्यक्ती कोणत्या देशातून आली आहे या एकाच गोष्टीवर करू नये हे तुमच्या लक्षात येते. तसेच न्यू यॉर्कहून आलेल्या एखाद्या पर्यटकाचा गाइड बनायला, तो न्यू यॉर्कहून आला आहे एवढ्या एकाच कारणासाठी नकार देऊ नये हेदेखील तुम्हाला कळते. प्रत्येक व्यक्ती ज्या देशातून आली आहे त्यानुसार वागतेच असे नाही काही. कधीकधी मात्र एखादा असा पर्यटक येतो जो आपल्या देशातून आलेल्या लोकांवर जो शिक्का बसलेला असतो त्याप्रमाणेच वागतो. एवढेच नाही, तर आपल्या देशाबद्दलची कुप्रसिद्धी अजूनच पसरवून जातो.

स्पिरुबागु अशाच लोकांपैकी एक होता. उत्तर बोट्स्वानात त्याने केलेल्या छोट्या सफारीमध्ये त्याची बरीच अपकीर्ती पसरली. गळ्यात सदैव कॅमेरा अडकवून, दिसणाऱ्या प्रत्येक गोष्टीचा फोटो काढणाऱ्या जपानी पर्यटकांचा तो मुकुटमणी

होता. ज्या कोणाला त्याने राहिलेल्या तंबूचे, त्यातल्या खाटेचे, तंबूतल्या कपाटाचे, तंबूच्या चेनचे आणि त्याच्या सामानाचे काढलेले फोटो बघावे लागले असतील त्यांच्याबद्दल मला सहानुभूती वाटायची. हे फोटो साधे तंबूत काढलेले असले तरी ते काढतानासुद्धा त्याने प्रत्येक फोटोत दिसणारे दृश्य, फोटोची स्पष्टता असे सगळे निर्दोष असावे याची काळजी घेतली होती.

खरेतर जपानी पर्यटक आमच्या कॅम्पमध्ये येणे तसे दुर्मीळ होते. कारण जपानी लोक तसे मोठ्या गटांमध्येच प्रवासाला जातात आणि कोठेही गेले तरी त्यांना त्यांचेच अन्न हवे असते. आमच्या कॅम्पमध्ये केवळ वीस लोकांची राहायची सोय होती आणि जवळच्या गावातून जी खाद्यसामग्री मिळायची त्यात जमेल ते आम्ही पर्यटकांसाठी शिजवायचो. तरीही वर्षातून एखाद-दोन वेळेला काही धाडसी जपानी लोक आमच्याकडे यायचे. मला थोडी जपानी भाषा येत असल्यामुळे, मी त्यांच्या गटाचा गाइड म्हणून नेमला जाणे साहजिक होते.

एका जपानी पर्यटकांच्या गटाला आणायला मी धावपट्टीवर गेलो होतो. त्यांचे विमान ज्याप्रकारे खाली उतरले ते पाहूनच त्यात काहीतरी गोम आहे असे माझ्या लक्षात आले. ओकावांगोतील वैमानिक खरोखरच चांगले वैमानिक आहेत. जगातील इतर कोणत्याही ठिकाणच्या व्यावसायिक वैमानिकांपेक्षा ते अधिक वेळेला उड्डाण करतात आणि विमाने उतरवतात. आणि कित्येक वेळेला विमान उतरवताना विचित्र आडवेतिडवे वारे वाहत असतात, धुळीची वादळे येतात आणि कधीतरी एखादा प्राणी धावपट्टीवर चरत आलेला असतो, त्यामुळे त्यांचे विमान चालवण्याचे कौशल्य वाखाणण्यासारखे असते. त्यामुळे ते विमान एकदम जोरात खाली येऊन धावपट्टीवर एकदम आदळल्यासारखे झाले त्याचे मला आश्चर्य वाटले. तिथली हलकी विमाने जेव्हा जमिनीवर टेकतात तेव्हा ती थोडी टप्पा घेतलेल्या चेंडूसारखी परत वर येतात. पण हे विमान मात्र अजिबात परत वर आले नाही. ते जेव्हा त्याच्या नियोजित स्थानाकडे येऊन थांबले तेव्हा वैमानिकाने खिडकीतून माझ्याकडे बघून निराशेने मान हलवली.

त्यापाठोपाठ येऊ घातलेल्या समस्येचे दुसरे चिन्ह दिसले. विमानातून सर्वांत पहिल्यांदा दोन विशीतल्या मुली बाहेर आल्या. त्या मुलींनी सफारीसाठी दिलेल्या सूचनांमध्ये लिहिलेले खाकी किंवा तपकिरी रंगाचे कपडे घालण्याचा बराच विचार करून मग तो विचार रहित केलेला दिसत होता. त्यांच्या कपड्यांचा रंग असा विचित्र होता की, त्या रंगामध्ये पिवळाजर्द आणि लालभडक रंगाचे भांडण झाल्यासारखे दिसत होते आणि एकूणात ते कपडे इतके गडद होते की, बार्बीसारख्या बाहुलीलासुद्धा ते कपडे पाहून मळमळले असते. बहुतेक प्राणी रंगांधळे असतात, त्यामुळे त्या कपड्यांच्या रंगांमुळे विशेष समस्या निर्माण होणार नव्हती, पण

दिलेल्या सूचना झुगारून आपल्या मनात येईल तसे वागणाऱ्या लोकांबद्दल मला कायमच धास्ती वाटत आली आहे. विशेषत: जंगलात जिथे तुम्ही काहीतरी नसते करून बसलात तर तुम्हीच कोणाच्यातरी तोंडचा घास होण्याची शक्यता असते.

विमानातून शेवटचा पर्यटक उतरला आणि आपले सामान बाहेर काढू लागला. त्याच्याकडे बघून तर माझ्या कपाळावर अजूनच आठ्या पडल्या. प्रत्येक प्रवासी कंपनी आपल्याकडे आरक्षण करणाऱ्या पर्यटकांना बजावून सांगत असते की, आमच्या कॅम्पवर येताना एका अतिशय लहानशा विमानातून प्रवास करावा लागतो आणि या छोट्या विमानांमध्ये सामानावर खूपच मर्यादा असतात. या विमानातून काटेकोर पद्धतीने प्रत्येक प्रवाश्याला केवळ पंचवीस पौंड सामान नेता येते. या शेवटच्या पर्यटकाच्या कॅमेऱ्याच्या पिशव्या आणि फोटोसाठीच्या तिपाया बाहेर येताना बघितल्या, तर त्या पंचवीस पौंडांपेक्षा बऱ्याच जास्त वजनदार होत्या. वैमानिकाने त्याच्या सामानावर आक्षेप घेतला असेल तेव्हा त्याला एकतर खरोखरच इंग्रजी समजत नसावे नाहीतर न समजण्याचा त्याने आव आणला असावा, त्याशिवाय तो एवढे सामान आणूच शकला नसता.

✦✦

"आम्ही जवळजवळ कोसळणार होतो," वैमानिक मला म्हणाला. तो दात-ओठ खाऊन जरी बोलत असला तरी तो न्यूझीलंडचा असल्याचे त्याच्या शब्दोच्चारपद्धती वरून लक्षात येत होते. "एकतर आमचे वजन फार जास्त झाले होते. कारण दर वेळी मी सामानाची एक पिशवी कमी करण्यासाठी बाहेर काढायचो तेव्हा हा पठ्ठ्या 'है' असे ओरडायचा आणि ती पिशवी परत आत घालायचा. नंतर विमानातून येत असताना तो फोटो घेऊ लागला. सामान्यपणे फोटोमुळे काही समस्या निर्माण झाली नसती. पण मी त्यांना खाली पाणघोडे दाखवले तेव्हा त्या पाणघोड्यांचे फोटो काढण्यासाठी ते सगळे माझ्या अंगावर रेलले आणि मला विमानाच्या नियंत्रकामध्ये ढकलून दिले." त्यांचे वागणे किती मूर्खपणाचे होते ते आठवून त्याने एक सुस्कारा सोडला. "आणि या सगळ्यामध्ये आमच्या विमानाने हवेत एकदम डुबी घेतली तरी कोणीही घाबरून ओरडले नाही. तू मला सांग असे कसे लोक असू शकतात?"

त्याला माझ्याकडून काही उत्तराची अपेक्षा नव्हती. त्यामुळे मीही प्रत्युत्तर दिले नाही. उत्तर तसे आम्हाला दोघांनाही ठाऊक होते. असे लोक कोणत्याही देशातून आलेले असू शकतात. त्यांना बहुधा आफ्रिकेला येणे एका प्राणिसंग्रहालयातल्या फेरफटक्यासारखे वाटत असते आणि येथील धोक्यांकडे त्यांनी दुर्लक्ष केलेले

असते. खरेतर त्यांना सर्वांत जास्ती धोका स्वत:पासूनच असतो आणि त्यातच मी त्यांचा गाइड बनल्यामुळे त्यांच्यापासून एका हाताच्या अंतरावर मला राहावे लागणार होते.

मी माझ्या गाडीकडे बघितले. गाडीत सगळे पाहुणे आपापली सीट शोधून बसले होते. गाडीत जिकडेतिकडे कॅमेऱ्याच्या तिपाया आणि लेन्स दिसत होत्या. सगळे जण माझ्याकडे पाहून स्मित करत होते.

"इकीमाषु का? – निघायचे का?" मी विचारले.

मी त्यांच्या मातृभाषेत प्रश्न विचारला हे त्यांच्या लक्षात यायला एक-दोन क्षण जावे लागले. मग त्यांच्यात एकदम कुजबुज चालू झाली आणि शेवटी सगळ्यांनी मला आपापली ओळख करून दिली.

"तू स्पीलबर्ग असणार," सगळे कॅमेरे घेऊन आलेल्या माणसाला मी म्हणालो. त्याच्या कॅमेऱ्यांमध्ये एक महागडा दिसणारा व्हिडिओ कॅमेरा होता. सु-पी-र-बा-गुचा जपानीतला उच्चार स्पीलबर्ग असाच होतो. माझ्या बोलण्यावर सगळे हसले. कोणीही तुम्हाला त्यांच्याशी चांगले वागण्याबद्दल पैसे देत असले, तर तुम्ही त्यांच्याबरोबर हास्यविनोद करताना त्यांचा अवमान होऊ नये याची काळजी घेता. स्पिरुबागु फक्त हसला आणि कोणतीही प्रस्तावना न देता मला म्हणाला, "सिंह शिकार करताना मला माझ्या कॅमेऱ्यात टिपायचे आहेत."

तो ज्या प्रकाराने सांगत होता त्यावरून मला वाटले की, सिंहाने कोणत्याही प्राण्याची शिकार केली तरी चालेल एवढी मुभा देऊन त्याच्या दृष्टीने तो उपकारच करत होता. मला त्याला सांगावेसे वाटले की, इथे येण्याच्या आधी अर्ध्या तासाचा जो माहितीपट त्यांना दाखवला गेला होता तो बनवायला बहुधा एका वर्षापेक्षा जास्त काळ लागला होता आणि त्या माहितीपटाच्या निर्मात्यांनी जागृत अवस्थेतला प्रत्येक तास जंगलात काढूनही त्यातले एखादे अप्रतिम दृश्य चित्रित करण्यासच एखादे वर्ष लागले असेल. दुर्दैवाने स्पिरुबागुला एवढे सगळे समजावून सांगण्याइतके माझे जपानी भाषेवर प्रभुत्व नव्हते.

त्याऐवजी मी म्हणालो, "बघू काय जमते आहे." मग आम्ही कॅम्पकडे निघालो. कॅम्पच्या खडबडीत रस्त्यावर आम्हाला पहिले प्राणी दिसले. त्या सगळ्या पर्यटकांची वाटेतील प्राणी बघून जी प्रतिक्रिया झाली, त्यामुळे सफारीवर आल्यावर कसे वागावे? याबद्दल मला त्यांना अगदी प्राथमिक सूचनाही स्पष्ट करून सांगाव्या लागल्या. कोणत्याही गाइडला आपल्या पाहुण्यांना इतक्या साध्यासोप्या गोष्टी सांगायला आवडत नाही.

"तुझा गट कसा आहे?" आम्ही कॅम्पला परत आल्यावर लॉइडने मला विचारले. लॉइड माझा चांगला मित्र होता आणि तो आमच्या कॅम्पचा मॅनेजर होता.

"मला त्यांना सरळसोट गोष्टीसुद्धा समजवायला लागल्या."
"अरेरे!"
"हो ना, काय करणार?"
"इंग्रजीमध्ये का जपानीत?"
"थोडे-थोडे दोन्ही भाषेत. बहुतेक सगळे जपानीत सांगितले आणि शिव्या घातल्या त्या इंग्रजीत."
लॉइडने त्यावर थोडा विचार केला. "तुला खातरी आहे की त्यांना समजले?"
"हो! म्हणजे बहुधा. नाही, मला जवळपास खातरी आहे."
"कारण आत्ताच त्यांच्यापैकी एकाला मी चौथऱ्यावर उभे राहून एका वॉर्टहॉगकडे ब्रेड फेकताना बघितले."
"बोंबला," मी म्हणालो. याआधी मी त्यांना जे सूचनांचे भाषण दिले होते ते परत द्यायला त्यांच्याकडे गेलो. आम्ही कॅम्पकडे येताना वाटेत एक हरीण दिसले म्हणून मी गाडी थांबवली होती. तेव्हा ते सगळे जोरात गाडीच्या बाहेर पडले होते. त्या बिचाऱ्या हरणाने घाबरून पोबारा केला होता. तेव्हा मी त्यांना समजावले की, हे काही प्राणिसंग्रहालयातील प्राणी नाहीयेत. ही रानटी जनावरे आहेत. ना आम्ही त्यांना खायला घालतो, ना त्यांच्या पाठीवरून हात फिरवायला जातो, ना त्यांच्या शेजारी फोटोसाठी म्हणून उभे राहायला जातो. खरेतर ते प्राणी जिवंत असताना आणि नंतर त्यांच्या मृत्यूचे निरीक्षण एवढाच आमचा त्यांच्याशी संपर्क येतो. ते हरीण बघितल्यावर हा जो छोटा अपघात घडला त्याने खरेतर मला जरा बरे वाटले होते. कारण मला त्यांना हे सगळे समजवायची संधी मिळाली. त्या वेळी आम्हाला साधे हरीणच दिसले होते हेदेखील बरे झाले. त्या हरणाऐवजी एखादा हत्ती दिसला असता, तर त्याने माझा मुद्दा स्वतःच स्पष्ट केला असता, पण त्याने माझ्याइतक्या साध्या सरळ शब्दांत न सांगता आपल्या कृतीनेच त्यांना दाखवून दिले असते. वॉर्टहॉगकडे ब्रेडचे तुकडे भिरकावणाऱ्या तरुण मुलीला हे सगळे मी परत समजावून सांगितले. तो वॉर्टहॉग तिच्याकडे आश्चर्यचकित होऊन, पण उपकृत भावनेने बघत होता.

त्या गटाच्या तिथल्या सफारीच्या फेऱ्या त्यामानाने बऱ्याच चांगल्या पद्धतीने पार पडल्या. स्पिरुबागु मात्र प्रत्येक प्राणी दिसल्यावर एखाद्या दिग्दर्शकाप्रमाणे त्याला सूचना देण्याचा प्रयत्न करत असे आणि त्याचे बोलणे त्या प्राण्याला समजले नाही तर अधिकाधिक वैतागत असे. एक असा प्राणी होता, ज्याच्यावर स्पिरुबागु फारच वैतागला होता.

झेब्रे आपले ढुंगण दाखवण्यास एवढे उत्सुक का असतात ते कोणत्याही प्राणितज्ज्ञाला आत्तापर्यंत सांगता आले नाहीये. तुम्ही त्यांचा फोटो काढणार असाल

अगदी त्याक्षणीच ते बरोबर वळतात आणि आपला पठ्ठ्या-पठ्ठ्यांचा पार्श्वभाग तुमच्या समोर करतात. साधारणपणे तिसाव्यांदा अवज्ञा सहन केल्यावर स्पिरुबागु एका झेब्र्यावर शांत उभे राहण्यासाठी ओरडला.

"या प्राण्यांना फक्त इथली स्थानिक सेत्स्वाना भाषा कळते," मी विनोदी चेहरा करून म्हणालो. "आपल्या कॅम्पच्या कर्मचाऱ्यांना तुला ती भाषा थोडीशी शिकवायला सांग." त्या दिवशी संध्याकाळी मी स्पिरूबागुला आमच्या कॅम्पवर मोलेन नावाच्या बारमनबरोबर अगदी गंभीरपणे काहीतरी संभाषण करताना पाहिले. मोलेनला फार थोडी इंग्रजी भाषा समजत असे आणि जपानीतला तर एक शब्ददेखील समजायचा नाही.

"येस," मधूनच सदासुखी मोलेनचा आवाज मला ऐकू येत होता, "हा बोट्स्वानाच आहे!"

त्यांचे संभाषण तसे फारसे यशस्वी ठरले नसावे. मी जपानी उच्चारातल्या सेत्स्वाना भाषेतील सूचना प्राण्यांना दिल्या गेलेल्या ऐकायला कितीही उत्सुक असलो, तरी त्या मला कधीच ऐकायला मिळाल्या नाहीत. स्पिरुबागुच्या सूचनांमध्ये काही दुर्मीळ शिव्या मात्र मला ऐकायला मिळाल्या. (जपानी भाषेत शिव्या तशा विशेष नाहीयेत. त्यामुळे इंग्रजी भाषेसारखे आईमाईचा उद्धार करून कोणाला जपानी भाषेत बोलायचे असेल तर विशेष कल्पनाशक्ती वापरून बोलावे लागते.) त्याच्या शिव्यांचा भर एका जिराफाला उद्देशून होता. तरी जिराफ असा एकमेव प्राणी होता जो अगदी थोड्या कालावधीसाठी का होईना त्याच्या सूचना ऐकतो आहे असे वाटत होते.

तो जिराफ एका उंच बाभळीच्या झाडाची पाने खात होता. त्याचा चेहरा काटेदार फांद्यांच्यामध्ये थोड्या दाट पानांमागे लपला होता, त्यामुळे त्याचा फोटो काढता येण्यासारखा नव्हता. त्याची तिथली पाने खाऊन झाल्यावर तो एकतर अजून दाट झाडीत पाने खायला गेला असता नाहीतर त्याला आमच्या दिशेने त्याच्या मागच्या मोकळ्या मैदानात यावे लागले असते.

"बाहेर ये," स्पिरुबागुने जिराफाकडे बघून फर्मान सोडले.

आश्चर्य म्हणजे तो जिराफ खरोखरच बाहेर आला. त्याने आपल्या डौलदार चालीत दोन पावले आमच्या दिशेने टाकली आणि नंतर आमच्याकडे तोंड करून आपले पाय पसरून उभा राहिला. दिवसाचे लाखो डॉलर कमावणारी अभिनेत्रीसुद्धा त्याच्याइतक्या चांगल्या पद्धतीने फोटोसाठी उभी राहिली नसती.

पण साहजिकच त्या उभ्या राहिलेल्या अभिनेत्रीने आमच्या समोर लघुशंका केली नसती. पण या पठ्ठ्या जिराफाने मात्र कोणतीही लाजलज्जा आणि तमा न बाळगता मागे धार सोडून दिली. त्याच्या लघवीची धार चांगली दाट आणि

घाणेरड्या वासाची होती. मी आमच्या गटाला समजावून सांगितले की, जिराफ जेव्हा पाणी पिण्यासाठी मान खाली वाकवतात, त्या वेळी सिंह त्यांच्यावर हल्ला करण्याची सर्वांत जास्त शक्यता असते. त्यामुळे पाणी वाचवण्यासाठी ते अनेक गोष्टी करतात. अशा अनेक गोष्टींमध्ये त्यांच्या लघवीचाही समावेश असतो, त्यामुळे त्यांची लघवी चांगली मधासारखी दाट असते.

त्या लघवीच्या दर्पाने चिडलेला स्पिरुबागु त्या जिराफाच्या अंगावर ओरडला. (मी त्या गटाला अनेक वेळेला बजावून सांगितले होते की, कोणताही आवाज काढून प्राण्यांचे लक्ष वेधण्याचा किंवा त्यांच्या अंगावर ओरडण्याचा प्रयत्न करू नका. पण याप्रसंगी मला इतकी मजा येत होती की, मी स्पिरुबागुला काहीच म्हणालो नाही.) "लघवी थांबव! मूर्ख प्राणी! तुला दिसत नाही का मी तुझा फोटो घेण्याचा प्रयत्न करतो आहे ते?''

❖ ❖

परत एकदा त्या जिराफाने त्याचे ऐकले. आपले शेवटचे दोन-चार शिंतोडे उडवून झाल्यावर तो एक क्षण फोटोसाठी चांगल्या ठिकाणी शांतपणे उभा होता. त्याच्या मागे ओकावांगोचा निसर्गरम्य हिरवा परिसर असल्यामुळे तो फोटो अजूनच खुलून दिसला असता. स्पिरुबागु सावरून आपला कॅमेरा त्याच्या दिशेने रोखण्याच्या आधीच जिराफ तत्परतेने मागे वळला आणि त्या बाभळीच्या दाट झाडीत निघून गेला.

त्यांच्या तिथल्या शेवटच्या फेरीत आम्ही ओकावांगोच्या विशेषत्वाने सुंदर असणाऱ्या भागात गेलो होतो. त्या भागातल्या सदाहरित कुरणांमध्ये शेकडोंच्या संख्येने हरणांचे कळप चरत असायचे. ठरलेल्या योजनेपेक्षा वेगळे काहीतरी करायला माझी कायमच तयारी असायची, कारण जर आम्ही ठरवलेल्या ठिकाणापेक्षा वेगळ्या ठिकाणी जात असू तर त्याचा अर्थ आम्हाला जास्त चांगले काहीतरी दिसले असते.

त्यामुळे आमच्या वाटेत सिंहांच्या ताज्या पाऊलखुणा दिसल्या तेव्हा माझी निराशा झाली नाही. माझे खाली उतरणे किती आगाऊपणाचे दिसेल याचा कोणताही विचार न करता, मी नीट निरीक्षण करण्यासाठी गाडीतून खाली उतरलो. (आम्ही गाइड असे नेहमीच करत असतो. पण इतर कोणीही गाडीतून उतरायचे म्हणले, तर आम्ही त्यांना सांगतो की, असे गाडीतून उतरणे फार धोकादायक आहे. एवढेच नाही तर आम्ही आमच्या पाहुण्यांना गाडीत उभे राहण्यासही मनाई करत असतो. स्वत: मात्र बिनधास्तपणे गाडीभोवती जंगलात फेरी मारण्यास आम्हाला काही वाटत नाही, जणू आमच्या अंगावरच्या खाकी गणवेशामुळे आम्ही अभेद्य झालेलो

असतो.) या पाऊलखुणा एकदम ताज्या होत्या.

"अगदी नव्या खुणा आहेत या, जेमतेम काही मिनिटे जुन्या." मी आमच्या गटाला सांगितले आणि त्या पावलांच्या मागोमाग थोडे अंतर चालत गेलो. "ही बहुधा एक प्रौढ मादी आहे. नाही! दोन प्रौढ माद्या," मला या सिंहिणी माहीत होत्या. आम्ही मार्टिनाच्या कळपाच्या परिसरात होतो. त्या कळपात दोनच सिंहिणी होत्या. (आणि त्यांपैकी एक सिंहीण आकारमानाने फारच आडदांड होती आणि गंमत म्हणजे तिला थोडी आयाळसुद्धा होती.) माझा असा अंदाज होता की, त्या दोघींमधल्या बिनआयाळीच्या सिंहिणीला नुकतीच पिल्ले झाली असावीत. ती पिल्ले दिसण्याच्या शक्यतेने मी जरा उत्तेजित झालो होतो.

त्या सिंहिणी चालत जाऊन, आमच्या डाव्या बाजूच्या दाट झुडपात तर गेल्या नाहीत ना याची खातरी करून घेण्यासाठी मी त्या दिशेने थोडे अंतर चालत गेलो. आमच्या वाहनापासून मी किती एकटा पडलो आहे याचा कोणताही विचार केला नाही. मला अशी आशा होती की, सिंहिणी माझ्या उजव्या बाजूच्या मैदानात कोठेतरी असतील त्यामुळे त्यांना शोधणे अवघड जाणार नाही.

"हे," आमच्या उघड्या टपाच्या गाडीतल्या उत्सुक पाहुण्यांकडे पाहून मी ओरडलो. "इकडे छोट्या पिल्लांच्या खुणा उमटल्या आहेत," असे म्हणून मी अजून काही पावले टाकली.

"बहुधा पिल्ले त्या दिशेने गेली असावीत," मी म्हणालो आणि माझा दुसरा हात वाळवीच्या वारुळांच्या दिशेने पसरला. क्रूसावरच्या येशूप्रमाणे दोनही हात पसरलेले असतानाच मी परत बोललो, पण यावेळेचा माझा उद्‌गार केवळ स्वतःला उद्देशून होता.

"मूर्ख. मूर्ख. मूर्ख. मूर्ख." शेवटच्या 'मूर्ख'च्या वेळेला त्या माझ्या दिशेने आल्या.

✦✦

तुम्ही जेव्हा गाइड बनण्याचे शिक्षण घेत असता तेव्हा तुम्हाला असे समजते की, तुमच्या कल्पनेपेक्षा आफ्रिकेतील जंगल सुरक्षित आहे. तुम्ही जंगलातील काही नियम पाळलेत तर शहरातील वाहतुकीमध्ये रोजची ये-जा करताना तुम्हाला जेवढा धोका असतो, त्यापेक्षा तुम्ही जंगलात अधिक सुरक्षित राहू शकता. रस्ता ओलांडताना दोन्ही बाजूंना बघण्यासारखीच जंगलातील धोकादायक प्राण्यांचा सामना करण्याची तुम्हाला सवय होते.

रस्ता ओलांडताना आपले डोळे बांधून आणि कानही बंद करून जाणे जितके धोकादायक आहे, तितक्याच काही गोष्टी जंगलात करणे धोकादायक आहे. त्या

गोष्टी कोणत्या ते तुम्ही शिकता. होतकरू गाइडना पहिली गोष्ट शिकवतात ती म्हणजे कधीही सिंहीण आणि तिच्या पिल्लांमध्ये येऊ नये. खरेतर तुम्हाला नीट समजावे म्हणून दुसरी गोष्टही परत तीच शिकवतात आणि परत एकदा तुमच्या मनावर बिंबवण्यासाठी तिसऱ्यांदा तेच सांगतात.

मी दोन्हीकडे बघण्याचे विसरून गेलो होतो आणि मार्टिना आणि तिची बहीण माझ्या अंगावर येत होत्या. त्या दोघींना याआधी कित्येक वेळेला अनेक प्राण्यांची चिरफाड करून त्यांच्या नरडीचा घोट घेताना मी पाहिलेले होते.

त्या वेळी तिथे वाळवंटातील सूर्य आपल्या प्रखर तेजाने तळपत असूनही मला विवस्त्र असल्यासारखे वाटले आणि हुडहुडी भरली. माझे हात तर आधीच वर होते त्यामुळे मी त्या सिंहिणींना आकाराने मोठा दिसलो असणार, ही माझ्या दृष्टीने जमेची बाजू होती. मला त्यांच्यासारखे आणि इतर सर्व शिकाऱ्यांसारखे पुढच्याच दिशेला डोळे आहेत हे दाखवून देण्यासाठी मी त्या सिंहिणींच्या दिशेने वळलो. त्यामुळे त्या थबकतील अशी माझी अपेक्षा होती. मी गर्जना करण्याचा प्रयत्न केला. पण या अशा प्रसंगात नेहमी होते तेच झाले आणि जो आवाज माझ्या तोंडातून बाहेर आला तो अगदीच पुचाट होता.

त्या सरळ रेषेत काही माझ्या दिशेने येत नव्हत्या. पण एकदा डावे, एकदा उजवे असे पाऊल टाकत पाय गुढघ्यात न वाकवता हळूहळू माझ्याजवळ येत होत्या. सिंहांविषयी पुस्तकात वाचलेत, तर तुम्हाला कळेल की, असे धावत येणे म्हणजे सिंह आपल्या अंगावर लुटूपुटूची चाल करून येण्याचे लक्षण आहे. सिंह अशी चाल करून आले की, ते तुमच्या एकदम जवळ थांबतात आणि तुम्हाला घाबरवून परत जातात.

माझ्यावर चाल करून येण्याची सिंहिणींना अजूनही खातरी नव्हती हे माझ्या लक्षात आल्यावर मला जरा समाधान वाटले. सिंहिणी माझ्यापासून वीस फूट अंतरावर थांबल्या. मग मला अजूनच धीर वाटला. त्यांनी मग थोडीशी माघार घेतली तेव्हा त्यांच्या पाठीवरचे केस ताठ उभे राहिले होते आणि त्या गुरगुर करत होत्या. त्यांनी केलेली गुरगुर आसमंतात भरून राहिली आहे आणि सगळ्या दिशेने ऐकू येत आहे असे मला वाटत होते.

मी एक पाऊल मागे टाकले.

त्या परत माझ्या दिशेने आल्या. परत एकदा डावे, एकदा उजवे पाऊल टाकत या वेळी माझ्या जास्त जवळ थांबल्या. या वेळीसुद्धा मी जी गर्जना करण्याचा प्रयत्न केला तो अगदीच जेमतेम होता. त्या परत थोड्या माघारी गेल्या. त्यांचे पोट जवळजवळ जमिनीला टेकलेले होते. जसे माझे सगळे लक्ष त्यांच्याकडे होते तसेच त्यांचे सगळे लक्ष माझ्याकडे केंद्रित होते. या वेळी त्या थांबल्या तेव्हा त्यांच्या

शेपट्या सळसळत होत्या. मी परत एक पाऊल मागे टाकले. त्यांनी माझ्या दिशेने धाव घेतली.

तीन वेळा त्या माझ्या अंगावर धावून आल्या. त्या उड्या मारून धावत असल्यामुळे त्यांच्यावर लक्ष केंद्रित करणे अवघड जात होते. सगळीकडे त्यांची पिवळी धमक त्वचा आणि त्वेषाने विचकलेले सुळे फक्त दिसत होते. त्या माझ्या अजूनच जवळ आल्या. चौथ्यांदा त्यांनी माघार घेतली आणि मी अजून एक पाऊल मागे टाकले. गाडीच्या सुरक्षिततेच्या मी अजून एक पाऊल जवळ गेलो. या वेळी मात्र त्या आल्या तेव्हा त्या थेट माझ्याकडेच आल्या.

झाले, आता सगळे संपले असा मी विचार केला. थोडातरी जोर असणारी अशी मी शेवटची आरोळी ठोकली. त्यांनी आपला वेग अजिबात कमी केला नाही. एका सेकंदातच त्या माझ्यापाशी पोहोचल्या.

माझ्यापासून त्या इतक्या जवळ होत्या की, मी हात बाजूला काढून त्यांना स्पर्श करू शकलो असतो. त्या माझ्या अंगावर येणार नाहीयेत हे माझ्या लक्षात येण्याआधीच त्या माझ्या बाजूने सरळ पुढे गेल्या. मी मागे बघितले तोपर्यंत मागच्या झुडपात त्यांच्या आकाराचे भोक फक्त शिल्लक होते. त्यांच्या अंगाचा वास अजूनही माझ्या नाकपुड्यांमध्ये दरवळत होता. आपण संरक्षण करत असलेल्या आपल्या पिल्लांकडे त्या त्वरेने गेल्या होत्या.

मला खाली बसावेसे वाटत होते, पण मी योग्य ते केले आणि हळूहळू, थरथर कापत एक-एक पाऊल मागे टाकत गाडीकडे परत गेलो. गाडीपाशी परत आल्यावर मी वळलो आणि गाडीकडे तोंड केले. गाडीतली सगळी जपानी मंडळी सगळ्यात शेवटच्या सीटवर जमली होती. या सीटवर खरेतर तिघांची बसायची जागा असते, पण वाकून नीट बघता यावे म्हणून ते सगळे जण मागच्या सीटवर चढले होते. स्पिरुबागुच्या हातात त्याचा व्हिडिओ कॅमेरा लटकत होता. कॅमेऱ्याच्या लेन्सचे झाकण कॅमेऱ्यावरच होते. त्याच्या चेहऱ्यावर नाराजीचा भाव होता.

मी धडपडत माझ्या सीटवर बसलो. मला एकच वेळी रडावेसे वाटत होते, ओकावेसे वाटत होते, हसावेसे वाटत होते, ओरडावेसे वाटत होते. तेव्हाच तो म्हणाला, ''क्षमा कर, पण मला पहिल्या वेळेला हे दृश्य माझ्या कॅमेऱ्यात नीट टिपता आले नाही. तू परत करशील का?''

बाले आणि साप

ड्युबा कॅम्पवर काम करणाऱ्या सगळ्या कर्मचाऱ्यांपैकी बाले हा एकटाच त्रास देत होता. त्याचे नाव दोन वेगवेगळ्या अक्षरांनी घेतले जायचे आणि प्रत्येक दिवशी कित्येक वेळी तिथले मुकादम ओरडताना ऐकू यायचे, ''बा-ले! काय करतो आहेस?''

''काहीच नाही,'' बाले प्रामाणिकपणे उत्तर द्यायचा.

जर कोणी त्याला सांगितले की, नोकरीच्या वेळेत काहीच न करणे योग्य नाही, कारण त्याला फुकट पगार मिळत नाही, तर तो स्वतःचे खांदे उडवून म्हणायचा, ''ओके.'' जणू ती त्याची नसून तुमचीच समस्या होती. त्यामुळे त्याच्यावर देखरेख करणाऱ्या मुकादमाची पंचाईत होऊन बसायची. अशी फार थोडी कामे होती जी ते बालेवर सोपवू शकायचे. तिथल्या कामगारांमध्ये काही कुशल कारागीर होते, जे कॅम्पवरच्या शोभेच्या वस्तू बनवायचे, कुशल सुतार लाकडी चौथरे बनवायचे. कुशल कामगार येणाऱ्या पाहुण्यांचे झोपण्याचे तंबू उभे करायचे आणि एकटा बाले असा होता जो प्रत्येक काम टाळण्यात पटाईत होता.

असे असले तरी मला बाले आवडायचा. त्याच्या चेहऱ्यावर सहज हास्य यायचे. मी त्याला आधीच भलीमोठी रक्कम उधार दिलेली असूनही तो निर्लज्जपणे मला अजून पैसे मागायचा. पैसे उधार मागू शकणे म्हणजे माझ्या दृष्टीने बहादुरीचे काम होते. त्यामुळे मला त्याचे कौतुक वाटत असे. त्याची अजून एक युक्ती होती ती म्हणजे मी जरी धूम्रपान करत नसलो, तरी तो माझ्याकडे रोज सिगरेट मागायचा.

''मी धूम्रपान करत नाही, बाले,'' असे म्हणून मी आमच्या रोजच्या नाटकाची सुरुवात करत असे.

"मग माझ्यासाठी एक सिगरेट खरेदी कर," तो हसून मला सांगे.

"सिगरेट पिणे तुझ्यासाठी चांगले नाहीये. जा जाऊन थोडे काम कर,"

"काम! काम करणेसुद्धा बहुधा माझ्यासाठी चांगले नसावे," असे म्हणून तो एखाद्या मोठ्या झाडाच्या शोधात डुलत-डुलत निघत असे, जिथे त्याला बरेच तास कोणी त्रास देणार नाही. माझा बांधकामाच्या कामाशी संबंध येत नसल्यामुळे मला इतर लोकांइतका त्याचा तिरस्कार करणे अवघड जात असे.

एक नवा कॅम्प चालू होणार होता आणि मला त्याचा मॅनेजर म्हणून नेमले होते. कॅम्प बांधणाऱ्यांच्या अंदाजानुसार कॅम्प काही ठरवलेल्या वेळेत तयार होणार नव्हता. कॅम्प चालवण्यासाठी लागणारी स्वयंपाकाची भांडी, बिछाने वगैरे साध्यासुध्या गोष्टींचीसुद्धा कमतरता होती. गेव्हीन आणि ॲटी हे आमचे दोघे बांधकाम व्यवस्थापक, येणाऱ्या प्रत्येक विमानाचे अक्षरश: अपहरण करून त्यात बांधकामासाठी लागणारे सामान भरत होते. मी मात्र असे ठसवायचा प्रयत्न करत होतो की, येणाऱ्या पाहुण्यांना झोपायला खोल्या तर उपलब्ध नसणारच आहेत. शिवाय त्यांना खायला अन्नसुद्धा नसणार आहे. आमच्या कॅम्पचे स्वयंपाकाचे कोरडे सामान ठेवायच्या कोठाराच्या खोलीत पिठाचा साठा किती शिल्लक आहे ते मी तपासायला गेलो होतो, तेव्हाच माझा एका सापावर पाय पडला.

"मूर्ख-शी-शु-श्या!" असे ओरडून मी मागे उडी मारली आणि एखादा मुष्टियोद्धा जसे त्याच्या खेळात उभे राहतो तसा उभा राहिलो. तो साप मेलेला होता आणि माझा पाय पडायच्या आधीच मेला होता. तो नक्कीच कोणत्यातरी मोठ्या आणि जड वस्तूमुळे मेला होता. त्याचे छिन्नविच्छिन्न शरीर कोणीतरी दुष्टपणे वारंवार ठेचलेले दिसत होते. आमच्या कोठाराच्या खोलीच्या कोपऱ्यात एक मोठी वीट पडलेली दिसत होती. ती वीटच बहुधा त्या खुनाचे हत्यार म्हणून वापरली असावी.

"श्या! भाऊ, हे फारच क्रूरकर्म दिसत आहे," माझ्या मागून एकदम जवळ एक आवाज ऐकू आला. मी सरकन वळलो आणि परत मुष्टियोद्ध्यासारखा उभा राहिलो. सापाविरुद्ध मुष्टियोद्ध्यासारखे उभे राहणे जितके व्यर्थ होते तसेच ते माझ्या पाठीमागच्या माणसाविरुद्धही व्यर्थ होते. कारण माझ्या मागच्या माणसाने आयुष्यातली प्रत्येक गोष्ट करून पाहिली होती. त्या गोष्टींमध्ये थाई मुष्टियुद्धाचाही समावेश होता. त्याचे नाव अँथनी होते आणि बांधकामात मदत करण्यासाठी तो आमच्या कॅम्पवर आला होता.

मी आता सरळ उभा राहिलो आणि माझे हात खाली केले. मी मुष्टियोद्ध्यासारखे उभे असल्याबद्दल त्याने सभ्यपणाने मला काहीच विचारले नाही. मी त्याला म्हणालो, "हा मला सापडलेला तिसरा साप आहे. मी आता सगळ्या कर्मचाऱ्यांची

मीटिंग बोलावणार आहे.''

अँथनीने सापाकडे पाहिले आणि म्हणाला, ''हा तर विषारीसुद्धा नाहीये.'' त्याला आणि मला दोघांनाही ठाऊक होते की, साप विषारी आहे का नाही या गोष्टीने आमच्या कॅम्पच्या कर्मचाऱ्यांना काहीही फरक पडला नसता. विषारी असो वा नसो, कोणत्याही आकाराच्या सापावर बहुतेक आफ्रिकी माणसे विश्वास ठेवू शकत नाहीत आणि त्यांना सापांची फार भीती वाटते.

❖ ❖

मी साधारणपणे वर्षातून एखाद्या वेळीच संतापतो. त्यामुळे ड्युबाच्या कॅम्पवर माझे बहुतेक कर्मचाऱ्यांशी पटायचे. क्रूरता ही अशी एकच गोष्ट आहे ज्यामुळे मी संतापतो, इतका की माझा जबडा घट्ट मिटला जातो आणि जणू एक लाल पडदा माझ्या डोळ्यांवर आवरण टाकतो. सर्वांत वाईट गोष्ट म्हणजे माझ्या मेंदूचे माझ्या जिभेवरचे नियंत्रण सुटते आणि मी अशा गोष्टी बोलून जातो ज्या परत घेता येत नाहीत.

त्या मीटिंगमध्ये सगळे कर्मचारी शांत बसून माझे बोलणे ऐकत होते. माझ्या कपाळावरील तडतडत्या शिरेमुळे आणि माझे दात एकमेकांवर घासल्याच्या आवाजामुळे सगळ्यांना कळत होते की, मी फार संतापलो आहे.

''सापांना कोण मारतो आहे?'' मी किरट्या आवाजात प्रश्न विचारला. कोणीच उत्तर दिले नाही. ''कमऑन, कोठीच्या खोलीपाशी साप कोणी मारला?'' त्यांचे मख्ख चेहरे पाहून माझा तिळपापड झाला. मी समोरच्या चेहऱ्यांकडे पाहून कोणाचा चेहरा अपराध्यासारखा दिसतो आहे का ते पाहत होतो, पण सगळ्यांचे चेहरे तसेच भावनाविरहित होते. फक्त बालेच्या चेहऱ्यावर काहीतरी भाव होता. तो हसत होता. तो जेव्हा घोरत नसे तेव्हा कायमच त्याच्या चेहऱ्यावर हसू असे.

अँथनीच्या लक्षात आले की, मी आता स्वतःवरचे नियंत्रण घालवून बसणार आहे किंवा मूर्खासारखे काहीतरी बोलणार आहे. त्यामुळे तो मध्ये पडला. ''लोकहो, तुमच्यापैकी कोणी साप पाहिला तर त्याला मारू नका. मला बोलवा. मी तो साप पकडीन आणि चार मैल अंतरावर जंगलात सोडून येईन. कोणत्याही सापाची सरहद्द त्यापेक्षा मोठी नसते. त्यामुळे तो आपली वाट शोधत काही परत येणार नाही.''

कर्मचारी माना डोलवत होते, पण मी अजूनही संतापलेलो होतो. ''हां आणि जर मी कोणाला सापाला मारताना पकडले तर मी त्यालाच जंगलात चार मैल सोडून येईन आणि मग बघू तो माणूस परत पोहोचतो आहे का ते?'' माझ्या उद्गारांना पात्र अशा तिरस्काराच्या नजरा माझ्यावर रोखल्या गेल्या आणि मग सगळे कर्मचारी आपापल्या कामाकडे विखुरले.

❖ ❖

दोन आठवड्यांनंतर अँथनीने सांगितल्याप्रमाणे एका कर्मचाऱ्याने त्याला एक साप दाखवला आणि आम्ही एका रागावलेल्या इजिप्शियन नागाला जंगलात चार मैल लांब नेले आणि नेलेल्या पोत्यातून खाली टाकले. सगळ्या कर्मचाऱ्यांना कबूल केल्याप्रमाणे वागल्याचा आनंद झाला होता. मला त्यानंतर एकही मेलेला साप सापडला नाही.

म्हणजे सापडला असता, तर मला त्याबद्दल काही करायला वेळ मिळाला असता असे काही नाही. अवेळी आलेल्या पावसाने बांधकाम ठरलेल्या वेळेपेक्षा मागे पडले होते आणि कॅम्पवर येणारे पाहुणे आता लवकरच येणार होते. तंबू अर्धेच बांधून झाले होते आणि कॅम्पच्या मुख्य भागात पाणी गळत होते आणि सर्वांत लांबच्या तंबूकडे जायला वाटच नव्हती. एरवी धुलाईकेंद्रात पाहुण्यांचे कपडे धुवून इस्त्री करण्याऱ्या कर्मचारी स्त्रिया त्या वेळी हातोड्याने ठाकठोकीची कामे करत होत्या आणि स्वयंपाकघरात काम करणारे कर्मचारी जुन्या वाळक्या झाडांची खोडं कापत होते. आम्ही ती कापलेली खोडं पायवाटेच्या कडेला पथदर्शक म्हणून वापरणार होतो. गाइड्स बारमधला मद्याचा साठा तपासत होते आणि मी खड्डे खणत होतो. बाले मात्र एका गटातून दुसऱ्या गटात जाऊन नुसते आपले मतप्रदर्शन करत होता, पण काम काही करत नव्हता.

गेव्हीन आणि अँटीने अनेक वेळेला त्याला कामावरून काढून टाकण्याची धमकी दिली होती. पण त्यांनासुद्धा ठाऊक होते की, केवळ आळशीपणाच्या कारणास्तव बोट्स्वानातील कामगार कायद्यानुसार कोणाला नोकरीवरून कमी करता येत नाही. जोपर्यंत तो फार वेळेला आजारीपणाचे कारण पुढे करून अनुपस्थित राहत नाही किंवा चोरी करताना पकडला जात नाही तोपर्यंत आम्ही त्याला पोसणे भाग होते. ज्या दिवशी कॅम्पवर पहिले पाहुणे येणार होते त्या दिवशी आम्ही सर्वांनी जोशात शेवटचे तंबू पूर्ण केले, ठिकठिकाणी गळणारी छताची भोकं बुजवली आणि पाहुणे येण्याच्या वेळेपर्यंत थंडगार पेये तयार ठेवली. बालेला सगळ्यात सोपे काम देण्यात आले होते, त्याला पायवाटांच्या बाजूला खांब सरळ उभे करायला सांगितले होते. हेही काम त्याच्या दृष्टीने फारच जास्त होते. कारण मी त्याला पाहिले तेव्हा तो रमत-गमत, शिट्टी मारत, चेहऱ्यावर मोठे स्मित ठेवून माझ्या दिशेने येत होता.

"मी काम करू शकत नाही," त्याने अगदी अभिमानाने मला सांगितले.

"हो बाले, मला ठाऊक आहे. पण या वेळी विशेष असे काम न करण्याचे काय कारण आहे?" माझी सहनशक्ती संपायला आली होती आणि त्याच्या गुर्मीमुळे मला अजिबातच मजा वाटली नाही.

"वाटेच्या कडेला एक मोठा 'न्यूका' आहे," सेत्स्वाना भाषेत सापाला न्यूका

म्हणतात. “मी काम करू शकत नाही.” त्याने परत पुस्ती जोडली.

“बाले, कोणत्या प्रकारचा न्यूका?” मला वाटले एखादे वेळेला माम्बा असेल किंवा नाग, नाहीतर अजगर.

“मोठा!”

त्याने केलेले वर्णन माझ्या दृष्टीने पुरेसे नव्हते.

मी त्याच्या मागे त्या जेमतेम दिसणाऱ्या धुळकट पाऊलवाटेने गेलो आणि मला एका बाभळीच्या झाडाखाली एक अजगर पडलेला दिसला. एखाद्या वयस्कर अजगराचे असावे तसे त्याचे डोके मोठे होते आणि त्याच्या अंगावर काळ्या खुणाही होत्या. पण त्याची शेपटी आणि एकूण लांबी बघता तो काही मला एवढा मोठा वाटला नाही. मी मागेच अशी शपथ घेतली होती की, मी कोणताही साप कधी उचलायला जाणार नाही. कारण साप उचलण्याचे माझे कौशल्य अगदीच नाममात्र होते. पण हवा तशी थंड होती. त्यामुळे मला वाटले अजगर जरा सुस्त असणार आणि माझ्यामते तसाही तो काही फार मोठा अजगर नव्हता.

मी त्या अजगराचे डोके डाव्या हाताने पकडले आणि उजव्या हाताने त्याची शेपटी शोधली. उजव्या हाताने पकडताना मी अजगराच्या गुदद्वाराच्या वर पकडले, जेणेकरून त्याने जरी शी केली असती तरी माझ्या हातावर लागली नसती (मी वाईट अनुभवातून शिकलेला हा अजून एक धडा होता.) मी उभा राहिलो आणि चूक माझ्या लक्षात आली. ते अजगर एका बिळावर बसले होते. त्याच्या सुरवातीला आणि शेवटी जरी मी पकडले असले तरी त्याची मधली लांबी मला आधी वाटली होती त्यापेक्षा बरीच जास्त होती.

त्या अजगराने तोंड उघडले आणि मला आपले धारदार वक्राकार सुळे दाखवले.

“आता तू मरणार,” कोणताही खेद न दाखवता बाले मला म्हणाला. “साप विषारी आहे.”

मी काहीच उत्तर दिले नाही. मी विचार करत होतो की, न चावले जाता अजगराला खाली कसे ठेवता येईल. ते दहा फुटापेक्षा जास्त लांब होते आणि माझ्यावर चांगलेच चिडलेले होते. त्याने माझ्या हाताला विळखा घालायचा प्रयत्न चालवला होता आणि नुकतेच बांधकामाचे काम करून कमावलेले माझे सर्व स्नायू त्या अजगराला आवरायला मला वापरावे लागले. त्याने आपल्या शरीराचा एक विळखा बनवला आणि माझ्या उजव्या हातावर चढवला. मग त्याने शेपटीने तो विळखा पूर्ण केला. त्याच वेळी त्याने शी केली आणि त्यामुळे प्रचंड दुर्गंधी पसरली. त्याच्या सहा महिने चालणाऱ्या पचनक्रियेत असे काहीतरी असते, ज्यामुळे खरोखरच फार घाण सुटते. त्याने अजून एक विळखा मारला आणि माझा

हात वजनाने खाली येऊ लागला.

"बाले! ये आणि या सापाचे डोके पकड, म्हणजे मला माझ्याभोवतीची गुंडाळी सोडवता येईल."

"अंहं, विषारी आहे," तो म्हणाला आणि खाली बसला, जेणेकरून समोर चाललेला प्रयोग त्याला नीट पाहता येईल.

"बाले हे अजगर आहे आणि अजगर बिनविषारी असतात. ते भक्ष्याला आवळून मारतात." त्या अजगराची आवळण्याची क्रिया माझ्या हातावर चालू झाली होती. माझी बोटं आता लाल झाली होती, तरी माझी अजगरावरची पकड ढिली झाली नव्हती. त्या अजगराचे शरीर त्याच्या शौचामुळे आता निसरडे झाले होते.

"अंहं," बाले परत म्हणाला. "तू त्याला नुसता स्पर्श जरी केलास तरी तुला विष लागेल." मला त्याची अशुद्ध भाषा सुधारायला इथे वेळ नव्हता, हजारो वर्षांपासूनच्या अंधश्रद्धांचे तर सोडून द्या! माझी बोटं आता जांभळी पडली होती. ते अजगर माझे दोन हात जवळ ओढायचा प्रयत्न करत होते जेणेकरून त्याला माझ्या शरीराभोवती वेढा मारता येईल. त्याच्याशी झुंजण्यात माझी ताकद कमी पडत चालली होती.

"जा, अँथनीला बोलावून आण. त्याला सांग मला त्याची मदत हवी आहे."

"ओके," बाले म्हणाला आणि त्या पाऊलवाटेने रमत-गमत जाऊ लागला. जाताना तो तोंडाने शिट्टी मारत होता.

"बाले," तो वळला. आणि मी त्याच्या अंगावर अजगर फेकण्याचा अविर्भाव केला आणि त्याला ओरडून सांगितले, "जा पळ,"

तो एखाद्या मॅरेथॉनपटूसारखा एकसमान वेगात पळाला आणि झुडपामागे गायब झाला.

माझे दोन्ही हात वेगळे ठेवण्यासाठी मी सगळी शक्ती एकवटत होतो. मला ठाऊक होते की, ते दोन्ही हात जुळवण्यात किंवा माझ्याभोवती अजून एक वेढा घालण्यात जर त्या अजगराला यश आले तर ते मला नक्की चावले असते. सारासार विचार करता मला हेही ठाऊक होते की, ते अजगर मला खाऊ शकणार नाही. पण त्याच्या फुत्कारांचा आणि जोर लावण्याचा आविर्भाव असा होता की, त्याने मला गिळण्याचा नक्कीच प्रयत्न केला असता. माझ्या डोक्यावरून एक सेसना विमान एकदम कमी उंचीवरून उडत गेले आणि त्याने आपले पंख फडफडले. ते आमच्या कॅम्पजवळ उतरायला आले होते. मी विचार करत होतो की, येणाऱ्या विमानातल्या पाहुण्यांनी हे जमिनीवरचे माझे विचित्र दृश्य जर पाहिले असले तर त्यांना काय वाटेल? त्या अजगराने विमानाकडे बघून अजून एक

फुत्कार केला आणि माझ्या हाताचा रक्तप्रवाह थांबवण्याचा दुप्पट प्रयत्न केला.

माझ्या उजव्या हाताच्या बोटांवर एक अभद्र राखाडी-चंदेरी झळाळी आली होती आणि माझी शेपटीवरची पकड ढिली होत होती. मी वाकून एका गुढघ्यावर बसलो आणि त्या सापाचे थोडे वजन जमिनीवर टाकले. त्याने ताबडतोब आपल्या खवल्यांनी जमिनीवर पकड घेतली आणि मला अजूनच जवळ ओढले. मी परत उभे राहण्याचा प्रयत्न केला, पण माझ्यात तेवढी ताकद उरली नव्हती. मला खातरी होती की, आता थोड्याच वेळात ते अजगर माझा एक जबरदस्त चावा घेणार आहे. अजगराचा चावा असमान आणि खोलवर असतो आणि त्याने बऱ्याच वेळेला जंतूंची बाधा होते. त्याचा प्रतिकार करण्याची शक्ती माझ्यात आता उरली नव्हती.

माझी शक्ती संपली.

'महामूर्ख!' असे मी स्वतःलाच मनात म्हणालो आणि शेपटी सोडून दिली.

एक हात पुढे आला आणि त्याने ती शेपटी पकडली. तो हात अँथनीचा होता. या वेळीसुद्धा मी त्याला येताना पाहिले नव्हते.

"गुड मॉर्निंग," मी त्याला म्हणालो. तो तेथे आल्याबद्दल मी त्याचा ऋणी होतो.

"मी आधीच येथे पोहोचलो असतो," अँथनी म्हणाला, "पण बालेने मला चुकीची जागा सांगितली."

"बरोबर," मी धापा टाकत म्हणालो. माझ्यात उरलीसुरली जी शक्ती होती ती एकवटून मी त्या चळवळ्या अजगराला एका पाणवठ्यापाशी नेऊन सोडण्यात अँथनीला मदत केली. त्या पाणवठ्यावर सापापासून आम्ही सुरक्षित राहिलो असतो आणि तो आमच्यापासून.

मला लँडरोव्हरचा आवाज ऐकू आला. त्या लँडरोव्हरमध्ये अप्रतिम वन्यजीवन पाहण्यास आणि वन्यजीवांशी लढतानाच्या अतुल्य शौर्याच्या कथा ऐकण्यास उत्सुक असलेले वाटसरू असणार हे मला ठाऊक होते.

"आता मला जाऊन पाहुण्यांना भेटले पाहिजे," मी म्हणालो. मला खरेतर स्वतःला सावरायला अजून थोडा कालावधी चालला असता, पण माझ्याकडे तेवढा वेळ नव्हता.

"आलेल्या पाहुण्यांबरोबर हस्तांदोलन करण्याआधी तुला आपले हात धुतले पाहिजेत." अँथनी म्हणाला. "तुझ्या हातांना सापाच्या शीचा वास येतो आहे."

"ठीक आहे," मी म्हणालो, पण अचानक मला एक कल्पना सुचली, "पण पहिल्यांदा जाऊन मी बालेबरोबर हस्तांदोलन करणार आहे!"

साल्वादोरबरोबर गाठीभेटी

जंगलात राहणाऱ्या लोकांना एका वेगळ्याच वेडाने झपाटलेले असते. सर्वसामान्य लोकांना धोकादायक प्राण्यांच्या जवळ जायला भीती वाटणे तसे स्वाभाविक आहे, पण त्या भीतीकडे हे जंगलात राहणारे लोक दुर्लक्ष करतात. तुम्ही धोकादायक प्राण्यांजवळ दररोज राहू लागता तेव्हा तुम्हाला या प्राण्यांबद्दल वाटणारी भीती कमी होते आणि मग सुरक्षित वागणुकीची परिसीमा तुम्ही अगदी तुटेपर्यंत ताणता. गाइड लोक पर्यटकांनी छोट्यातला छोटा धोका घेण्यासही प्रतिबंध करतात आणि जर तसा कोणता प्रसंग घडलाच, तर संतापाने त्यांच्या तोंडातून फेस येण्याचे बाकी असते आणि हेच गाइड स्वत: मात्र आपल्या पोटावर सरपटत शिकारी प्राण्यांच्या जवळ जातात किंवा पार्टीमध्ये गंमत म्हणून जगातले सर्वांत धोकादायक साप तोंडात पकडतात. या असल्या वागण्यामुळे कधीतरी दुर्दैवाचा प्रसंग येणे स्वाभाविक असते. अशा अपघाताबद्दल बातमी पसरते त्यात उल्लेख असतो की, एक तज्ज्ञ माणूस निष्काळजीपणे वागला. जंगलवासी जनता हे ऐकून सामूहिकपणे नकारार्थी मान हलवून म्हणते, ''महामूर्ख!'' आणि नंतर एका हत्तीच्या शेपटीचा केस उपटता येईल का त्याचा विचार करू लागते.

मी स्वत: मात्र सिंहांच्या बाबतीत कोणताही धोका पत्करत नाही आणि म्हशींना मी शक्यतो टाळतो. मगरींची मला भयंकर भीती वाटत असल्यामुळे मी त्यांच्याबाबतीत कोणतेही खेळ खेळायला जात नाही. थोडे सर्पदंश झाल्यापासून मी साप हाताळायलासुद्धा जात नाही. माझ्या दोन लाडक्या प्राण्यांच्या बाबतीत मात्र मी मोकळीक घेतो. एक म्हणजे चित्ते – जे तसेही विशेष धोकादायक गणले जात नाहीत आणि दुसरे हत्ती – जे मात्र चांगलेच धोकादायक असतात.

मला हत्तीच्या आविर्भावावरून त्याची मन:स्थिती ओळखायला आवडते, आणि मग मी त्या हत्तीच्या किती जवळ जायचे ते ठरवतो. हे ठरवण्याचा सर्वांत चांगला मार्ग म्हणजे हत्तीला आपल्या दिशेने येऊ द्यायचे. मग मी अनुमान करतो की, तो कोणत्या दिशेला जाणार आहे. तो ज्या दिशेला जाणार असेल तिकडे तो उदरभरण चालू करायच्या आधी मी एखाद्या छुप्या ठिकाणी जाऊन बसतो. गाडीत सुरक्षित का असेना, पण जगातील सर्वांत मोठ्या प्राण्यापासून हाताच्या अंतरावर असण्याइतके दुसरे काहीही चित्तथरारक नाही. अशा वेळी माझा श्वासोच्छ्वास हळुवार होतो, प्रत्येक मज्जातंतू अतिसंवेदनाशील होतो आणि शांत बसण्याची गरज ओळखल्यासारखे माझ्या ह्रदयाचे ठोके मंदगतीने पडतात. काही हत्तींना त्यांच्या जवळ आलेले अजिबात आवडत नाही. अशा वेळी त्यांच्यापासून कमीत कमी पन्नास-साठ यार्डांचे अंतर ठेवणे गरजेचे असते. नाहीतर तुमच्या गाडीला, तुमच्या शरीराला किंवा तुमच्याबरोबरच्या पर्यटकांना बरेच नुकसान सहन करावे लागण्याची शक्यता असते. तुमच्या मालकांना यांपैकी किमान दोन गोष्टींबद्दल नक्कीच काळजी असते.

एक हत्तीण मात्र मी पाहिलेल्या हत्तींपैकी सर्वांत सहनशील होती आणि ती कुटुंबप्रमुख असल्यामुळे बाकी कुटुंबसुद्धा तिचेच अनुकरण करत असे. हत्तींबरोबरचे माझे सर्वांत चांगले अनुभव मी या साल्वादोर हत्तिणीबरोबर आणि तिच्या कुटुंबाबरोबर अनुभवले आहेत.

दरवर्षी कोणत्यातरी मोसमात साल्वादोरचा कळप मोम्बोमध्ये येत असे. कदाचित उन्हाळ्यात जेव्हा पाऊस पडतो तेव्हा येत असेल, नाहीतर हिवाळ्यात पूर येतो तेव्हा असेल. साल्वादोर काही विशिष्ट ऋतूला बांधील नव्हती, अन्नाच्या मागावर आणि जेव्हा तिच्या कुटुंबासाठी योग्य असेल तेव्हा ती फिरत असायची. ती माझ्या नजरेत आली तोपर्यंत मी मोम्बोतील हत्तींची ओळख ठेवण्याकडे विशेष लक्ष देत नव्हतो. आम्ही एकटे-दुकटे किंवा छोट्या गटांमधले नर पाहायचो ते गाड्यांना निर्ढावलेले असायचे आणि आम्हाला त्यांच्या पुष्कळ जवळ येऊन द्यायचे. माद्यांबद्दल आम्हाला जरा धाकधूकच वाटायची. कारण कोणत्याही प्राण्याला आपल्या पिल्लांना धोका आहे असे वाटले, तर तो तुमच्यासाठी धोकादायक होऊ शकतो. हा प्राणी तर हजारो पौंड वजनाचा असतो आणि पळण्यात ऑलिम्पिकविजेत्या धावपटूलादेखील मागे टाकू शकतो.

हा कळप वेगळा होता. मी त्यांच्या दिशेने गाडीतून जात असताना मला हे स्पष्ट कळत होते की, यांना वाहनांची सवय होती. त्यांना आमच्या लँडरोव्हरच्या अस्तित्वाची जाणीव होती. मी त्यांना जवळून पाहत असताना मला दिसले की, त्यांनी माझ्यावर नजर टाकली आणि माझ्याबद्दल कोणतीही शंका न घेता त्यांनी

चरणे परत चालू केले. मधूनच त्यांच्यातला एखादा तरुण नर माझ्या दिशेने आपले कान पसरवून आणि सोंड हवेत उंच उचलून यायचा आणि मला लढाईचे आव्हान द्यायचा. पण सगळेच तरुण नर सामान्यपणे असेच वागतात. ते म्हशींच्या, जिराफांच्या आणि कधीकधी पामच्या झाडांवरही असेच धावून जातात. बाकीचे कुटुंब मात्र गाडीच्या बाजूने आरामात जात असे आणि कधी तर गाडीला आपले शरीरही घासत असे. त्यांच्या अंग घासण्यामुळे आमची गाडी आपल्या स्प्रिंगवर वर-खाली होत असे. अशा प्रसंगांमध्ये मला क्वचितच माझ्या पाहुण्यांना शांत आणि स्तब्ध थांबण्याची आठवण करून द्यावी लागे.

कोणत्याही कळपातली कुटुंबस्वामिनी कोण, हे ओळखायला मला आवडते. मी या कळपाच्या इतक्या जवळ असल्यामुळे या कळपाची प्रमुख ओळखणे सोपे होते. जेव्हा कळप मोकळे मैदान पार करत असतो तेव्हा ती सर्वांत वयस्कर हत्तीण पुढे असते. पण कधीतरी एखाद-दुसरे नाठाळ तरुण हत्ती पुढे जातात. कुटुंबप्रमुख ओळखण्यासाठी मी हत्तींकडे नीट कान देऊन ऐकत बसतो. हत्ती एकमेकांशी अतिशय जटिल भाषेत बोलतात आणि बहुतेक आवाज हे माणसाच्या कानाच्या पल्ल्याच्या पलीकडे असतात. आपल्याला ऐकू येणारा एक आवाज म्हणजे खालच्या पट्टीतला गडगड आवाज, जो कोणत्यातरी मोठ्या हत्तीच्या पोटातून आल्यासारखा वाटतो. त्या आवाजाचा अर्थ, 'चला निघू या.' जेव्हा हत्तीचा एक कळप चरत असतो तेव्हा त्या कळपातले तरुण हत्ती नेहमीच तो आवाज काढतात. ते सांगत असतात, "कमॉन, आई, मावशी, निघायचे का? कमॉन, चला निघू या!" तो कळप त्या पिल्लांकडे दुर्लक्ष करतो. पण जेव्हा कुटुंबस्वामिनी असा आवाज काढते तेव्हा सगळा कळप ताबडतोब निघतो आणि निघताना सगळे एका रेषेत सरळ जातात, ज्यात सगळ्यात तरुण हत्ती सगळ्यात मागे असतात.

या कळपाची प्रमुख हत्तीण अंदाजे चाळिशीतली असावी असे माझे अनुमान होते. तिला लक्षात ठेवणे सोपे होते, कारण तिचे सुळे पुढे न येता बाहेरच्या बाजूला वाढले होते आणि नंतर वर येऊन साल्वादोर दालीच्या मिशांसारखे गोल वळले होते. (साल्वादोर दाली हा एक स्पॅनिश चित्रकार होता. त्याच्या मिशा गालावर वर्तुळाकार वळलेल्या होत्या आणि त्याच्यामुळे मिशांची ती शैली प्रसिद्धीस आली.) ती जरी मादी असली तरी तिच्या प्रथमदर्शनातच मी तिचे नाव साल्वादोर ठेवले.

ज्या पसरत्या हस्तिदंतावरून तिला नाव मिळाले होते ते तिच्या खांद्यांहूनही रुंद होते. त्या दातांमुळे तिला कधी त्रास झालेला मला दिसला नव्हता. फक्त एकदा तिचा सगळा कळप दोन पामच्या मधल्या अरुंद जागेतून जात असताना तिला त्या पामच्या झाडांना वळसा मारून जावे लागले होते. तो एक प्रसंग सोडला तर मी

तिला तिच्या हस्तिदंतांनी इतर हत्तींप्रमाणे झाडांची मुळे उपटून काढताना, खोडं सोलताना आणि आळशीपणे आपली सोंड तोलून धरताना पाहिले होते.

ऑगस्टमधल्या एका सकाळी ओसरत्या पुराच्या पाण्यातून जरा अवाजवी धुके वर आले होते. मी साल्वादोरचा कळप चरताना पाहत असताना धुके मला आड येत होते. ते धुके जेव्हा वितळेल तेव्हा फोटो काढण्यासाठी अगदी उत्तम सूर्यप्रकाश मिळेल, गवताच्या प्रत्येक पात्यावर दवाचे थेंब दिसतील आणि त्यामुळे कॅमेऱ्याच्या लेन्समध्ये अनेक छोटी इंद्रधनुष्ये तयार होतील हे मला ठाऊक होते. ही संधी दवडून उपयोग नव्हता. त्यामुळे नाश्त्यानंतर मी दोन सहकाऱ्यांना बरोबर घेतले, माझा कॅमेरा उचलला आणि साल्वादोरचा आरामात असलेला कळप जिकडे दिसला होता तिकडे तातडीने गेलो.

मी फारसा कौशल्यपूर्ण नसलो, तरी उत्साही फोटोग्राफर होतो आणि तेव्हा मी नुकतेच असे फोटो बघितले होते, जसे आपणही काढावे असे मला वाटत होते. ते हत्तीचे काढलेले फोटो एका लांबलचक लेन्सने एकदम जमिनीच्या उंचीवरून काढले होते. त्यामुळे ते फोटो पाहताना असा भास होत होता की, ते हत्तीच्या पायापाशी उभे राहून काढले आहेत. माझ्याजवळ त्या फोटोग्राफरसारखी कलात्मक दृष्टी, पैसे आणि तेवढी लांब लेन्स नव्हती. त्यामुळे माझ्याजवळ उपलब्ध असलेली साधने वापरून मला साल्वादोरच्या जितके जाता येईल तितके जवळ जाणे भाग होते. मी जवळ गेलेलो असताना साल्वादोरचे लक्ष दुसरीकडे कोठेतरी वेधलेले असेल, ज्यामुळे माझ्यावर पाय ठेवून ती माझा चक्काचूर करणार नाही असे मला हवे होते. तिचे कुटुंब ज्या झुडपाला ओरबाडत आणि फळे खात होते त्यातून बाहेर आल्यावर मला हवी होती तशी संधी मिळाली.

"मित्रहो, जर आपण त्या प्रवाहात गाडी नेली तर तो कळप पाणी प्यायला येईल तेव्हा आपल्या बरोबर समोर असेल." मी बोलताना गाडीचे इंजीन चालू केले होते.

"तुला खातरी आहे का, तुला अजून एक गाडी बुडवायचा धोका पत्करायचा आहे?" हेडनने विचारले. तो प्रवाह किती खोल आहे याचा मला काहीही अंदाज नव्हता आणि जर मी चालवत असताना अजून एक गाडी बुडली असती, तर मला नोकरीवरून काढून टाकण्याची धमकी मिळाली होती.

मला तो धोका पत्करायचा नव्हता. त्यामुळे मी अशी एक योजना बनवली जी इतकी वाईट होती की, बाकीच्या दोघांना त्या योजनेशी काहीही घेणे-देणे नव्हते.

ज्या जलप्रवाहात हत्ती येत आहेत असे मला वाटत होते तो फारसा रुंद नव्हता. त्यातले खोल पात्र फक्त सहा फूट रुंद होते आणि बाकी पाणी बाजूच्या मैदानात सुमारे एकशेवीस यार्ड पसरले होते. त्या भागात आजूबाजूला गुलाबी,

पांढरी आणि पिवळी फुले होती आणि त्या फुलांना विसंवादी दिसणारी पाणगवताची हिरव्या रंगाची मुळे काही ठिकाणी पाण्यातून वर आली होती. प्रवाहातला खोल पाण्याचा भाग गडद निळ्या रंगाचा होता. त्या खोल पाण्यात जाण्याचा माझा कोणताही विचार नव्हता जेणेकरून एखाद्या मगरीला माझा पाय ओढता येऊ नये.

एला आणि हेडन सुज्ञपणे गाडीत बसलेले असताना मी माझे कपडे उतरवून चड्डीवर आलो आणि पाण्यात उतरलो. पाणी माझ्या कल्पनेपेक्षा खूपच गार होते. थंड असल्यामुळे पाणी घोट्यापाशी त्रासदायक वाटत होते. त्या पाण्यात प्राण्यांच्या हालचालीमुळे तळाशी त्यांच्या पावलांनी खड्डे तयार झाले होते. तसल्या खड्ड्यात मी घसरत होतो तसे पाणी अजून वर पायांवर उडत होते. ते थंड पाणी माझ्या नाजूक अवयवांना लागले तेव्हा माझ्या तोंडातून एक जोरदार नि:श्वास बाहेर पडला आणि मी ओरडलो, "अगाईगं हे फारच गार आहे!"

हत्तींचा कळप तेव्हापर्यंत अगदी आत्मविश्वासाने त्या प्रवाहाकडे येत होता. आता त्यांनी माझा आवाज ऐकला. पुढचे काही हत्ती थांबले आणि त्यांनी सोंड वर करून हवेचा वास घेतला. तरुण हत्तींनी एकामागून एक आपल्या मोठ्यांचे अनुकरण करत आपापली सोंड वर केली. शेवटी सर्वांत मागची पिल्लेसुद्धा आपली सोंड अस्ताव्यस्तपणे वर करताना मला दिसली. मी पाण्यात खाली गेलो आणि खालच्या चिखलात पाय ठेऊन अगदी स्थिर होऊन बसलो. फक्त माझ्या हातातला कॅमेराच काय तो पाण्यावर होता. साल्वादोर अगदी आत्मविश्वासाने आपले कान फाकवून पुढे आली. हत्तीची नजर इतकी तीक्ष्ण नसते, पण तिने नीट निरीक्षण केले असते तर तिला आपल्या समोरच्या किनाऱ्यावरची लँडरोव्हर गाडी नक्कीच दिसली असती. तिने जर स्वत:च्या जवळ बघितले असते तर एक माणूस तिच्या पायापासून जवळच चिखलात बीळ करून बसला आहे असे विचित्र दृश्य तिला दिसले असते.

साल्वादोर अगदी आरामात शरीर शिथिल सोडून पुढे आली. ती आपली सोंड स्वत:च्या एका आडमुठ्या सुळ्यावर टेकत होती. त्याक्षणीच मी चिखलातून आपले डोके वर काढले. तिने मला पाहिले नव्हते. ती अजून पुढे आली आणि जसे तिचे पाय पाण्याला लागले तसे तिने बाजूचे पाणगवताचे पांगोरे तोडून आपल्या तोंडात टाकले आणि अगदी चवीने त्याचा रवंथ करू लागली.

ती माझ्यासमोरच्या खोल पाण्यात एका ठिकाणी पोहोचली आणि मी इकडे थंडी आणि अतिउत्साहाच्या भरात कुडकुड कापू लागलो होतो. मी स्वत:च्या पायावर याआधी हत्तींच्या जवळ गेलो होतो. त्या प्रत्येक प्रसंगी मला या गोष्टीचे आश्चर्य वाटायचे की, गाडीच्या सुरक्षित वातावरणातून बाहेर आले की हत्ती कसे जास्त मोठे वाटतात. इथे साल्वादोर आणि तिची दणदणीत सोंड जवळजवळ

माझ्या अधोमुख शरीरावर असताना माझ्या उत्साहावर भीतीने विजय मिळवला. मला वाटू लागले की, मी हेडन आणि एलाचे ऐकायला पाहिजे होते.

साल्वादोरने पाणी पिण्यास सुरुवात केली – आधी तिने स्वतःच्या सोंडेनी फुरफुर आवाज करत थोडे पाणी तोंडात घेतले, पण नंतर तिने आपले डोके मागे केले आणि मोठा आवाज करून स्वतःच्या तोंडात पाण्याचा मोठा घोट घेतला. मधूनच तिने उडवलेले थोडे पाणी माझ्या अंगावर पडत होते तेव्हा एक क्षण मला एका जीवशास्त्रीय प्रश्नाबद्दल जिज्ञासा वाटली की, हत्तीच्या नाकात नक्की किती जीवाणू असतील?

मी थरथरत्या हाताने थोडे फोटो काढले ते मुख्यत्वे साल्वादोरच्या रुंद आणि सुरकुतलेल्या चेहऱ्याचे आणि काही फोटो तिच्या अख्ख्या कळपाचे. तिचा कळप तिच्या दोन्ही बाजूंना पसरलेला होता आणि या खाजणात आता गुडगुड आवाज करत उतरत होता.

मी जरी त्यांच्या तोंडाचा वास घेण्याइतका जवळ असलो तरी अजून माझे अस्तित्व त्यांच्या लक्षात आले नव्हते. मी स्वतःवर खूश होऊ लागलो होतो आणि मला असे वाटू लागले की, मी घेतलेली जोखीम फळाला आली होती. मला फार सुंदर फोटो मिळत आहेत याची खातरी होती. गाडीत बसलेल्या दोघांनी मला जी चेतावणी दिली होती तसे वाईट काही घडले नव्हते. मी मागे त्या दोघांकडे पाहून जरा उद्धटपणेच एक डोळा मारला. त्यांनी मला नंतर सांगितले की, मी डोळ्यात गेलेला चिखल काढतो आहे असे त्यांना वाटले. साल्वादोरने एक पाऊल पुढे टाकले.

तिचे एखाद्या झाडाच्या बुंध्यासारखे जाडजूड पाय खोल पाण्यात बुडाले. ते पाणी माझे डोके बुडेल इतके खोल असले तरी साल्वादोरच्या जेमतेम छातीपर्यंत पोहोचत होते. तिच्या पावलांच्या भूकंपासारख्या धक्क्यांनी माझ्या अंगावर त्सुनामीसारख्या लाटा आदळल्या आणि थंडी माझ्या हाडापर्यंत पोहोचली. पण त्या पाण्याने माझ्या अंगावरचा थोडा चिखल धुऊन निघाला. थंडीबद्दल तिला अजिबात पर्वा नव्हती. पण मला अचानक काळजी वाटू लागली की, आता ती प्रवाह पार करणार होती. तिचा कळप तिच्या मागोमाग येणार होता आणि त्यातले पन्नासएक हत्ती म्हणजे सुमारे दोनशे पाय, मी जिथे लपलो होतो तिथूनच पाण्याखालच्या प्रत्येक गोष्टीला पायदळी तुडवत मोठा आवाज करत जाणार होते. हा कळप कितीही आरामात असला तरी ते रानटी हत्ती होते आणि मी जर अचानक उभा राहिलो असतो तर त्या कळपातील प्रौढ हत्तींनी अचानक समोर आलेल्या या धोक्यावर प्रतिक्रिया दिली असती, मला पायदळी तुडवले असते आणि आपल्या सुळ्यांचा चांगला उपयोग करून ते सुळे माझ्या अंगात खुपसले असते. मी जर तसाच बसून राहिलो असतो

तर नक्कीच कोणत्यातरी हत्तीचे पाऊल माझ्या अंगावर पडले असते आणि मी चिखलात बुडलो असतो. या दोन्हीपैकी कोणताच पर्याय माझ्यासाठी आकर्षक नव्हता. तेव्हाच साल्वादोरने एक गुडगुड आवाज काढला ज्याचा अर्थ होता, 'चला निघू या.' माझ्या लक्षात आले की, आता मला काहीतरी हालचाल केली पाहिजे. मी हत्तींच्या नकळत जितके त्यांच्या दिशेने जाता आले तितके गेलो, खोल पाण्याच्या दिशेने.

माझी नवी योजना अशी होती की, पाण्याखाली राहायचे, गरज पडली तर हत्तींच्या पायांमध्ये पोहायचे आणि लॉच-नेस मॉनस्टरचे अनुकरण करून हात पाण्यावर ठेऊन कॅमेरा सुरक्षित आणि कोरडा ठेवायचा. (लॉच-नेस मॉनस्टर हे स्कॉटलंडमध्ये एका तळ्यात पाण्याखाली राहणारे एक काल्पनिक राक्षसी जनावर आहे. त्याचे शरीर पाण्याखाली असते आणि लांब मानेवर असलेले डोके फक्त पाण्याच्या वर राहते असे म्हणतात)

माझ्या आजूबाजूचे अनेक टन वजनाचे हे हत्ती पाणी पुरेसे ढवळून मगरींना दूर ठेवतील असा विचार मी केला होता. सगळ्या प्राण्यांमध्ये मला मगरींची सगळ्यात जास्त भीती वाटते. मी डुबी घेतली तेव्हा माझे डावे मनगट मी ताठ सरळ उभे पाण्याबाहेर ठेवले होते आणि उजवा हात मात्र स्वत:जवळ ठेवला होता, कारण मला ठाऊक होते की, माझा मगरीबद्दलचा सिद्धान्त हा खरेतर एक आशावाद होता. माझ्या समोरच्या रंगीत पाण्यात एक बलदंड पाय माझ्यासमोर उभा होता. मी माझा चेहरा पाण्याबाहेर काढला, श्वास आत घेतला, एक फोटो काढला आणि परत पाण्याखाली गेलो. मी परत परत पाण्याबाहेर येत राहिलो आणि शेवटी माझ्या लक्षात आले की, खरेतर हत्तींना माझ्या तिथल्या उपस्थितीबद्दल ठाऊक आहे.

हा साक्षात्कार आणि त्याचे उपमेय ज्ञान की हत्तींना माझ्यापासून धोका वाटत नसल्यामुळे ते मला काहीही इजा करणार नाहीत, यामुळे माझा आत्मविश्वास एकदम दुणावला. मागे एकदा मी आशियाला भेट दिली असताना पाळीव हत्तींमध्ये पोहलो होतो, तसे या हत्तींच्या मध्येही खुल्लमखुल्ला पोहावे असे मला वाटले. मग मी विचार केला की, त्या हत्तींनी माझ्यावर किती विश्वास टाकला होता आणि मी किती सुदैवी होतो. मग मी गुपचूप माझे शेवटचे फोटो काढले. मग हळूच मी प्रवाहाबरोबर पोहत गेलो आणि त्यांना अजून त्रास दिला नाही.

मी त्यांना त्या दिवशी परत पाहिले नाही आणि काही दिवसांतच बीके मला म्हणाला की, त्याने त्या कळपाला दक्षिण दिशेला मोम्बो भागातून बाहेर जाताना पाहिले होते. साल्वादोर तिला योग्य वाटेल अशा ठिकाणी त्यांना घेऊन जात होती. ती तिच्या कळपाला घेऊन परत कधी येईल याची मी मनापासून वाट पाहत होतो.

पुढचे काही महिने इतर कित्येक कळप मोम्बोत येत आणि जात राहिले. मी

त्यांच्याजवळ गेलो तर ते एकदम ताठरल्यासारखे वागायचे. त्यांच्यात एक प्रकारचा सावध जंगली भाव होता. मी कधीच त्यांच्या फार जवळ जाऊ शकलो नाही आणि त्यांच्याबरोबर पोहायचा किंवा साल्वादोर आणि तिचे कुटुंब जेव्हा परत आले तेव्हा जो प्रकार मी केला त्याचा प्रयत्न केला नाही.

अचानक एक दिवस मला साल्वादोरचा कळप रमत-गमत जाताना दिसला आणि मला त्यांच्याबद्दल प्रेमाचे भरते आले. साल्वादोरच्या मुलीला पाहिल्यावर तर माझे प्रेम अजूनच उचंबळून आले. कारण मी मागच्या वेळी त्यांना पाहिले त्यानंतर त्या मुलीला एक पिल्लू झाले होते. (तिच्या मुलीलाही साल्वादोरकडून दोन्ही बाजूला फाकलेले सुळे वारसा म्हणून मिळालेले असल्यामुळे तिला ओळखणे तसे सोपे होते.) छोटे महाशय अगदी आत्मविश्वासाने चालत होते, पण आपल्या सोंडेत असलेल्या काही हजार स्नायूंवर त्यांचा एवढा ताबा नव्हता. पाणी फार दाबात असेल तर रबराची नळी जशी हवेत झोके घेते तशी त्याची सोंड हवेत झोके घेत होती. कधीकधी तर ती इतक्या जोरात हलत होती की, ते पिल्लू स्वत:च घाबरून जाऊन आपल्या आईकडे संरक्षणासाठी धाव घेत होते.

पायदळी तुडवल्या गेलेल्या किंवा कोणाच्यातरी तोंडचा घास झालेल्या प्रत्येक गाइड किंवा निसर्गप्रेमिकाप्रमाणे मला असे वाटत होते की, या कळपात आणि माझ्यात एक विशेष नाते आहे. त्यामुळे त्यांच्यापासून मला कधी धोका पोहोचणार नाही. मला माझे सुदैव परत एकदा चाचपून बघायचे होते. त्यामुळे त्यादिवशी सकाळी नाश्ता संपल्यावर माझ्या दृष्टीने महत्त्वाची अशी, सकाळ आणि दुपारच्या सफारीच्या मधल्या वेळेतली माझी झोप न घेता त्या कळपाकडे गेलो. तो कळप ओकावांगोमध्ये सगळीकडे सापडणाऱ्या बरोबर वर्तुळाकार आकाराच्या एका बेटावरून दुसऱ्या बेटावर जात होता. ही बेटे खऱ्या अर्थाने बेटे नाहीत, ते खरेतर वर्तुळाकार आकारात वाढलेल्या झाडांचे पट्टे आहेत, कारण त्यांच्या भोवती पाणी नसून गवत वाढलेले असते. अशा पट्ट्यांच्या मध्यभागी कित्येक वेळेला वैराण भाग असतो. त्या वैराण भागात पांढऱ्या रंगाची माती असते. मधूनच उगवलेले एखादे काटेरी पामचे झाड एवढी एकच जीवनाची खूण. अशाच एका बुटक्या झाडामागे मी जाऊन दडलो. हे झाड त्या बेटाच्या बरोबर मध्यभागी होते. त्या कळपाचे चरून झाल्यावर तो तिकडेच येण्याची शक्यता होती.

माझी गाडी जवळजवळ साठ फूट लांब लावली होती. पण काही वेळातच हत्ती त्या बेटावर आले आणि उत्साहाने जे मिळेल ते खाऊ लागले, फांद्या तोडून आणि गवत उपटून, त्या गवताची माती काढण्यासाठी अगदी नाजूकपणे आपल्या घोट्यावर आपटून खाऊ लागले. पामची कठीण फळे खाली पाडण्यासाठी पामची झाडे गदागदा हलवू लागले. त्यामुळे गाडी जवळ असूनही माझ्यासाठी सुटकेचा

कोणताच मार्ग राहिला नाही. हत्ती पामची टेनिसबॉलच्या आकाराची फळे अख्खी तोंडात घालतात, गॉबस्टोपरच्या गोळ्यांसारखी चघळतात आणि मग एखाद्या बाळाच्या डोक्याच्या आकाराच्या त्यांच्या दाढांनी ती फोडतात. (गॉबस्टोपरच्या गोळ्या चघळायच्या गोळ्या असतात आणि त्या अतिशय टणक म्हणून प्रसिद्ध आहेत). जत्रेत रायफलनी फुगे फोडल्यावर येतो तसा आणि ग्राइंडिंग मशीनसारखा आवाज सगळीकडे येत होता. मधूनच एखादे पिल्लू मोठ्या हत्तींच्या मधून पळत गेल्यामुळे किंवा आपल्या भावंडांबरोबर शिवाशिवी खेळल्यामुळे त्यांच्या पावलांमुळे होणारा पडघमसारखा आवाजही त्याबरोबर येत होता.

मी पामच्या आडोशाला थांबलो होता. ते झाड अजून लहान असल्यामुळे त्याला अजून फळे लागली नव्हती आणि त्याची पानेही लहान असल्यामुळे त्यात पोषणासाठी विशेष काही नव्हते, त्यामुळे तिकडे हत्ती फिरकले नाहीत. मधूनच कधीतरी ते झाडाला स्पर्श करून जात आणि मी श्वास रोखून त्यांचा अगडबंब आकार, नासधूस करण्याची त्यांची क्षमता आणि तशातही सध्याचा त्यांचा शांत भाव अचंब्याने पाहत होतो. माझ्या मनात भीती, दरारा आणि अजून काही भावना दाटून आल्या होता. एखाद्या मासिकातल्या सौंदर्यवतीच्या फोटोवर भुलून गेले तर आपल्याला जशा आकर्षणाच्या अमूर्त भावना वाटतात तशा मला आधी या कळपाबद्दल वाटल्या होत्या. या वेळी त्यांना इतक्या जवळून पाहताना त्याच भुलण्याचे एका प्रकारच्या प्रेमात रूपांतर झाले. प्रेम ही सर्वांत बेभरवशाची आणि धोकादायक भावना असते.

मग साल्वादोरचा नातू माझ्याजवळून गेला. त्याची सोंड एखाद्या सापाप्रमाणे हवेत वळवळत होती आणि तो जाता-जाता माझा जवळजवळ घात करून गेला. आपली सोंड हवेत फिरवत असताना मी ज्या फांदीमागे लपलो होतो ती फांदीच त्याने चुकून वाकवली आणि मला त्या सगळ्या कळपाच्या समोर उघडे पाडले.

ते पिल्लू माझ्याकडे पाहत उभे राहिले. मला त्याच्या सोंडेची पुढची दोन टोकं दिसली. ही टोकं दोन्ही बाजूला वेगात हलत होती. "हे छोटू," मी पुटपुटलो. जोरात बोलण्याची माझी हिंमत नव्हती, "तुझ्या आईला सांगू नकोस मी इकडे आहे ते, ओके?"

त्याने एक पाऊल मागे टाकले, पण त्याचा मागचा पाय हवेत होता. पाय हवेत असतानाच ते वळाले. त्यामुळे त्याची सोंड त्याच्या खांद्यावरून हवेत फिरली आणि त्याच्याच एका बाजूच्या गालावर आपटली. ते घाबरले आणि हत्तीला शोभणार नाही अशी किंकाळी मारून त्याने आपल्या आईकडे धाव घेतली.

अख्ख्या कळपाने त्याच्यासमोरच्या संकटावर ताबडतोब प्रतिक्रिया व्यक्त केली. सगळे हत्ती खायचे थांबले, आपापल्या तोंडात फांदी किंवा गवत जे काही

होते ते त्यांनी खाली टाकले, आपली सोंड समोर उंचावली, आपले कान फाकवले आणि ते ताठ उभे राहिले. त्या पिल्लाची आई सर्वांत आधी माझ्यापर्यंत पोहोचली. जी फांदी स्वत:ला झाकून घ्यायला मी ओढली होती ती परत एकदा बाजूला सारली गेली आणि जगातले सर्वांत मोठे कपाळ माझ्यापासून एक यार्डाच्या अंतरावर आले. सर्कशीत येतो तसा गवताचा प्रचंड वास तिला येत होता. तिच्या सुरकुतलेल्या कपाळावर गवताचे एखादे चिवट पाते चिकटून बसलेले मला दिसले.

आता मी काही जगत नाही असे मला वाटायला पाहिजे होते, पण तसे काही वाटले नाही. मी फक्त स्मित केले आणि तसाच उभा राहिलो. साल्वादोरच्या मुलीने आपला चेहरा किंचित वळवला आणि माझ्याकडे पाहिले. तिच्या डोळ्यांत असे शहाणपण दिसत होते जे मी फार थोड्या माणसांमध्ये पाहिले आहे. मग तिने आपले डोके मागे घेतले, ती फांदी परत तिच्या मूळ जागेवर आली आणि मी साल्वादोरला म्हणताना ऐकले, ''चला, निघू या!'' त्यानंतर मी त्यांना परत सहा महिने पाहिले नाही.

✦ ✦

साल्वादोरचा कळप मी शेवटचा पाहिला तेव्हा गिधाडांमुळे मी त्यांच्याकडे आकर्षिला गेलो. गिधाडे घिरट्या घालताना दिसणे, हे जंगलात दुर्मीळ दृश्य नसतं, पण कसल्यातरी घाईत ती जमिनीकडे झेप घेऊ लागली. ती ज्या दिशेला खाली जात होती तिकडे मी माझ्या गाडीची दिशा वळवली. सिंह, तरसे, बिबटे आणि सफारी गाइड सगळे जमिनीकडे झेप घेणाऱ्या गिधाडांच्या मागावर जातात. कारण गिधाडे जर दिवसा झेप घेत असतील तर ते फक्त मांसासाठीच असते. ती गिधाडे बऱ्याच झाडांमध्ये विखुरली होती, त्यामुळे त्यांचा नेम नक्की कशाकडे होता ते माझ्या लक्षात आले नाही.

''बरे झाले,'' मी माझ्या पाहुण्यांना समजावून सांगू लागलो, ''जर गिधाडे झाडात उतरत असतील तर याचा अर्थ शिकारी अजूनही तिथेच आहे, जो त्यांना अजून जवळ येऊन देत नाहीये! म्हणजे नुकतीच झालेली शिकार आहे.'' एक हत्ती जवळून चाल करत गेला. मला वाटले तो हत्ती चुकून शिकारीच्या मध्ये तर नाही ना आला. प्राण्यांच्या दोन जातींमधली लढाई बघण्याची एखादी संधी माझ्या हातातून निसटू नये असे मला वाटत होते. कधीकधी हत्ती सिंहांचा पाठलाग करतात. अशा पाठलागाला विशेष निमित्त लागत नाही, केवळ त्यांना पाठलाग करणे शक्य आहे म्हणून करतात. असा एखादा प्रसंग पाहायची संधी आली तर फार मजा येते. मी लँडरोव्हर झाडांच्या बाजूने वळवली तर तिकडे मला हत्तींचा अख्खा कळप दिसला. सगळे हत्ती कसल्यातरी काळजीत होते. त्यांचे कान पसरले

होते, त्यांनी आपापली सोंड सरळ समोर उभारली होती आणि ते लाथा मारून धूळ उडवत होते आणि फांद्या हलवत होते.

मोम्बोतल्या सिंहांच्यात इतका दम नव्हता की ते हत्तींच्या मागे जातील. (खरेतर आजूबाजूला हरणे इतक्या विपुल संख्येने उपलब्ध असताना ते झेब्र्यापेक्षा धोकादायक अशा कोणत्याही प्राण्याची शिकार क्वचितच करत असत.) त्यामुळे मी माझ्या पाहुण्यांना समजावून सांगितले की, मला नाही वाटत हा शिकारीचा प्रसंग असेल.

माझे स्पष्टीकरण अपूर्ण राहिले. कारण एक हत्तीण आमच्यावर चाल करून आली.

ती कळपातून बाहेर आली तेव्हा तिने कान पूर्ण फाकवले होते. सोंडेला धडक बसू नये म्हणून तिने सोंड खाली सोडली होती. ती अशा वेगात आली की, तिच्याकडे नुसते पाहणेही भीतिदायक होते. खालची जमीन हादरली तेव्हा तिच्या पावलांचा कंप चालू इंजिनाच्या कंपापेक्षाही जास्त जाणवत होता. इंजीन चालू होते त्याबद्दल मी आभारी होतो. मी गाडी मागच्या गिअरमध्ये टाकली. ही काही लुटूपुटूची चाल नव्हती.

ही हत्तीण तिच्या बाहेर फाकलेल्या सुळ्यांमुळे लगेच ओळखता येत होती. साल्वादोरप्रमाणे तिचे सुळे वळून पूर्ण इंग्रजी W आकारात अजून वळले नव्हते. ही साल्वादोरची मुलगी होती. एरवी ही इतकी शांत असायची की, मी तिच्या पिल्लाला घाबरवले तेव्हादेखील तिने मला माफ केले होते. पण आता ती वेगात येत होती. मी गाडी मागे घेत होतो. गाडीचा टर्बोचार्जर आवाज करत होता. गाडीतले पर्यटक त्यांच्या सीटमध्ये वर-खाली उडत होते. मी विचार करत होतो की, ती एवढे नाराज असण्याचे एकमेव कारण असू शकते.

"ओह नो! साल्वादोर नको." साल्वादोर म्हातारपणाने मरण्याइतके तिचे वय झाले असेल असे मला वाटत नव्हते. (जंगलात हत्ती साधारणपणे साठ वर्षे जगतात.) कदाचित एखादा साप तिला चावला असेल. पण मला वाटत नव्हते की, तिच्याइतकी सुज्ञ हत्तीण इतक्या क्षुल्लक कारणाने मरेल. पण कळपाने तिच्याभोवती एक सुरक्षाकवच उभे केले होते. जर कुटुंबातला एखादा सदस्य मरण पावला असेल, तर हत्ती त्याच्याभोवती असेच रिंगण करतात आणि मला साल्वादोर कुठेच दिसत नव्हती.

आम्ही तिथून घाबरून पळ काढण्याआधीच्या थोड्या कालावधीत मला हे सगळे दिसले होते. पण साल्वादोरच्या मुलीने आमच्या मागावर येणे सोडून दिले आणि परत वळून ती आपल्या कळपाला सामील झाली. गिधाडे झाडांवर बसून आवाज करत भांडत होती. मी माझ्या पर्यटकांना सांगत होतो की, इथे कोणती शिकार झालेली नसून नुसतीच काहीतरी दुर्घटना घडलेली आहे, तेव्हाच हत्ती एका

क्षणासाठी बाजूला झाले आणि मला जमिनीवर एक लाल डाग दिसला.

आणि मी हसलो.

"ओके, ही माझी दुसरी चूक झाली." मी पाहुण्यांना म्हणालो, "तुमच्या दुर्बिणी काढा. आज आपण असा प्रसंग बघणार आहोत जो मीही आधी कधीच पाहिला नाहीये."

मधूनच त्या कळपातले कोणीतरी हलायचे आणि आम्हाला साल्वादोर पाय फाकवून उभी राहिलेली दिसायची. तिच्या प्रसूतिवेदना चालू होत्या. सुमारे वीस मिनिटांनंतर अजून एक रक्ताचा लोट बाहेर आला आणि गिधाडांनी तिकडे बघून मोठी गडबड केली. मग फारसे काही न होता एक पिल्लू डुबुक करून जमिनीवर पडले. त्याच्या एका सरावलेल्या मावशीने त्याला उचलून लगेच साफ केले. ती मावशी या सर्व क्रियेत सुईण म्हणून काम करत होती!

जन्म साजरा करण्यासाठीच जणू सगळ्या हत्तींनी मोठा विजयोन्माद केला. आमच्या वाहनातून त्याला तितकीच दाद मिळाली. आमच्या गाडीतल्या बऱ्याच जणांच्या डोळ्यांत अश्रू होते. (त्याबद्दल जरासुद्धा लाज न बाळगता माझाही त्यात समावेश होता.) पिल्लू बावीस महिन्यांच्या आरामदायी गर्भातून एकदम बाहेर निघाल्यामुळे जरा आश्चर्यचकित होऊन बसले होते. मग त्याने उभे राहण्याचे एकदम विनोदी दिसणारे प्रयत्न चालू केले. त्याचे कान अजूनही त्याच्या डोक्याच्या बाजूलाच जोडलेले होते. त्यामुळे ते एकदम बसलेल्या सीलसारखे दिसत होते आणि त्याची हालचालसुद्धा पाणसिंहासारखीच पायाचा वापर न करता होत होती.

अर्ध्या तासाने शेवटी एकदाचे ते पिल्लू उभे राहिले आणि त्याला आमच्या वाहनातून अजून दाद मिळाली. बहुधा बाकीच्या हत्तींनीसुद्धा त्या गोष्टीचा आनंद व्यक्त केला असावा, कारण त्यांनी धूळ उचलून स्वतःच्या अंगावर फेकायला सुरुवात केली. धुळीचा हत्तींच्या शरीरावर एक थर बसतो आणि छोट्या रक्तपिपासू किड्यांपासून त्यांचे संरक्षण होते. पण प्रत्येक धुळीच्या फवाऱ्याच्या धक्क्याने ते पिल्लू खाली पडत होते आणि परत उठायला जोरदार धडपड करत होते. (आत्तापर्यंत माझ्या लक्षात आले होते की ते पिल्लू मादी आहे.) ते आपल्या आजूबाजूच्या महाप्रचंड आकारांच्या, उत्साहाचा झटका आलेल्या राखाडी युद्धनौकांकडे पाहत होते.

साल्वादोर आपल्या पिल्लाला आडोसा देण्यासाठी तिच्या बाजूला गेली. पिल्लाने आपले तोंड उचलून तिचे स्तनाग्र आपल्या तोंडात घेतले आणि ते दूध प्यायले. पिल्लाचे डोळे सगळा वेळ इकडेतिकडे फिरत, नव्या जगातले सगळे रंग आणि हालचाली टिपून घेत होते. शेवटी ते पिल्लू प्यायचे थांबले आणि त्याने थोडी डळमळीत पावले टाकली. मला एखाद्या अभिमानी पित्यासारखे वाटत होते. मी त्याला शिट्ट्या मारून उत्तेजना दिली. ते अजूनही धडपडत खाली पडत होते. त्या

पिल्लाची मोठी बहीण नेहमी असते तशी शांत झाली होती. ती त्याला उभे राहायला मदत करत असताना एका अतिउत्साही छोट्याने येऊन त्याला धडक मारली आणि ते परत खाली पडले. हा छोटा हत्ती नक्की काय चालू आहे ते बघायला तिथे आला होता. अपराधी छोट्याला थप्पड मारून बाजूला सारले गेले आणि पिल्लाला पाण्याकडे नेण्यात आले. साल्वादोरला तिच्या प्रसूतीनंतर केवळ एका तासाने पोहताना पाहिले, तेव्हा माझ्या आश्चर्याला पारावर राहिला नाही.

माझ्या डोक्यात पाण्यात पसरणाऱ्या रक्ताचा विचार आला आणि वाटले की, त्यामुळे वाईट हेतूने कोणतातरी शिकारी तिकडे आकर्षित होऊ शकेल. हत्ती जो जलप्रवाह पार करत होते त्यात काही मोठमोठाल्या मगरी होत्या. त्या मगरी मला दिसत नव्हत्या म्हणजे त्या नक्कीच पाण्याखाली संधीची वाट पाहत असणार. हत्तीच्या पिल्लाला आपली सोंड वापरता येत नाही, त्यामुळे त्याला पाण्यात स्नॉर्केल करून श्वास घेता येणार नाही हे मला ठाऊक होते. (प्रौढ हत्ती पोहताना आपले सोंडेचे टोक पाण्याबाहेर ठेवून श्वास घेत जास्त काळ पाण्याखाली राहू शकतात.) आपल्या जिज्ञासू भावंडांना बाजूला करून पिल्लाने आईमागे पाण्यात डुबी घेतली. नंतर ते वर आले आणि परत पाण्यात बुडाले. प्रत्येक वेळी प्राणवायूसाठी ते पिल्लू वर आले की, त्याच्या सोंडेच्या खालच्या त्रिकोणी ओठाने हवा आत घेण्यासाठी ते धडपड करत असायचे. मी विचार केला की, मी त्याला तीस सेकंद देईन, जर ते परत वर आले नाही तर मगरी असू देत नाहीतर इतर काहीही, मी त्याच्या मागोमाग आत जाणार. माझा एक पाय गाडीत होता आणि एक पाय बाहेर जमिनीवर. मी आत्तापर्यंतचा सर्वांत मूर्खपणाचा आत्मघातकी प्रकार करणार, तेवढ्यात ते पिल्लू पाण्यावर आले. मग ते कुत्र्यासारखे एका गोलात छोटी पावले टाकत पोहत गेले. त्याला मजा येत होती! मला आता त्याला समज द्यायची होती, पण साल्वादोरने त्याचा ताबा घेतला आणि आपली सोंड पुढे करून त्याला पाण्यातून बाहेर काढले.

कळप पाणी पार करून गेला. आम्हाला त्यांच्या मागे जाता येणार नाही हे मला ठाऊक होते. आजचा प्रसंग अनुभवणे मला माझ्या इतर सर्व वन्यजीवनातल्या अनुभवांपेक्षा अधिक सुदैवी वाटले होते. मला साल्वादोरचा अभिमान वाटत होता, तिच्या मोठ्या मुलीचा आणि या छोट्या पिल्लाचाही अभिमान वाटत होता. हत्तींमध्ये वंशपरंपरा नसते, पण मला खातरी होती की, कधीतरी त्या दिवसापासून अनेक वर्षांनी ते पिल्लू मोठे होईल आणि आपल्या कळपाचे नेतृत्व करेल आणि मला आशा होती की, तिला बघणाऱ्या भविष्यातल्या गाइडलाही ठाऊक असेल की, तिला जरी विनोदी दिसणारे दात नसले तरी ती किती खास आहे.

घोडचूक

मी गाइडचे काम थांबवून मला कॅम्प मॅनेजर म्हणून मिळालेली बढती कधीच स्वीकारायला नको होती. मी काही चांगला कॅम्प मॅनेजर नव्हतो. मला चांगलेच ठाऊक होते की, एखादी समस्या असेल तेव्हाच लोक कॅम्प मॅनेजरशी बोलतात. गाइड्सना मात्र बरेच वेळेला ते किती चांगले आहेत ते सांगितले जाते. कॅम्प मॅनेजर म्हणून माझी मुख्य अडचण ही प्राण्यांमुळे होत होती. खरेतर मला प्राण्यांजवळ जाता येत नसल्यामुळे होती. जरी मी जंगलात राहत असलो तरी मी रोज प्राणी पाहायला बाहेर पडत नव्हतो आणि गेली कित्येक वर्षे मला वन्यप्राण्यांबरोबरच्या जशा थरारक अनुभवांची सवय झाली होती तसे अनुभव कॅम्प मॅनेजर झाल्यावर मला मिळत नव्हते.

त्यामुळे जेव्हा चेडू नावाचा शिकाऊ मॅनेजर माझ्याकडे आला आणि म्हणाला की, पाहुण्यांच्या तंबूच्या आणि आमच्या कॅम्पच्या मुख्य भागाच्या मध्ये एक हत्ती आला आहे आणि आलेल्या पाहुण्यांना त्याला वळसा घालून जायचे आहे. तेव्हा त्या हत्तीजवळ जाण्याची संधी मी वाया जाऊ दिली नाही.

या कॅम्पची बांधणी इतर अनेक कॅम्पप्रमाणेच होती. त्यात एक भोजनाची जागा आणि भेटवस्तूंचे दुकान होते, त्यालाच जोडून एक चौथरा आणि कॅम्पचे कार्यालय होते. या मुख्य इमारतीच्या दोन्ही बाजूंना, दोन पसरलेल्या हातांसारख्या पाहुण्यांच्या तंबूंकडे जाणाऱ्या पायवाटा होत्या. त्या पायवाटांच्या बाजूला आधारासाठी रेलिंग लावले होते. निलगिरीची झाडं उंच सरळसोट वाढत असल्यामुळे ते रेलिंग निलगिरीच्या झाडांमध्ये बांधले होते.

हा कॅम्प प्राण्यांची वर्दळ असणाऱ्या एका सुंदर जलप्रवाहाशेजारी बांधलेला

होता. त्या प्रवाहात बबून माकडे, कुडू, झेब्रे आणि त्या भागात विपुल असणारे हत्ती पाणी पिण्यास येत असत. मुख्य भागातून आणि पर्यटकांच्या तंबूतून, पाणी पिण्यासाठी आलेल्या प्राण्यांचा हा न संपणारा प्रयोग पाहता येत असे. कधीकधी मात्र प्राणी स्टेजवरून उतरून प्रेक्षकांच्या अंगावर येत असत आणि त्यांना पटकन योग्य दिशा दाखवली नाही, तर त्यामुळे अनर्थ होण्याची शक्यता असे.

मी त्या हत्तीला पर्यटकांच्या आवारातून दुसरीकडे घालवण्यासाठी म्हणून त्वरेने निघालो. तो हत्ती कार्यालयाच्या आणि पहिल्या तंबूच्या मध्ये होता त्यामुळे मला फार लांब जावे लागले नाही. मला लगेच दिसले की, तो एक तरुण नर होता. त्याचे वय पंधरा ते पंचवीस वर्षांमध्ये असेल. कदाचित मर्द बनण्यासाठी म्हणून तो नुकताच त्याचा कळप सोडून निघाला असावा. तो आमच्या पोहण्याच्या तलावाला सावली देणाऱ्या फिव्हरबेरीच्या झाडाच्या फांद्या तोडून त्या आपल्या भात्यासारख्या चालणाऱ्या तोंडात घेत होता. त्या फांद्यांची पाने आणि पोषक साल खाऊन उरलेली फांदी तो खाली टाकून देत होता. एखादा सुताराचा रंधासुद्धा त्याच्याएवढ्या कार्यक्षम वेगात काम करू शकला नसता. पोहायच्या तलावाकाठी उभे राहून एक हर्षित डच पर्यटक त्याच्याकडे पाहत होता. त्या पर्यटकाने अंगात केवळ पोहायची चड्डी घातलेली असल्याने त्याचे लुकडे केसाळ शरीर उठून दिसत होते. तो पर्यटक एखाद्या केसाळ टोफूने पाहावे तसे या सगळ्या जगाकडे आश्चर्याने पाहत होता. त्याने आपल्या जाडजूड आखूड पंजात एक कॅमेरा पकडला होता आणि त्याने दर वेळी एखादा फोटो काढला की, हत्ती एकदम दचकायचा. हत्ती मनातून घाबरलेला आहे, पण माणसातल्या पुरुषाप्रमाणे आपली भीती लपवायचा प्रयत्न करतो आहे असे माझ्या लक्षात आले.

आम्ही आमच्या पायवाटेत जनावरांच्या हालचालीसाठी मुद्दाम थोडी फट ठेवली होती, त्यातून त्या हत्तीला झुडपांकडे जाणारी वाट दाखवून द्यायचा माझा मानस होता. ही फट मुद्दाम हत्ती आणि पाणघोड्यांसाठी ठेवली होती जेणेकरून त्यांनी पाणवठ्याकडे जाण्याचा जवळचा मार्ग शोधताना निलगिरीच्या रेलिंगला धडक देऊन पाडू नये.

"हे!" मी हत्तीला म्हणालो. मी कार्यालयाच्या इमारतीतून बाहेर आल्यापासून तो माझ्याकडे चोरट्या नजरेने लक्ष ठेवून होता. त्याच वेळी पहिल्या तंबूतील पर्यटक चालू प्रकार पाहण्यासाठी बाहेर आले. त्यांनी आपल्या तंबूचे दार उघडेच ठेवले होते की न जाणो जर गरज पडली तर पटकन आत धावता यावे. मी गाइड म्हणून काम करणे थांबवल्याला बरेच दिवस लोटले होते. त्यामुळे हत्तीपुढे जायच्या आधी, हत्तीच्या दृष्टिकोनातून या घटनेचा विचार करायला पाहिजे होता तो केला नाही. हत्तीपुढे गेल्यावर मी तो विचार केला आणि मग मला माझी घोडचूक लक्षात आली.

आमच्या पाऊलवाटेमधील हत्तींच्या हालचालीसाठी मोकळ्या ठेवलेल्या जागेकडे जाण्याचा मार्ग त्या हत्तीच्या डाव्या बाजूला होता तो आता एक नंबरच्या तंबूच्या समोर उभ्या असलेल्या लोकांमुळे आणि त्या तंबूच्या विशाल बांधकामामुळे अडला होता. (म्हणजे त्याच्या दृष्टीने तरी अडला होता.) त्याच्या मागे तो जलप्रवाह होता. हत्ती जरी पोहू शकत असले तरी पोहण्याकडे ते सुटकेचा मार्ग म्हणून पाहत नाहीत. त्याच्या उजवीकडे आमच्या कॅम्पचे मुख्य कार्यालय होते ज्याची पक्की इमारत पाडायला हत्तीलाही अवघड गेले असते. त्याच्यासमोरचा मार्ग त्याच्या दृष्टीने सगळ्यात सोपा होता जो फक्त माझ्यामुळे अडला होता. मला अचानक एकटे आणि उघडे पडल्यासारखे वाटू लागले.

त्याने दोन पावले टाकली आणि तो माझ्या एकदम समोर आला. माझी चूक लक्षात आल्यामुळे मी एक पाऊल मागे गेलो होतो. माझी कंबर माझ्या मागच्या रेलिंगला धडकली. पायवाटेच्या दुसऱ्या बाजूच्या रेलिंगला हत्तीचे गुढघे टेकलेले होते. त्याच्यात आणि माझ्यात केवळ दीड यार्डाचेच अंतर होते. मला त्याच्या श्वासात गवताचा आणि चुरडलेल्या पानांचा वास येत होता. त्याचे डोळे गरागरा फिरले आणि माझ्या लक्षात आले की, तोही माझ्याइतकाच घाबरला होता.

आम्ही दोघेही थोडा वेळ आपापली जागा धरून होतो, हत्तीने आपले वजन एका पायावरून दुसऱ्या पायावर टाकल्यामुळे पडलेल्या भाराने कुरकुरणाऱ्या खांबाचा फक्त आवाज येत होता. जर त्या खांबाला तो भार सोसला नसता तर हत्ती माझ्या अंगावर पडला असता. त्याने जर खांबाला धक्का दिला असता तर तो सहज पुढे आला असता जसे मी एखाद्या काल्पनिक खांबाला ओलांडून यावे. माझ्या अंगात इतकी चपळता नव्हती की, मी ऐनवेळी माझ्या मागच्या रेलिंगवरून कोलांटी उडी घेऊ शकेन.

"वा! दीडशहाण्या, आता तू काय करणार आहेस?" इति माझी सहकारी कॅम्प मॅनेजर. बहुतेक पुरुषांप्रमाणे मलाही माझी चूक झालेली असताना पकडले गेलेले आवडत नाही. पण ही काही चिडून प्रत्युत्तर देण्याची वेळ नव्हती. मी काहीच बोललो नाही व तिच्याकडे बघितलेदेखील नाही, पण मला माझ्या नजरेच्या कोपऱ्यातून असे दिसले की, कॅम्पच्या कर्मचाऱ्यांचा एक जमाव आमच्या कार्यालयासमोर जमून होऊ घातलेला प्रसंग पाहतो आहे.

तो तरुण नर हत्ती एक पाऊल मागे गेला आणि मी निःश्वास सोडला. तो ताठ उभा होता आणि मला कल्पना होती की, काय होणार आहे. अशा वेळी हत्ती ताठ उभा राहून आपल्या ताकदीचे तुमच्यासमोर प्रदर्शन करून बघतो की, तुम्ही माघार घेत आहात का. हे दर्शवण्यासाठी त्याने आपले डोके हलवले तेव्हा त्याचे दोन्ही कान त्याच्या गालांवर आपटले. माझ्या अंगावर सगळी धूळ

उडाली. त्यानंतर मला एकदम अनपेक्षित असे काहीतरी त्याने केले. मला हत्ती फार आवडतात. त्याचे कारण दर वेळी ते तुम्हाला नवे काहीतरी दाखवतात. पण ही अशी युक्ती होती ज्याने मला अजिबात मजा वाटली नाही. आपले कान हलवण्याच्या जोडीला त्याने आपले डोकेदेखील डावीकडून उजवीकडे हलवले आणि त्याबरोबर त्याने आपली सोंड माझ्या मानेच्या पातळीवर आडवी फिरवली.

त्या केसाळ डच माणसाने आत्तापर्यंत माझ्या या छोट्या साहसाचे चित्रीकरण करण्यास सुरुवात केली होती. नंतर त्याने मला सच्चाईने सांगितले की, जर काही अपघात घडला असता तर त्याने त्याचे चित्रीकरण कोणत्यातरी चित्रवाहिनीला विकले असते. नंतर मी जेव्हा ते चित्रीकरण बघितले तेव्हा माझ्या लक्षात आले की, स्वत:ला वाटतो त्यापेक्षा मी जास्त लवचीक आहे. जशी ती सोंड माझ्या दिशेने आली तसा माझ्या अंत:प्रेरणेने माझा ताबा घेतला आणि मी मागे सरकलो. माझी पाठ त्या रेलिंगवर टेकलेली असल्यामुळे मी मागे पडलो नाही. त्याऐवजी मी मधोमध वाकलो. माझे पाय जमिनीवरच राहिले आणि वरचे शरीर सगळी लवचीकता पणाला लावून त्या रेलिंगवरून मागे वाकले. जर ती सोंड माझ्यापर्यंत पोहोचली असती तर माझी मानच मोडली असती आणि सोंडेच्या आखूड कडक केसांनी माझ्या त्वचेवर ओरखडे उठले असते.

त्याचा नेम चुकला आणि हत्तीने अजून एक पाऊल मागे टाकले. नंतर तो पुढे धावला, बाजूला पाऊल टाकले आणि रेलिंगमधल्या मोकळ्या जागेतून त्याने पळ काढला.

मी स्वत:ला सावरले. माझ्या मणक्याच्या एकेका हाडाने आपापल्या नियोजित जागी परत येण्याचा प्रयत्न केला. त्या वेळी आमच्या कार्यालयाच्या बाजूने मला जी उपहासात्मक दाद मिळत होती त्याच्या विरुद्ध दिशेला मी चालत गेलो.

इतकी बावळटासारखी चूक केल्याने मी माझ्यावरच चिडलो होतो. प्राण्यांच्या बाबतीत मला पुरेसा अनुभव असूनही मी इतकी साधी चूक करावी?

जशी माझी उचंबळून आलेली मन:स्थिती शांत झाली तसा माझा स्वत:वरचा रागही निवळला. संकटातून सहीसलामत सुटल्यामुळे मी आता एका कानापासून दुसऱ्या कानापर्यंत सुहास्य करत होतो असे माझ्या लक्षात आले. जरी कितीही भीती वाटली असली आणि माझ्या चुकीबद्दल मला लाज वाटली असली, तरी मला या साहसात मजा आली होती.

मी कार्यालयात परत गेलो आणि मॉनच्या मुख्य कार्यालयाला माझ्या राजीनाम्याचे पत्र लिहिले.

नंतर मी त्यांना विचारले की, त्यांच्याकडे गाइड म्हणून एखादी जागा रिकामी आहे का?

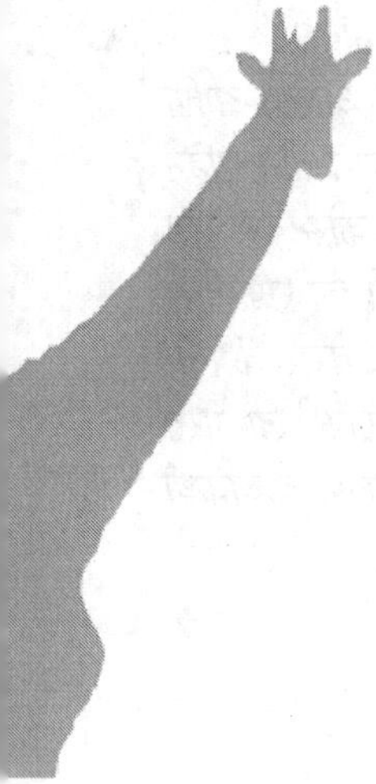

समारोप

सात वर्षे तंबूत काढल्यावर माझी बढती झाली. त्या सात वर्षांतली बहुतेक वर्षे मी गाइड होतो आणि थोड्या काळासाठी (आणि अयशस्वीपणे) मी कॅम्प मॅनेजर बनण्याचाही प्रयत्न केला. त्यानंतर क्लिफी नावाच्या माझ्या मित्राने आभूषित केलेले भव्यदिव्य पद मी स्वीकारले. क्लिफीने नोकरी सोडण्याआधी तो गाइडना प्रशिक्षण देणारा मॅनेजर आणि प्रमुख निर्देशक होता, त्याच पदावर माझी नियुक्ती झाली. एक वर्षभर मी ते काम केले. त्यापुढची माझी बढती ही बहुधा मॉनमधल्या ऑफिसमधल्या कामावर झाली असती. तशा नोकरीमध्ये माझे काम अजूनही जंगलाशी संबंधित राहिले असते, पण तसा मी जंगलाच्या रोजच्या संपर्कात राहिलो नसतो. त्याऐवजी मी रोज सकाळी उठून ऑफिसला गेलो असतो, वेगवेगळ्या समस्यांमुळे सतत वैतागलेल्या कॅम्प मॅनेजर्सबरोबर मला रोज रेडिओवर बोलावे लागले असते आणि वन्यप्राणी काय करत आहेत हे मला दुसऱ्या कोणाकडूनतरी ऐकावे लागले असते. मला असल्या नोकरीबद्दल काहीच आकर्षण वाटले नाही. पण जर्मन पर्यटकांना हसवण्याचा अयशस्वी प्रयत्न करूनही मी कंटाळलो होतो. त्यामुळे मला गाइड म्हणून परत जायचे नव्हते.

त्यामुळे ज्या कंपनीत काम करायचो तिथून मी राजीनामा दिला आणि माझ्या मित्रांना सोडून (मानवी आणि चार पायावरील) जंगल सोडून निघालो. मला कोणत्यातरी गावात राहायचे होते, ते चांगले मोठे असावे असे मला वाटत होते. गाइडचे काम सोडल्यापासून मी जिथे-जिथे नोकरी केली तिकडे मी असमाधानीच राहिलो आहे. सिडनी, लॉस एंजलिस आणि सॅन फ्रान्सिस्कोला राहण्याचे भाग्य मला लाभले. मला ही शहरे कितीही आवडत असली, तरी मला असे सतत वाटत

राहिले की, वन्यजीवांपासून लांब राहिल्याने मी काहीतरी गमावत होतो.

गाइड म्हणून घेतलेल्या निवृत्तीतून मी २००३मध्ये बाहेर आलो आणि नामिबियातल्या वाळवंटात आयोजित केलेल्या सफारीवर गाइड म्हणून तीन महिने काम केले. नामिबियात गेलो असताना मी तिथल्या स्केलेटन कोस्टवर सँड ड्यून्समध्ये क्लिफीबरोबर एकदा वाट हरवलो. त्यानंतर मी दरवर्षी थोड्या सफारींवर गाइड म्हणून जायचे ठरवले. आता फ्लोरिडातील 'आफ्रिका ॲडवेंचर कंपनी' आणि सिडनीतील 'क्लासिक सफारी कंपनी'द्वारा मी दर वर्षी आफ्रिकेला परत जातो, वन्यप्राणी कसे आहेत ते पाहतो, जुन्या मित्रांना भेटतो आणि कधीकधी थोड्या नव्या गोष्टीही मिळवतो.

◆